மில்

2010ஆம் ஆண்டுக்கான
ஆனந்த விகடன் விருது
மற்றும்
சுஜாதா அறக்கட்டளை விருது
பெற்ற நாவல்.

ம.காமுத்துரை

டிஸ்கவரி பப்ளிகேஷன்ஸ்

எண்: 9, பிளாட் எண்: 1080A, ரோஹிணி பிளாட்ஸ்
முனுசாமி சாலை, கே.கே.நகர் மேற்கு,
சென்னை - 600 078. பேச: 99404 46650

வெளியீட்டு எண்: 0162

மில் (நாவல்)
ஆசிரியர்: ம.காமுத்துரை©

MILL (Novel)
Author: **Ma.Kamuthurai**©

Print In India

First Edition (Annai Rajeshwari Publications): May-2010,
Second Edition (Discovery Publications): Jan- 2023

ISBN : 978-93-95285-56-8

Pages: 240

Rs. 270

Publisher	*Sales Rights*
Discovery Publications No. 9, Plot,1080A, Rohini Flats, Munusamy Salai, K.K.Nagar West, Chennai - 600 078. Mobile: +91 99404 46650	**Discovery Book Palace (P) Ltd** No. 1055B, Munusamy Salai, K.K.Nagar West, Chennai-600 078. Ph: (044) 4855 7525 , 87545 07070

discoverybookpalace@gmail.com
WWW.DISCOVERYBOOKPALACE.COM

இந்த நூலில் பிரசுரமாகியுள்ள எந்த ஒரு பகுதியையும் பதிப்பாளரின் எழுத்துபூர்வமான முன்அனுமதி பெறாமல் எடுத்தாள்வதோ, மறுபிரசுரம் செய்வதோ, மொழியாக்கம் செய்வதோ, அச்சு மற்றும் மின்னணு ஊடகங்களில் மறுபதிப்புச் செய்வதோ, காப்புரிமைச் சட்டப்படி தடை செய்யப்பட்டுள்ளது. இந்த நூலிலிருந்து குறிப்பிட்ட பகுதிகளை மேற்கோள்காட்டி புத்தக விமர்சனம் செய்ய, ஊடகங்களுக்கு மட்டும் அனுமதி உண்டு.

உங்கள் மொபைல் போனிலிருந்து ஸ்கேன் செய்து 'டிஸ்கவரி புக் பேலஸ்' மொபைல் ஆப்பை டவுன்லோடு செய்து, புத்தகங்களை வாங்குங்கள்.

க.குணசேகரன் அனைத்து முன்னணி இதழ்களிலும் அரசியல், சமூகம், கல்வி தொடர்பாக எழுதி வருகிறார். மின் ஊடகங்களில் நன்கு அறிமுகமானவர். இவர் எழுதி கிழக்கு பதிப்பகம் வெளியிட்ட "இருளர்கள்" நூல் நொய்யல் இலக்கிய வட்டம் மற்றும் திருப்பூர் தொடங்கி இதுவரை ஆறுக்கும் மேற்பட்ட நூல்களைப் படைத்துள்ளார். பழங்குடி மக்கள் தொடர்பான ஆய்வில் ஈடுபட்டுள்ளார். இந்திய கலாச்சார நடபுறவுக் கழகத்தில் தமிழ்நாடு மாநிலக் குழு உறுப்பினர், சமூக நீதி முரசு மாத இதழின் இணை ஆசிரியர்.

மில்யுத்தம்

அணிந்துரை : க.குணசேகரன்

தோழர் காமுத்துரையின் சன்னமான கையெழுத்துப் பிரதியைத் தந்து அன்பிற்கினிய ஷங்கரநாராயணன் வாசிக்கச் சொன்னார். முழுக்க வட்டார வழக்குச் சொற்களைக் கொண்டே ஒரு நாவலைப் பின்ன முடியும் என்பதைப் பார்த்து அசந்தேன். அத்துடன் வழக்குச்சொல் நடையிலேயே இன்று நம்மைச் சூழ்ந்துள்ள அரசியல், பொருளியல், குடும்ப உறவு, காதல், தொழிற்சங்கம், அதன் தேவை, முதலாளிகளின் கூட்டணி, சுரண்டல், நையாடல், நகரமயம், வேளாண்மையில் ஏற்படும் இழப்புகள்... என எல்லாவற்றையும் தொட்ட ஒரு முழுமையாக இந்நாவல் விளங்குகிறது.

அச்சு வடிவம் தயாராகி வந்ததும் மீண்டும் ஒருமுறை வாசித்தேன். இரண்டாம் வாசிப்பில் சுவாரசியமே மிகுந்தது. இதைவிட வேடிக்கை நெல்லிக்காய்ச் சிதறலாய் தொழிலாளர்கள் நாலாபுறமும் சிதறி இருந்தவர்களை ஒன்றுகூட்டி கண்மாய்க்கரையில் கூட்டம் போடும்போதெல்லாம் நானும் உடன் அமர்ந்து "அட உடனேயே சங்கத்தைத் தொடங்குங்கப்பா" எனக் கூவ வேண்டும் போல் தோன்றியது. அந்தளவுக்கு, இன்னமும் தங்களைச் சுற்றி நடக்கும் சுரண்டலை உணராத அப்பிராணிகளாக உள்ள மண்ணின் மைந்தர்களைக் காமுத்துரை அப்பட்டமாகக் கண்முன் நிறுத்துகிறார்.

வேலப்பன் அற்புதமான தோழமையுள்ள பாத்திரம். ஒவ்வொருவரையும் நிலைமையைப் புரியவைத்து, அவர்களாகவே ஓர் அமைப்பு இல்லாமல் வெற்றிபெற இயலாது என்பதை நாசூக்காக உணர்த்தும் வேலப்பன், வேலை கூட்டம் முடிந்து இருட்டில் சைக்கிள் மிதித்தபடி வீட்டுக்குத் திரும்பும்போது ஐந்தாம் படையால் தாக்கப்படும்போது அந்த வலியின் வேதனையை நம்மையும் உணர வைக்கிறார் ஆசிரியர்.

பஞ்சு பூத்து வெடித்து காற்றில் ஆடுவதை, கோழிக்குஞ்சுகள் தீனிபொறுக்க அசைவதுபோல், என்ற புதிய வர்ணனை ஒரு அழகிய கவிதை. காமுத்துரையின் ஒரு வண்ணப்படம்.

ராசு, சிவனாண்டி, பட்டாளத்தார், ராசுவின் அம்மா, அண்ணி, அண்ணன், பாதி இரவில் பசியில் காபிக்காக அழும் குழந்தையின் சிணுங்கல், கணவன் மனைவி படும் மனவேதனை, கழுத்தைப் பிடித்து வட்டிக்காசு கேட்கும் பெரியவர், எல்லாருமே நாம் அன்றாடம் பார்க்கும் யதார்த்தமான பாத்திரப் படைப்புகள். அதிலும் பட்டாளத்தார் கண்முன்னாலேயே நிற்கிறார். ஊருக்கு ஒரு பட்டாளத்தார் இருப்பாரேயானால் கிராமங்களில் சிவில் வழக்குகளே ஏற்படாது.

மில்வேலை பஞ்சுத் துணிகள் காற்றில் பறக்க தும்மும் தொழிலாளர்கள் உடல் அசதிக்கு ஓய்வெடுக்க கழிப்பறை, மில்லில் எந்திரங்களின் ஓங்கார சப்தம், மில்வேலைக்கு வந்தவர்களை ஓசியாக கட்டட வேலைக்கும் பயன்படுத்தும் முதலாளியின் தந்திரம். முதலாளி என்றாலே சில 'எடுபிடிகள்' தவறாமல், இங்கும் நிறையவே வளைய வருகின்றனர்.

என் சிறிய வயதில் சாணிகுளத்திலிருந்து சாரைசாரையாக சைக்கிளில் அந்த அதிகாலைநேரத்தில் கேரியர், டபரா, தூக்குகளை சைக்கிளில் கட்டிக்கொண்டு சூளை பி அண்ட் சி மில்லுக்கும், கார்ப்பரேஷன் டிப்போவுக்கும் றெக்கைகட்டிப் பறக்காத குறையாக தொழிலாளர்கள் போவதைப் பார்த்துள்ளேன். பல ஆண்டுகள் கழித்து இந்த நாவல் என் மனக்கிணற்றில் மண்டிக் கிடந்தவற்றின் மீது கல்லெறிந்துள்ளது. அதன் மெல்லிய அலைகள் இன்றுவரை ஓயவில்லை.

மில் வந்தால் ஊர் சுபிட்சமாகும் என்பதற்காக விளைச்சல் இடம் தந்து மில் நிர்வாகம் ஊர்க்காரர்களைப் பழிவாங்கும் போக்கை தடுத்துநிறுத்த பண்ணையாரும், பட்டாளத்தாரும் நேரில் போவதும், அங்கே அவர்களுக்குக் கூறப்படும் சமாதானமும் இன்று ஏற்றுமதி மண்டலங்களுக்கு இடம் தந்து, சலுகைதரும் அரசை நினைவுபடுத்துகிறது. பண்ணையாரும், பட்டாளத்தாரும் நியாயம் கேட்கும் சமூகமாக அப்பாவி உழைப்பாளி சமூகமாகத் தெரிகிறார்கள்.

விவசாயி விளைவித்த பஞ்சுகளுக்கு உரியவிலை கிடைக்காமல் தங்களுக்குள் மில் முதலாளிகள் 'சிண்டிகேட்' அமைத்து காட்டன் மார்க்கெட்டில் விலைகுறைத்து வயிற்றிலடிக்கும் காரியத்தை கதையில் காமுத்துரை இலாவகமாகக் கையாண்டுள்ளார். பருத்தி வர்த்தகத்தின் பவிசு புரிகிறது.

சங்கம் வைத்தே தீருவது என்ற முடிவுக்குப் பின்னர் அதை ஒழித்தே தீருவது என்ற முதலாளியின் திட்டம் ஒருவழியாக நிறைவேறி, ஆலை இயங்க மாற்றாக இளம்பெண்களை ஊர்தோறும் அள்ளிக்கொண்டு ஆலைக்குள் இறக்கி வேலை வாங்கும் தந்திரச் செயல். முதலாளிகளின் இன்றைய சுரண்டல்

சுமங்கலித் திட்டத்தை நினைவுப்படுத்துகிறது. நவீன நிர்வாக இயலை நன்றாகவே வெளிச்சமிட்டுள்ளார்.

மொத்தத்தில் இன்று உலகமயம் என்கிற பெரும்பூதம் கொல்லைப்புறமாக இல்லாமல் அரசின் உதவியுடன் நேரடியாகவே நுழைந்து ஊழியர்களுக்கு ஏற்கனவே இங்கு வழங்கப்பட்ட அனைத்து உரிமைகளையும் பறித்துவிட்டது. அத்துடன் தொழில் தொடர்ந்து நடக்க ஒப்பந்தத் தொழிலாளர் என்ற மோசடித்திட்டம் அங்கிங்கெனாதபடி எங்கும் பிரகாசமாக நடக்கிறது. இதற்கு அரசின் அனைத்து உதவியும் உண்டு. ஒப்பந்தத் தொழிலாளர் போர்வைக்குள் தொழிலாளர்களை ஆலைக்குள் சிறுகடன் தந்து வட்டிக்கு சுரண்டியவரே ஒப்பந்ததாரராக உருவெடுக்கும் கொடுமை பல்கிப் பெருகிவிட்டது. உலகமய சுரண்டல் நடக்கும் இந்தக் காலகட்டத்தில் காமுத்துரை அனைத்தையும் நன்றாகவே நாவலுக்குள் தோலுரித்துள்ளார். அந்த வகையில் தொழிலாளவர்க்கம் எதைநோக்கிச் செல்ல வேண்டும் என்ற வினாவையும் இந்த நாவல் எழுப்புகிறது.

எங்கள் பகுதியில் கொத்தவால் சாவடி இயங்கியபோது வட்டமான கூடையில் கழுத்துநரம்பு புடைக்க சுமை சுமக்கும் தொழிலாளி. அவன் வேலைமுடிந்து, சுற்று வட்டார வீட்டுத் திண்ணைகளில் கூடைக்குள் முகம்புதைத்துத் தூங்கும் காட்சியைக் கண்டதுண்டு. இந்தக் காட்சி இளவயதில் படிமமாகி என் வளர்ந்த வயதில் அவர்களுக்கும் சங்கம் அமைக்க உதவியுள்ளேன். மீன் கூடைகள் திருவான்மியூர், பெசன்ட்நகர், சாந்தோம், அயோத்திக்குப்பம் இங்கிருந்தெல்லாம் சரியாக வாகன வசதியில்லாமல் மீன் விற்பவர்கள் அவதிப்பட்டனர். பட்டணத்து பஸ்ஸில் நாற்றத்துக்காக ஏற்ற மறுப்பு: இந்த நிலையில்தான் சைக்கிள் ரிக்சாவை கொஞ்சம் பெட்டிபோல்மாற்றி அதில் மோட்டார் எந்திரத்தையும் பொறுத்தி ஓட்டினர். வேகமான அந்த வாகனத்தால் விபத்துக்கள் நடந்தபோது அவை தடை செய்யப்பட்டன. அதற்காக சங்கம் வைத்துப் போராட அந்தத் தோழர்களுக்கு உதவியுள்ளேன். அந்த வாகனத்தில் இப்போது மீன்கள் பயணிப்பதில்லை. ஆனால் மீன்பாடி வண்டி என்று பெயரில் மட்டும் அடையாளமாக ஆகிப்போனது.

இந்த நாவல் சமூகப் பொறுப்பு, மக்கள் மீதான அன்பு, சிறுமை கண்டு பொங்குவாய் என்று பாரதி பாடியதுபோல், பொங்கக் கூடியவர்களுக்கு அவர்களின் நினைவுகளை, எண்ணங்களை, சிந்தனையை நிச்சயம் கிள்ளும், கிளறும்.

வெகு காலத்திற்குப்பின் நல்லதொரு நாவலைப் படித்த நிம்மதி நிச்சயம் வாசகர்களுக்குக் கிடைக்கும்.

முன்னுரை

எழுதிய காலத்தில் உரமாய் நின்று உதவிய, மறைந்த எழுத்தாளர் பீர்முகமது அப்பாவுக்கே இதன் பலன்கள் சாரும்.

இன்னும், இதன்பால் அக்கறை செலுத்திய எழுத்தாளர் அல்லி உதயன், முனைவர் ஜோதிபாரதி மற்றும் இன்றைய நாளில் இந்நாவலை அச்சில் கொண்டுவரத் தூண்டுதல் செய்திட்ட எழுத்தாளர் அ.உமர்பரூக், போனில் பேசுகிற போதெல்லம் எனது படைப்பு நிலவரத்தை கேள்விகள் கேட்டு நிமிர்த்திவிட்டுக்கொண்டிருக்கிற பிரியமான எழுத்தாளர் எஸ்.ஷங்கரநாராயணன், இதற்கு அருமையான அணிந்துரை வழங்கியிருக்கிற மதிப்புமிகு எழுத்தாளர் க.குணசேகரன் ஆகியோருக்கு எனது நன்றியும் அன்பும் காணிக்கையாகட்டும்.

இதனை முதல் பதிப்பாக வெளியிட்ட பதிப்பாளர் உதயக்கண்ணன் அவர்களுக்கும், இப்போது இரண்டாம் பதிப்பாக அழகுற கொண்டுவந்திருக்கும் 'டிஸ்கவரி பளிகேஷன்ஸ்' அன்புக்குரிய தோழர் மு.வேடியப்பன் அவர்களுக்கும் எனது மேன்மையான வணக்கங்கள்.

இந்த நாவலை 2010ஆம் ஆண்டின் சிறந்த நாவலாக தேர்வு செய்து, இலக்கிய உலகில் என்னை அடையாளப்படுத்தி விருது வழங்கிய 'ஆனந்த விகடன்' குழுமத்துக்கும், அதே ஆண்டின் சிறந்த நாவலாக தேர்வு செய்து பரிசளித்த 'சுஜாதா அறக்கட்டளை – உயிர்மை மாத இதழ்' அமைப்பாளர்களுக்கும் எனது நன்றியினை உரித்தாக்குகிறேன்.

வழக்கம்போல இதனை வாசித்து எனது எழுத்துக்கு உரம் சேர்க்கவிருக்கிற வாசக அன்பர்கள் அனைவருக்கும் கடமைப்பட்டவனாவேன்.

– ம.காமுத்துரை

9, தம்பா தெரு,
அல்லிநகரம்,
தேனி - 625531.
கைபேசி: 91500 95266.

1

“ஏலே மணி இதப்பார்ரா. இன்னிம் மேலும் நம்மளால தாங்க முடியாது. அவெவெ, அவெவெ இருப்படத்தத் தேடிக்க ஆமா?” சாப்பாட்டுத் தட்டை அண்ணன் முன்னால் வைத்த அம்மா, ஒப்பிக்கத் தொடங்கியதும் ராசுவுக்குப் புரிந்து போனது. இன்னைக்கி ஒரு வெவகாரம் கௌம்பப் போகுது

அண்ணனைப் பார்த்தான். எப்போதும் போலவே வாய் மூடி மௌனியாய் ‘வீற்றிருந்தது’ தட்டிலிருந்த சோறு ‘னைனை’ என பிசையப் படுவதிலிருந்தே உள்ளுக்குள் எதையோ யோசித்துக் கொண்டிருப்பதாய்த் தெரிந்தது. என்னதான் நடந்தாலும் வாய் மட்டும் திறக்கப் போவதில்லை. அதனாலேதான் அம்மாவும் மதினியும் போட்டுப் புடுங்குவதாய் ராசுவுக்குப் பட்டது.

“ஆமா! ஒனக்கும் வேற சோலிக் கழுத கெடையாது” என ஆரம்பித்தவன், “கொஞ்சூண்டு கொழம்பு ஊத்து” என்று நிறுத்திக் கொண்டான்.

“கிட்டக்கதான இருக்கு எட்டி எடுத்துக்கலாம்ல” அண்ணன் சட்டியை ராசுபக்கமாய் நகர்த்திவிட்டது.

எடுத்துக்கொண்ட ராசு, “ஏம்மா. பேசறதுன்னா அது மதினி முன்னாடி பேச வேண்டியதான...? இங்கன என்னத்துக்கு நாழி இல்லாம அளக்குற.” என்றான்.

“ஓங்கிட்ட ஆர்ரா ஒப்புச்சா நீ கம்முன்னு கெட பெரியவனத் தான கேக்குறே. ஒனக்கு ஒண்ணுந் தெரியாது.”

“ஆமா! இதென்னச் சொல்லிக்க, ஒண்ணுந் தெரியாது, ஒண்ணுந் தெரியாதுன்னு” - சலித்துக் கொண்டு ஒரு டம்ளர் தண்ணீரெடுத்துக் குடித்தான்.

“யேய். ஒவ் வேலக் கழுதயப் பாத்துட்டு சோறத் தின்னுடா” அம்மா ராசுவின் மேல் அக்கினி பொழிந்தாள்.

“பேசாமத்தே... சாப்புடுடா ராசு. அது பாட்டுக்கு சொல்றதச் சொல்லட்டும். வட்டூல பாரு போட்ட சோறு அப்படியே கெடக்கு.” முதன் முதலாய் அண்ணன் மணி வாய் திறந்தான்.

“அட நீ சும்மாயிருண்ணே என்னத்தச் சொல்லி வரும். தெரியாதாக்கும்! உம் பொண்டாட்டியப்பத்தி எதுனாச்சும் பொரணி சொல்லும், அவ அப்படிச் சொன்னா. இப்பிடிக் கேட்டுட்டா. இன்னிமே அவ எங்கூட இருக்க லாயக்கில்லங்கும் என்று அம்மாவைப் போலவே கோணல்மாணலாய் வளைந்து

நெளிந்து ராசு பேசினதும், அம்மா எகிறிக்கொண்டு வந்தாள்.

“பின்ன. ஒரு சின்னக்கழுத. எப்பேர்ப்பட்ட கேள்வியக் கேக்குறா! அதச் சொல்லக்குடாதா...?”

“அத. இங்கன வந்து ஒப்பிக்காட்டி நேருக்கு நேராப் போயிக் கேக்க வேண்டிதான!” ராசு.

“கேக்காமலயா விட்ருவேன். நாக்கப் புடிங்கிறாப்லதான் கேட்டேன்” தனக்குத்தானே மெச்சிக்கொண்டு, கண்கள் விரியச் சொன்னது அம்மா.

“அப்றமென்னா? அத்தோட விட்ற வேண்டியதான. இங்கவேற எதுக்கு ஒப்பிக்கணும் கொஞ்சூண்டு ரசம் ஊத்து குடிக்க” எனக் கையேந்தினான்,

“கைய நல்லா கூட்டிப்பிடிடா.” என்ற அம்மா “இன்னிக்கி சொல்லலீன்னு வையி. நாளைக்குக் கேக்க மாட்டாளா” என்றது.

மணியோ தான் சம்பந்தப்பட்டது என்கிற உணர்வே இல்லாமல் சாப்பிட்டுக் கொண்டிருக்க ராசு தொடர்ந்தான்.

“ஆமா. அதான பொழப்பு. பாவம் என்னா நேரத்துல கலியாணங் கட்டி வெச்சியோ. அன்னையிலிருந்து இந்தப் பாடுதான். ஒண்ணு நீயாச்சும் சின்னக் கழுத தானேன்னு விட்டுக் குடுக்கணும். இல்லியா, மதினியாச்சும் அத்ததானேன்னு வளஞ்சு குடுக்கணும். ரெண்டு பேரும் சிலிப்பிக்கிட்டு நின்னா இடைல ஆம்பள என்னாதே... செய்றது.?

தன்கட்சி பலவீனமடைந்து வருவதை உணர்ந்த அம்மா சத்தத்தைக் கூட்டியது. “நேத்து வந்தவ. எம்புட்டுப் பேசுறா. அதக் கேக்க மாட்டேங்கிறீகளே. ஒரு வார்த்தயாச்சும் மதிச்சுப் பேசுறாளா. அத யாரும் ஏன்னு கேக்கமாட்டேங்கிறீங்ளே. ஊர்பயலெல்லாம் உள்ளூர்ல பொண்ணெடுக்க. எம் மகனுக்கு ஊருமெச்ச அழகுபெத்தவ வேணும்னு அசலூர் போனனே... மேப்பூச்சப் பாத்து மெம்மாந்து போய்ட்டேனே...” என்று தன்னையே வருத்திக் கொள்ளும் உத்தியைக் கைக் கொண்டது.

“இங்கோருமா இன்னியவரிக்கும் அம்ம வீட்டுல சண்ட சச்சரவுனு வந்தது கெடயாது. இல்லியா. நீ பெரியமனுசி நீதேங் கொஞ்சம் சமாளிச்சுப் போகவேணும்.” அம்மாவுக்குத் தகுந்து பேசினான் ராசு.

“என்னத்த சமாளிக்கிறது...? ம்...! நேத்து சாயந்தரம் வேலக்கிப் போய்ட்டு வந்துருக்கா நா, பின்னாடி கருவேல மரத்துல காஞ்ச கொப்புகள ஒடிச்சிக்கிருந்தே மகாராணி வெந்நிலதான நீராடுவாக... ‘அம்மா’ வந்தப்ப வீடே தொறந்து கெடந்துருக்கு பக்கத்து வீட்லதே ஆளுக இருக்காகள்ல. கள்ளப் பெறாந்தா

வீட்ட தூக்கிட்டுப் போயிரும்." எச்சில் முழுங்கிக் கொண்டது. வந்ததும் என்னா கேக்லாம்.? அத்தெ எங்க போயிருக்குன்னு கேக்கணும்... இல்லியா... அட, அம்புட்டு மருவாதி கூட வேணா வீட்ல ஆருமில்லியே எங்க போனாகன்னு கேக்கலாம்ல! என்ன கேட்டா தெரியுமா?" பீடிகை இரண்டு வினாடி நீடித்தது. "என்னாதூ எழவு வீடு மாதிரி கெடக்கு எங்சு போய்த் தொலஞ்சுச்சு" மதனியைப் போலவே அபிநயித்துக் காண்பித்தது அம்மா, "இது நல்லதா. நெறஞ்ச வெள்ளிக்கெழமையு அதுவுமா கேக்கலாமா... சொல்லுடா. சின்னவனே பாஞ்சு பாஞ்சு பேசுன, பதுலச் சொல்லு."

வேகமாகக் கையைக் கழுவிய ராசு, செம்புத் தண்ணியை மடமடவெனக் குடித்து முடித்தான், "நா என்னா சொன்னாலும் சமாதானப் படப் போறதில்ல." என்றபடி கையை உதறிக் கொண்டு எழுந்தான்.

"என்னாடா மணி நிய்யும் பேசாம இருக்க... இது மட்டுந்தானா இன்னொண்ணையுங் கேளுமே." தட்டைக்கழுவி விட்டு துவங்கும் முன்,

"என்னாவாம்... "என்னத்தக் கேக்குறாங்க" என்றபடி மடித்துக் கட்டிய வேட்டியுடன் பெருத்த மீசையை இருபுறமும் உருவி விட்டபடி வந்தார் பட்டாளத்தார்.

"வாங்க மாமா என்னா தப்புனாப்ல." கொடியில் கிடந்த துண்டில் கை துடைத்த ராசு, தோளில் போட்டுக்கொண்டு வரவேற்றான்.

வட்டியைக் கழுவிட்டு வந்த அம்மாவும், "வாங்கண்ணே" என வாய் நிறைய அழைத்தது.

"ம்...ம்..." என ஏற்றுக் கொண்டவராய்த் தலையசைத்த பட்டாளம், "பெரிய மருமகென் எங்கியோ கெளம்பறாப்ல இருக்கு..." என்றார்.

"ஆம். மாமா.களத்து மேட்டு வரைக்கும். இந்தா வந்திர்ரே." சட்டையை மாட்டிக் கொண்டு வேகமாய்க் கிளம்பினான் மணி. "சரிய்யா." என்று வழிவிட்டவர், "எதியோ பேசிக்கிட்டிருந்தீங்க எடைல வந்துட்டனா " என்று வழக்கமான சிரிப்பை உதிர்த்தார்.

"என்னத்தப் பேசப் போறம்." என சலித்த ராசு, "மனுசன ஒரு நாழிகூட வீட்ல நிம்மதியா இருக்கவிடக் கூடாதுன்னு கங்கணம் கட்டியிருக்காங்க மாம்மோவ்"

"அதாரூ"எனக் கேட்டவர், "வா, இப்பிடி திண்ணைல உக்காந்து பேசுவம்," என்றவர், "என்னா. வந்தா, ஒக்காரக்கூடச் சொல்ல மாட்டேங்கிறீகயப்பா... ஆண்டவரே..." பிரார்த்தித்துக் கொண்டே முட்டுக்காலில் சாய்ந்து கொண்டார்.

“வேற யாரு” எனக் காலைத் தொங்கவிட்டு “இந்த வீட்டு மாமியாரும் மருமகளுந்தே.” எனச் சொல்லிக்கொண்டே அவருக்கருகில் உட்கார்ந்தான்.

“ஸ்ஸ்... மாமியா மருமக சண்டையா... சரிசரி...” எதிர்பார்த்திருந்ததைப்போல தலை மேலும் கீழுமாய் ஆடிக்கொண்டது பட்டாளத்தாருக்கு, “

ஆமா... அம்மா ஆத்தான்னு, அண்ணே வேல முடிஞ்சு அலுத்து சலுத்து வீட்டுக்குள்ள நொழஞ்சதும், யாரு தட்டவச்சு சோறு போடுறாங்களோ... அவங்க புராணத்த ஆரம்பிச்சிட வேண்டியதே... அப்புறம் எந்த மனுச நிக்க முடியும்...”

“நிய்யே கேள்ணே... இதுதான் வாய்ப்பென அம்மா நிலைப்படியில் வசமாய் உட்கார்ந்து கொண்டது. “பிடிக்கலேன்னா படார்னு ஒதுங்கிற வேண்டிதான...யேன் உள்ளுக்குள்ளியே கெடந்துகிட்டுக் கச்சுக்கச்சுன்னுக்கிட்டு “திரியணும்,”

“கொஞ்சம் வெவரமா சொல்றியாமா”

பாத்து “வேற ஒண்ணுமில்ல மாமா அண்ணன தனி வீடு போகச் சொல்லுது.”

சாய்ந்தவர் படக்கென நிமிர்ந்தார். “என்னாமா..? இருக்க ரெண்டுமே புள்ளைக தான, பொம்பளப் பிள்ளயா இருக்கு. தனியா போகச் சொல்ல. ஒண்ணா இருக்க அவகளுக்கு இஷ்டமில்லியா”

“அதெல்லாமில்லண்ணே. நானே பத்திவிட்டாலும் மணி வெளியேற மாட்டான்.”

பெறகு ரெம்பவும் குழம்பியது பட்டாளத்தார்க்கு “எக்குத் தப்பாய் மாட்டிக்கொண்டோமோ...”

“மாமா, மாமியா ஒடச்சா மண்சட்டி, மருமக ஒடச்சா பொன் சட்டின்னு சொல்வாக. ஆனா அம்ம வீட்ல ஆரு ஒடச்சாலும் ஒரே சட்டிதா ஓங்களுக்குத் தெரியாதா வீட்டு நெலவரம்” என்று கண்ணைச் சிமிட்டினான் ராசு,

உங்களுக்குத் தெரியாதா என்றதும் கௌரதை லைட்டைப் போட்டுக்கொண்டது பட்டாளத்தாருக்கு “தெரியாம என்னா. யம்மா எதோ கட்டிட்டு வந்திட்டம் கூடுதலோ கொறச்சலோ. நாமதா தணிஞ்சு போகணும். நாம என்னமோ தீத்துக்கட்டிக்கிற சாதி தான்னாலும். வார காலத்துக்கு அத வளக்கக்கூடாது அந்த நெனப்பு இருந்தாலும் விட்றணும் பெரிய மருமகெம் பாவம், வாய் செத்த மனுசெ எதுபேசுனாலும் கேட்டுட்டே இருக்குங்கறதுக்காக ரெண்டு பேரும் போட்டு இமுச பண்ணாதீக.”

“நா ஒண்ணஞ்சொல்லலண்ணே கொஞ்சமாச்சும் மருவாதிங்கறது வேணாமா.”

“பச் பார்ரா திருப்பித்திருப்பி சொன்னதையே சொல்லிக்கிட்டு” வெடுக்கெனப் பார்த்தான் ராசு.

தங்கச்சி. எல்லா ரெண்டு புள்ளகுட்டி ஆயிட்டா தானா சரிப்பட்ரும். சின்னவருக்கும் கலியாண முடியட்டும். வேற போறதப்பத்தி அப்ப பேசிக்கலாம். இப்பதக்கி வேணா நல்லாருக்காது தாயி” பட்டாளத்தார் ரொம்பவும் கரைந்த குரலில் பேசினார்.

அதுக்குத் தாண்ணே. நானும் பொறுத்துப் போய்க்கிட்டிருக்கே...”

“சரி மாமா பஞ்சாயத்து முடிச்சிட்டீக வெயிலுக்கு தோதா. கொஞ்சம் நீச்சத் தண்ணி சாப்டலாமா” வந்த சிரிப்பை அணைகட்டிக் கேட்டான்.

“காரியக்கார மருமகனய்யா... நீயேன் ஒரு சருப்பத்து வாங்கீட்டு வந்தா பொண்டாட்டிக்கி சேத்து வச்சிருக்க காசல ஓட்ட விழுந்துருமாக்கும்... பைசாச் செலவுல்லாம விருந்தாளிய கௌப்பி விடுறியே,” கண்களை உருட்டிக் கொண்டு தொடையை நிமிண்டினார்.

“ஆமா. மாமாவுக்குக் கிண்டலுக்கு சொல்லியா தரணும்!”

“இதுல என்னா கிண்டலு?அதேம் மில்லுல சேரப் போறீக... இனி என்னா. ஆயிரக்கணக்குல சம்பளம் வரப்போகுது. அப்பறம் பாரு. வாசல்ல பொண்ணுக வரிசையா வந்து நிக்கெப் போறாக சொல்லும்போதே கை அளந்து காண்பித்து குலுங்க குலுங்கச் சிரித்தார்.

“அட நீங்க வேற மாமா எங்கம்மாவக் கேட்டு கண்ணம்மா வீடான்னு தெரிஞ்சுது... வாசல்ல கழுத கூட நிக்காது... பொண்ணுக வரப்போதாம். வரிச வரிசயா”

சொல்லிவிட்டு பட்டாளத்தாரோடு ராசுவும் சேர்ந்து சிரிக்க கண்ணம்மாவுக்கும் சிரிப்பு வந்தது. “கிருச கெட்டப் பெய” என்று செல்லமாய் வைதாள் அம்மா.

2

"யாத்தா, மெல்ல... மெல்ல... குனிஞ்சு தண்ணி மோரு. வழுக்கி கிழுக்கி உள்ள விழுந்து தொலச்சிராத, கெணத்துத் தண்ணி கெட்டுப் போறது ஒரு பக்கமிருந்தாலும், ஒன்னத் தூக்கி வெளிய கொண்டாரதுக்குள்ளார எவ்வுசுறு போயிரும்"

கிணற்றுக்குள் தண்ணீரைக் குடத்தால் விலக்கிக் கொண்டிருந்த செல்வி திடுக்கிட்டுத் திரும்புதலில் ஆளரவமற்ற கிணற்றில் ஆள் சத்தம் கேட்கிறதென்ற கலவரம் தென்பட்டாலும், பரிச்சயப்பட்ட குரலாயும் தெரிந்தது.

"என்ன வாலாட்டிக்குருவி தலையத் திருப்புனாப்ல விழுக் குனு பாக்குற வேற ஆருமில்ல...அம்மாளுதா" வேட்டியை மடித்துக்கட்டி தலையில் உருமா கட்டோடு நின்று சிரித்தான் ஆனந்தன்.

சிறிது நேரம் பார்த்தவள், "அதத்தேம் பாக்குறே. ஆரு இம்புட்டு வீர தீரமா பேசுறதுன்னு... த்தூ. கெணத்துக்குள்ள பொட்டச்சி எறங்குனத பாத்து மனச தெடப்படுத்திட்டு உள்ள எறங்கிப்புட்டு பேச்சு வேறயா..?" என்று குடத்தை நீரில் அமிழ்த்தினாள்.

அட பார்ரா, நீ இருக்க தைரியத்துலதா நாங்க உள்ள எறங்குனாகளோ... பரவால்ல நீகூட பேசக் கத்துகிட்ட, பொழச்சுக்குவ போ!"

"அடடா எஞ்சீமையில படிச்சு வந்த டாக்டரே. நா இப்ப இழுத்துகிட்டு கெடக்குறனாக்கும். பொழச்சுக்குவேன்னு தகிரியஞ் சொல்ற."

"ஏய் இந்தா பாரு வார்த்த படிச்ச நாயி வேட்டக்கி ஓதவாதும்பாக, பேசிட்டே வெட்டியா தண்ணீல விழுந்து தொலைச்சிராத. ஏற்கனவே கெணறும் பாடாவதியா இருக்கு."

"யாத்தாத்தோ... எம்புட்டு அக்கற, அடச்சீ, அங்குட்டு ஒதுங்கு தண்ணி மோந்துட்டு போறவள மேல ஏறவிடாம பாதய மறிச்சு நிக்கிறயே எங்குட்டு போறது?" சேலையை கணுக்காலுக்கு மேல் ஏற்றிச் சொருகிக் கொண்டு குடத்தைத் தூக்கினாள்.

"இருக்கிறது ஒரு பாத. இதுல எங்குட்டு ஒதுங்குறது. ஒன்னு கெணத்துல குதிச்சாத்தே ஆகும்"

"ஏன், அங்குட்டு கெழக்காம இருக்க திண்டுல ஏறி நின்னுக்க வேண்டிதான்."

“ஏன், அங்க ஏறி நிக்காட்டி நீ இப்படி ஓரசிட்டு போனா என்னவா? ஆரு இருக்காக.” கிளுகிளுவெனச் சிரித்தான்.

“ஓம் மேலயா மூஞ்சப்பாரு, ஓம்மேல ஓரசுனா ஒருமாத்தி பாவம் ஒருமிக்கச் சேருமே.”

“நா இப்படித்தான் நிப்பே, சம்மதம்னா போ இல்லாட்டி இங்கனயே கெட.”

“அடச்சீ ஒதுங்கித் தொல. ஆத்தா வேற கஞ்சிய வச்சுக்கிட்டுக் காத்திருக்கப் போகுது.”

“ஓங்க ஆத்தாளே வந்தாலும் ஒதுங்க மாட்டே” வீம்பாய் கைகட்டி நின்று கொண்டான்.

“இந்தா பாரு. இது சரியில்ல. அப்புறம் எதாச்சும் ஏடா கூடமா செஞ்சுடுவேன். என்னப்பத்தி தெரியாது. ஆமா

“அதா நிக்கிறேனே” மேலும் நிதானித்தான்.

“அடீ செல்வி...என்னடி பண்ற இன்னமு... தண்ணீ கொண்டு வரத்தாம் போனியா. அங்க என்னடி செய்ற.”

கிணற்றுக்கு வெளியே செல்வியின் ஆத்தா சத்தமிடுவது சன்னமாய் ஒலித்தது.

“யாரு அது ஓங்காத்தா சத்தமா கேக்கது?”

பரபரத்தாள் செல்வி, “அய்யோ வழிய விட்டுத் தொல சனியனே.”

“ம். சனியந்தான இப்ப அது ஒன்னய புடிச்சு ஆட்டப் போகுது பாரு என்றபடி ஒருபடி கீழே இறங்கினான்.

“ஏலே... ஆர்ராது. கெணத்துக்குள்ளாற ரெண்டு பேரு” மேலேயிருந்து எட்டிப் பார்த்து சத்தம் போட்டார் சுப்புக்கண்ணு.

அண்ணாந்து பார்த்த ஆனந்தன் அலறினான், “அய்யோ சுப்பு... என்னா சுப்பண்ணே நாந்தே ஆனந்தே... கைய கால கழுவிட்டு போகலாம்னு வந்தே.”

“ஏண்டா மூதி, மொகங்கழுவன்னா மேல தொட்டித் தண்ணில கழுவ வேண்டிதான சொந்தக் கெணறுனாப்ல என்ன வேணாலும் பண்ணலாமோ ஆராச்சும் குடிக்கத் தண்ணி மோக்கிற எடத்துல” என்றவர், “ஆர்ராது பக்கத்துல பொட்டக் கழுத...” என்றார்.

கொஞ்சம் திணறியவன், “இங்கய... செலுவி.”

“செல்வியா..? கழுதைங்களா மேல வாங்கடா அசிங்கம் பண்ணித் தொலைக்காதிங்க, கெணறு கெட்டுப் போகப் போகுது” சொல்லிக்கொண்டே சிரித்தபடி போனார்.

“கெழட்டுக்குப் பாரு நமட்டுச் சிரிப்ப. யாத்தா சீக்கிரமா மேல போ. மொகம் மட்டும் கழுவிக்கிறேன்.”

“அடியே செலுவீ போனா போன பக்கம், வந்தா வந்த பக்கம்” என்று புலம்பிய செல்வியின் ஆத்தா, “என்னாடி பண்ற” என்று மீண்டும் சத்தங் குடுத்தாள்.

“இதப்பாரு சாப்புட்டு களையெடுக்கணும். வேல கெடக்கு வீணா எரிச்சல் கெளப்பாத.”

“ஏ... செல்விக்கு ஏகமாத்தே கோபம் வருது? அவன் கிட்டே வந்ததும், அவள் சடாரென இடதுபக்கமிருந்த குடத்தை வலது பக்கமாக மாற்றி, குடத்தால் நங் கென இடித்துவிட்டு வேகமாக ஏறினாள்.

“இப்ப ஒருக்கா தப்புச்சிக்கிட்ட போ பாத்துக்கறேன் சிரிக்கிறயா. இந்தா வர்ரேன்.”

“ஏந்தம்பி... நீயுங் கொஞ்சம் கஞ்சி குடிக்கிறது.” பூவரசு மரத்தடியில் மதிய கஞ்சிக்காக அமர்ந்திருந்த கூட்டத்தில் செல்வியின் ஆத்தா ராசம்மாள் கஞ்சியைக் கரைத்தபடி கேட்டாள். கணுக்கால் உயரத்தில் குஞ்சுத்தா கோழிகளைப் போல பருத்திச் செடிகள் நிறை பரப்பி நின்றன. மோட்டார் ரூம் ஓரமாய் கொத்துகளும் மண்வெட்டியும் ஓய்வெடுத்துக் கொண்டிருந்தன.

“பாராத்தா மருமகன இப்பவே வல போடுறத.”

ஆனந்தன் உருமாக் கட்டை அவிழ்த்து முகம் துடைத்துக் கொண்டு மரத்தருகே வந்தபோது ராசம்மாளை ஒருத்தி பரிகாசம் செய்தாள். ராசம்மாள் பாய்ந்து வந்தாள்.

“ஏலா... ஒஞ்சோலியப் பாத்துக்கிட்டு சும்மார்ளா... எந்த நேரத்துல கேலி பண்றதுன்னு தெரியாது?”

மருமகன் அருகிலேயே ஒருத்தி கேலி செய்ததும் அந்த நாற்பது வயதிலும் வெட்கம் உடம்பு பூராவும் பரவி முகம் கோணச் செய்தது. காதோடு காதாய்ச் சொல்வது போல் கேலி செய்த பெண்ணிடம் கூறினாள். களுக்களுக்கென இரண்டு மூன்று பேர் சிரிக்க, ஆனந்தனுக்கு விசயம் புரிந்தது. கூட்டமாய் சேர்ந்து கேலிப் பேச்சில் இன்றைக்குத் தானே உட்பட்டுவிட்டது ஒரு தடுமாற்றத்தை உண்டு பண்ணியது. இதிலிருந்து மீளவில்லையென்றால் உண்டு இல்லையென்று ஆக்கி விடுவார்கள்.

“ஏந்தாயி நீங்கதா பேசுறீக. ஓங்க மருமகெங்கிட்டருந்து பேச்சவே காணாமே.” தனியாக உட்கார்ந்திருந்த சோலை தன் பங்கிற்குப் பேசினான்.

“ஆமாடா. ஒரு வார்த்தய விட்ட ஒடனே, செதறுகா பொறக்குற மாதிரி மொத்தமா விழுந்து ஆளுக்கொண்ணா பேசுறீகளே.

இனி நா என்னத்தப் பேசுறது? என்னமோ அக்கா, பரமாத்தமா சாப்புடுய்யான்னுச்சு அதுக்கு இப்படி எகிறியடிச்சு வாரீகளே.”

“யாத்தோவ் நீ கஞ்சி குடிக்கக் கூப்புட்டது தப்பாப் போச்சு போ. இங்க பாரு ஒடனே துண்ட விரிச்சு ஒக்காரர வர்றத. இனிமேயாச்சும் ஆளைப்பாத்து பேசப் படிச்சுக்க.”

ஊறுகாயின் சுறுசுறுப்பால் ஒரு கிண்ணத்தை விழுங்கிய செல்வி கிண்ணத்தை ஆத்தாளிடம் நீட்டிக் கொண்டே ஆனந்தனைப் பார்த்துக் கண்சிமிட்டிப் பரிகாசம் பண்ணினாள்.

“அடி, நீ வேற சும்மா குடிடி.”

“யாத்தா அல்லாருக்கும் கடவுளு வகுத்துல கொடல வச்சு படச்சான்னா ஒனக்கு மட்டும் சால வச்சுட்டான். எடைல மத்தவகளுக்கு எடமிருக்குமா ஏதோ மிச்சம் மீதாரி இருந்தாலும் வச்சுக்க சாயந்தரம் ஆவும்.” செல்வி முடித்ததும் அத்தனை பேரும் சிரிக்க பொறை ஏறியது. செல்வி முகத்தைச் சுருக்கிக் கொண்டு அழகு காட்டினாள்.

“ஏந்தம்பி கொஞ்சம் கம்மங்கூழு குடிக்கிறது. நல்லா கமகமன்னுருக்கு.”

“இல்லக்கா மோட்டார் ரூம்ல சாப்பாடு இருக்கு ஒங்கள பூரா அனுப்புச்சிட்டு அப்புறம் சாவகாசமா சாப்டலாம்னு இருக்கேன்.”

“என்னருந்தாலும் தோட்டத்து மொதலாளில்ல கூடச்சேந்து சாப்புட மாட்டாருல்ல... ஏஞ்சாமி” சோலையும் கண்சிமிட்டிப் பேசினான்.

“ஆமாமா மொதலாளிக்கும் கண்ணுக்கெட்றமட்டும் வயலுந் தோட்டமுந்தான கெடக்கு ஏண்டா மொதலாளின்னு அசிங்கப் படுத்துற.” சொல்லிக்கொண்டே வரப்பில் வளர்ந்திருந்த கோரையைப் பிடுங்கிவிட்டுப்பிட்டு போட்டான்.

சிறிது நேரம் ஆளுக்கொன்றாய்ப் பேசிக் கொண்டிருந்தனர். பயிரைப் பார்க்கும் சாக்கில் திருட்டுத் தனமாய் ஆனந்தன் செல்வியை கவனித்தான். கஞ்சியை உறிஞ்சி விட்டு, வெல்லத்தை சுவைத்து கொண்டிருந்தது இவனுக்கு எச்சில் ஊற வைத்தது. சட்டெனத் திரும்பி களையெடுக்கப்பட்ட தோட்டத்தைப் பார்த்தான். செடியில் லேசாகப் புழு அடித்திருந்தது. மருந்தடிக்கணும் போலிருக்கே என்று தனக்குள் சொல்லிக் கொண்டான்.

“ஏ... சாமி, நீங்களும் மில்லுல சேரப் போறீங்களாம்.”

“உம் சொல்லி வச்சிருக்கு, எப்ப கூப்புடுறாங்கன்னு தெரியல.”

“அப்ப இனி காட்டு வேல தோட்ட வேலைக்கு ஆள் கஷ்டந்தா” கடைசிக் கவளத்தை விழுங்கிவிட்டு ஆனந்தனின் பக்கமாய் வந்தான் சோலை.

“நீ செரைக்கிறத விட்டுட்டு காட்டு வேலக்கி வந்திருக்கில்ல. இனி நாங்க மருவாதியா அப்படித்தான ஒதுங்கிக்கிடணும்.” மாடசாமியின் பெண்சாதி பதில் கொடுத்தாள்.

“அது சரித்தே ஆயி. எங்களுக்கென்னா இங்க வரணுன்னு ஆசையா? நீங்க வருசத்துக் கொருக்காதா கூலிதாரீக அதுமில்லாம வேலயும் அள்ளித் தள்ளுதாக்கும். இப்படியாச்சும் வந்தாத்தான நாங்களும் பொழைக்க முடியும்.”

“ஆமா நீங்களுஞ் செரைக்கிற செரப்புக்கு மாச ஒருக்காதா கூலி தரணும்.”

சாப்பாட்டுக் கும்பலிலிருந்து அவனுக்குப் பலத்த எதிர்ப்பு கிளம்பியது.

“சரி விடுங்க விடுங்க” என்ற செங்கம்மாள் “ஏண்டா சோல... இப்ப என்னமோ பாவதர் மாதிரி வட்டமா கெராப்பு வெட்டுறாங்களே அது மாதிரியெல்லா வெட்டத் தெரியுமாடா? தனது மகன் ஊருக்குள் புதுசாக பசாரில் போய் வெட்டி வந்திருக்கிறான் என்ற பெருமையில் கேட்டாள்.

“ஏந்தாயி, நீங்க வெட்டிக்கப் போறீகளா?” சோலை சாவதானமாக எச்சில் கையை மண்ணள்ளி துடைத்துக் கொண்டு கேட்க கும்பல் ‘ஓ’வெனச் சிரித்தது.

“ஏன் எல்லாருங் காணாதத கண்ட மாதிரி சிரிக்கிறீக ஒரு அம்பட்டப்பய கேலி பண்றா, ஒங்களுக்குச் சிரிப்பாயிருக்கா” கெங்கம்மாளுக்கு முகம் சிறுத்துப்போனது. ஒரே பாய்ச்சலாகப் பாய்ந்தாள்.

“என்னா தாயி ஏதோ எல்லாருஞ் சிரிக்கணுங்கறதுக்காக சொன்னே. இதுல சாதிய ஏன் கொற சொல்றீக.

“பின்ன என்னடா. என்னாருந்தாலும் இப்படிப் பேசலாமா” வடக்கூரு கோவிந்து இருவருக்கும் பொதுவாக மத்தியஸ்தம் செய்து வைத்துவிட்டு, “ஏண்டா. எப்பிடிடா முடி அவங்களுக்கு பொடணில மட்டும் பேப்பர சுருட்டுனது கணக்கா சுருண்டு போகுது?

“அது, பசார்ல ஈட்டர்னு ஒன்னு வச்சிருக்காக.”

“ஈட்டரா?”

“ஆமா. அதுலருந்து காத்து சூடா வரும். அத வச்சுத்தான் குடுமிய சுருட்டிச் சுருட்டி விட்டுக்குவாங்க.”

சோலை சொல்லச் சொல்ல எல்லோரும் வாய்பிளந்து கேட்டார்கள்.

“வக்காள்ளி பார்ரா... எதெதுக்கு மிசினு கண்டுபுடிச்சிருக்கான்னு போகப் போகப் புள்ள பெக்குறதுக்குக் கூட மிசின கொண்டாந்துருவாம் போல.” கோயிந்து ஆச்சர்யப்பட்டார்.

“அப்படி வார பிள்ளக்கி என்ன சாதின்னு பேரு வப்பீக சாமி.”

“பார்ரா அப்பதே புடிச்சு எடக்கு பேச்சு பேசிட்டே இருக்கான். ஏண்டா, கீச்சாதிங்கற நெனப்பே அத்துப் போச்சா?”

“அட, நீ வேற சும்மாருண்ணே. கீச்சாதி மேச்சாதின்னு எந்தக் காலத்துப் பேச்ச பேசிட்டிருக்க, இப்ப அவயாவ வகுத்தப்பாட்ட பாப்பியா, இப்ப அல்லாருமே வகுத்துச் சாதிதா. நீயும் நானும் பொழைக்கத்தா வந்துருக்கம். அவனும் நம்மளப் போல பொழைக்கத்தான் வந்துருக்கான். இதுல என்னா சாதி. பசார்ல வந்து பாரு நெலமய.”

இவ்வளவு நேரம் பேசாமலிருந்த ஆனந்தன் சலிப்போடு பேசியது கோயிந்துக்குப் பொறுக்கவில்லை.

“லேய் ஆனந்தா. நீ மட்டுமல்ல பொதுவாவே நாடே கெட்டுப் போச்சுடா. பக்கத்துல என்னிக்கி பசாரு உண்டாச்சோ அப்பவே சொன்னே. இப்பப் பாரு ஒன்னப் போல பயக என்னென்னத்தியோ படிச்சுகிட்டு வந்து பூராத்தியும் குட்டிச் சொவராக்கிட்டானுக. இப்ப ஆரச் சொல்றது? அப்பயெல்லா இந்தப் பயக நம்ம எதிரில நிக்கவே அச்சப் படுவானுக, இப்ப பாரு கேலி பண்ற அளவுக்கு வந்துட்டானுக.”

“ஏஞ்சாமி... என்னா பெரீவருக்கு கோவம் மூக்கு மேல வருது வீட்ல ஆயி கூட சண்டையா.?”

“வக்காள்ளி அவனப் புடிச்சு கெணத்துக்குள்ள எறிங்கடா.” என்று விரட்ட சோலை சட்டியோடு ஓட்டம் காட்டினான்.

“சரி சரி சிரிச்சது போதும் தண்ணியட்டுகாரன மோட்டார் ஓட்டிவிடச் சொல்லிருக்கே போயி ஏனத்தக் கழுவிட்டு உள்ளாற எறங்குங்க.”

ஆனந்தன் உட்கார்ந்திருந்த துண்டை உதறி எடுத்து மோட்டார் ரூமுக்கு வந்தபோது, வாய்க்காலில் கிடந்த தண்ணீரில் சோலை தூக்குப் பாத்திரத்தை அலசிக் கொண்டிருந்தான்.

“ஏஞ்சாமி... நீங்க மில்லுல சேர்றப்ப நமக்கும் ஒரு வழி பண்ணுங்களேம். ரொம்ப புண்ணியமாப் போகும்.”

“ஒனக்கும் மில்லுல சேர ஆச வந்திருச்சாட நானே வழிய இப்பத்தே தேடுறே. பாப்பம்... ஏன்டாடே, வேணும்னா ஒண்ணு செய்யேன். பெரிய வீட்ல நொப்பந்தான செரைக்கிறான், அவருகிட்ட சொல்லி சிபார்சு பண்ணச் சொல்லேன்.”

“ஏம்ப்பா ஆனந்தா ஒன்னய இங்காணி வேல பாக்கச் சொன்னா இப்படித்தான் போல... ம்... வெயில் காயப் போகுது சீக்கிரமா கழுவிட்டு நெற புடிக்கச் சொல்லு. பொட்டச்சிகள மட்டும் வெரட்டிக்கிட்டே இருக்கணும்பா... இல்லாட்டி நம்மளுக்கு தண்ணி காட்டிருவாளுக.”

சொல்லிக்கொண்டே சுப்பண்ணா கிணற்றுக்குள் இறங்கினார்.

“இனிமே என்னா! மருமகனெ கையால புடிக்க முடிமா. இல்லே எதுக்க நின்னுதேம் பேசுவாப்லயா...! என்னாருந்தாலும் மில்லு வேலை மில்லு வேலதான். சம்பளம் மட்டும் போடட்டும் அப்புறம் பாரு. நிய்யி நானெல்லா சோடி சேர முடியாதுடா சோலேய்.”

வழக்கம் போல மலைக்குப் போய் விறகு கொண்டு வந்து போட்டு விட்டு சாயங்காலம், தேரிமேட்டை குறுக்காகக் கடந்து கொண்டிருந்தனர். ராசு, மில்லில் சேருவது உறுதிப்பட்டு விட்ட சேதியில் பட்டாளம் கேலியில் இறங்க ஆரம்பித்தார். சோலையும் தாளந்தப்பாமல் தலையாட்டிக் கொண்டே வந்தான்.

“ஏம் மாமா... ஒங்களுக்கு எதுன்னாலும் ஒரு எடக்குதே... கேலிதே. இதுல இவெ ஒரு சால்ரா “என்றபடி பின்னால் வந்து கொண்டிருந்த சோலையின் முடியைப் பிடித்து முதுகில் ஒரு குத்துவிட்டான் ராசு.

“ஏஞ்சாமி பட்டாளத்துக்கார்ரு சொன்னதுல என்னா தப்பு? என்று தன் மீசை வழித்த முகத்தை நீட்டிக் கேட்டவன், “பசார் பக்கமிருக்க மில்லுல வேல பாக்குறவங்களெல்லாம் ஆயிரந், தொள்ளாயிரம்னு சம்பளமா வாங்குறாக அதுலயும் அஞ்சாப்புக்கூட செம்மயா முடிக்காத அந்தத் தெக்குத் தெரு கடக்கார்ரு மகெனல்லா எம்புட்டு சம்பளம் வாங்குறார் தெரிமா இதுல ஒங்களச் சொன்னதுல என்னா குத்தம்..!”

சோலையின் அந்தப் பேச்சுக் கேலி செய்வதுபோல இருந்தாலும் மனசின் ஒரு மூலையில் இனந்தெரியாத குதூகலத்தைத் தடவி விட்டது. ஆயிரம் ரூபாய் கையில் கனக்கிற கனவு கண்ணில் மிதந்தது. ஆனாலும் பட்டாளத்தார் சிரிப்புக்கு சிக்காமலிருக்க வேண்டும்.

“பேசுவடா. ஏம் பேசமாட்ட. மில்லுன்னா என்னா வாரவுகளப் பூரா வாங்க மாப்ளன்னு இழுத்துக்கிறாகளாட வக்காள்ளி, மில்லுல வாணந் தோண்டுள நாள்ளருந்து எங்கம்மா அந்த பெரியதனத்துக்கார்ருகிட்ட சொல்லிவச்சு, தெனமு நடையா

நடந்து கடேசியா ஆரோ ஒரு கச்சிக்காரராம். அந்தாள்க்கு ஆயிரத்தக் குடுத்துரணுமாம். எம்புட்டு பாடு, எம்புட்டு வேலக் கெடுதி இதெல்லா ஆருக்குந் தெரியாது. மாட்டுக்கு நோவாம் காக்காயிக்கு கொண்டாட்டமாம்" மடமடவெனப் பொரிந்தான் ராசு.

யே... யப்பா. இம்புட்டுத்தானா மிச்சமிருக்கா மருமவனே" சொல்லிவிட்டு வெக்கே வெக்கே எனக் கேலி சிரித்தார்.

"ஏங்யா இதுக்குங்கூடவா துட்டு குடுக்கணூ." நம்பமுடியாமல் கேட்டான் சோலை.

"குத்தந்தே. என்னா செய்யறது சோல. இன்னி நெலமைல வேற வழி இல்லீல்ல. பெரிய பெரிய படிப்பு படிச்சவகளுக்கே வேலைக்கு இம்புட்டு ரேட்டுன்னு கட்டித் தொங்க விட்ருக்காங்க.இதெல்லா இன்னிக்கித் தூசீ. காலம் ரொம்ப தலகீழா ஓடுதுறா சோலே என்றபடி தேரிமேட்டை விட்டு தார்ச்சாலை ஏறி பட்டாளம் தொடர்ந்தார். "முந்தியெல்லா லஞ்சம் வாங்குறது எங்கியோ ஒண்ணு பிரியமா குடுப்பாங்க. அப்புறம் கண்டுங்காணாம நடந்துச்சு. இப்ப சட்டயப் பிடிச்சு அடிச்சுக் கேக்குறாக,," என்றவர், சட்டெனத் தொனியை மாற்றிக்கொண்டு வழக்கமான குசும்புக் குரலில், "சரி சரி எல்லாத்தியு வரப் போற பொண்டாட்டிகிட்ட வசூல் பண்ணாமயா விடப் போறாரு மருமகென் என்றார்.

"ஆமா. சரி சரி." என்று சோலையும் சிரிக்க ராசுவுக்குக் கோபம் வந்தது. "ஓங்ககிட்ட பொண்ணு இல்லீல்ல. அதேந் தைரியமா பேசுறீக. கடவுளு ஓங்களுக்கும் நாலஞ்சு பொட்டக் கழுதைகள தள்ளிவிட்டுருந்தா இம்புட்டு எகத்தாளம் இருக்காதுல்ல."

"ப்ச். பார்ரா. அப்படி. வேற நெனப்பா. க்காள்ளி எத்தன பொம்பள புள்ளிக இருந்தாலும் கவலப்பட மாட்டேம் மருமகனேய். சிறுசுலயே ஓங்கூட ஒண்ணு ஓங்கண்ணாச்சி கூட ஒண்ணா தள்ளி விட்டுருவேந் தெரிமா.

சட்டென நின்று அவரை வெறித்துப் பார்த்த ராசு சிரித்தான், "நீங்க செய்வீக."

"சரிங் சாமி... சொல்லிவந்த சேதி பாதில நிக்கிதே. எப்ப மில்ல சேர்றீக"

"அது பெரிய இழுவக்கேசா இருக்குடா. காச குடுத்தமா வேலைல சேந்தமான்னு இல்ல. கச்சிக்கார்ரு வெளியூர் போய்ட்டாராம். இன்னிக்கி வாரதா சொன்னாக. ஒக்காந்து குண்டி காஞ்சதே மிச்சம். பேசாம ஓங்ககூட மலைக்கு வந்திருந்தாலாச்சும், பத்தோ பதினஞ்சோ கெடச்சிருக்கும். அண்ணே ரெண்டு நாளா மொடங்கிக் கெடக்காரு. நாமளாச்சும் தெளிச்சியா இருக்கணும்ல." ராசுவின் பேச்சில் குடும்ப பாரம் ஏறி நின்றது.

கொஞ்சநேரம் ஒருத்தரும் பேசவில்லை. கால்கள், சண்முகா டூரிங் பக்கம் சென்றது. மாலைக் காட்சிக்கான தயாரிப்பில் வேலையாள்கள் இங்கும் அங்குமாய் ஓடிக் கொண்டிருந்தனர். மரச் சட்டங்களால் பின்னப்பட்ட பெரிய முன்கதவு இன்னமும் சாத்தப்படவில்லை, அதன் பெருத்த வெளியின் வழியே கொட்டகை அம்மணமாய்த் தெரிந்தது.

லைட்ரூஃப் தகரம் வேயப்பட்டு தியேட்டரை முழு தென்னங்கால்கள் தாங்கிக் கொண்டிருந்தன. இதற்கு முன்னால் தென்னங்கிடுகு வேயப்பட்டிருந்தது. அதன் பெயரே இன்னமும் கீத்துக் கொட்டகை என்று மாறாமல் சொல்லி வருகிறார்கள்.

கூரையின் உச்சியில் இருமுனைகளிலும் டியூப் லைட்டுகள் கொடிக்கம்பம் போல நின்று ஒளிதர கேபின் ரூமின் வெளிப்புறத்தில் மெர்க்குரி விளக்கு ஒன்று மாட்டப்பட்டிருந்தது. கூரையிலிருந்த ட்யூப் லைட்டுக்கும் மேலே ஒரு கழை இணைக்கப்பட்டு ரேடியோ குழாய்கள் இரண்டு கட்டப்பட்டிருந்தன. இந்த தியேட்டர் ஒன்றுதான் காடுகரைக்குப் போய்விட்டுக் களைத்து வருகிறவர்களுக்குத் தோதாய் இருந்து வருகிறது. சாயங்காலம் ஆறுமணிக்கு ஒலிபெருக்கி போட ஆரம்பித்துவிடுவார்கள். சத்தம் கேட்க ஆரம்பித்ததும் ஆள்குழுமத் துவங்கி விடுவார்கள். இரவு ஏழரை மணிக்கு முதல் காட்சி ஆரம்பமாகும்.

சுற்று கிராமத்து மக்களுக்கும் இதுதான் மையம், வேலை முடிந்து குளித்து சாப்பிட்டுவிட்டு வெத்திலை மெல்ல ஆரம்பித்தால் 'மடிக்கனம்' காலைப் பிடித்துத் தள்ள தியேட்டரில் உட்காருவார்கள். பஜாரில் நான்கு தியேட்டர்கள் இருந்தாலும், நாற்பது பைசா டிக்கட்டுக்காகவே அங்கிருந்தும் ஆட்கள் வருவதுண்டு, ஐம்பது பைசா இருந்தால் போதும். துண்டு ஒன்றைத் தோளில் போட்டுக் கொண்டு பொடிநடையாக வந்தால் டிக்கட் போக முறுக்கோ டீயோ குடித்து ரெண்டரை மணி நேரப் பொழுதைப் போக்கலாம்.

"என்னாவாம்... மாமனும் மருமகனும் இப்படி சோடி பிரியாம நடந்து வாரீக... நானுந் தேரிமேட்டு வளவுலருந்து புடிச்சறலாம்னுட்டு வாரேன் திரும்ப மாட்டேங்கிறீகளே" நாலாவது குரலாய் வந்த மருதமலையை ஆரவாரத்தோடு சேர்த்துக் கொண்டனர்.

"சொகமா மருது. பாத்து ரெம்ப நாளேச்சே."

"இருக்கம்ங்யா."

"வாங்ணே அப்பிடி ஒக்கார்வம்..." ராசுவின் அழைப்பால் நான்குபேரும் நாற்பது பைசா டிக்கட் கவுண்டருக்கு எதிர்ப்புறமிருந்த மணல் திட்டில் அமர்ந்தனர் காற்று சிலு சிலுக்க வைத்தது.

“நாளைக்கு ஒங்கள வரச் சொல்லீர்க்காங்களாம்ல. ராசுவே பேச்சைத் துவக்கி வைத்தான்.

“சீட்டு குடுத்துருக்காங்க ராசு கொஞ்சம் முன்வேலைகளைப் பாக்கணும்.” என்றவர், “ஒன்னது என்னாச்சு” என்றார்.

விபரம் சொன்னான்,

“வரட்டும் வரட்டும் நம்ம அவசரப்பட்டு ஒண்ணும் ஆகாது... என்றவர் சற்று உற்சாகம் குறைந்து,“என்னா ஆறுமாசம் சம்பளமில்லாத வேலைங்கறப்பத்தான்... இருட்டுக் கட்னாப்ல இருக்கு. ஒண்ணும் புரியல.” என்றார்.

“சரிண்ணே, அத ஒரு வழமயா வச்சிருக்கான்ல... எல்லாத்துக்கும் ஏத்தது. இதுக்கே எம்புட்டு அடிபிடி” ராசு சமாதானமாய்ப் பேச,

“அப்பிடிப்பாக்காதீங்க சாமி. இப்ப என்னா மாசத்துல முப்பது நாளைக்குந் நாள் தவறாமயா வேல நிக்கிது. அத நெனச்சு கொஞ்சந் தாக்காட்டி பல்லக் கடிச்சுக்கிற வேண்டிதே” சோலையும் பெரிய மனுசத் தன்மையில் பேச பட்டாளத்துக்கு சுருக்கென்றது.

“லூசுப்பெய... ஏண்டா ஒனக்கென்னா நொட்டாங்கைய நிமித்தி வச்சாலும் கேள்வி இல்ல, கவுத்திப்படுத்தாலும் பாப்பாருல்ல. மருது பிள்ளகுட்டிக்கார மனுசெ. இந்தக் காலத்தில் புருசெம் பொஞ்சாதி சேந்து சம்பாதிச்சே காங்கலேங்கிறாங்க. இதுல ஓராள் சம்பாத்தியம், அதும் மொடக்கமாகுதுன்னா சங்கடந்தான கஞ்சி, தண்ணி ஒருபக்கமிருக்க நல்லது கெட்டது, நோவு தொடுவு. மருதுவுக்கு ஆதரவாய் இணைகுரலாய்ப் பேசினார்.

“நீங்க சொல்றது வாஸ்தவந்தாம் மாமா. அப்பிடியே பாத்தா கஷ்டமில்லாத சீவனம் எங்கு இருக்கு அப்பப்ப ஓஞ்ச நேரத்தில் லீவுநாள்ல, பழைய வேலையும் பாத்துக்கிற வேண்டியதே

“சொல்றப்ப வாய் வலிக்காது மருமகனே. வீங்குறப்பதே தெரியும் வலியும் வாதனையும்.” பட்டாளம் கேலிப் பேச்சை விடுத்துப் பேசினார்.

“அதுக்கு என்னாங்யா செய்றது. பொறந்துட்டம் பொழச்சுத்தே ஆகனும். ஒரு நெலயான வேல அமஞ்சிருச்சு. அந்த அளவுல சந்தோசப்பட்டுக்கிற வேண்டியதே. கண்ணு முழிச்சதும் இன்னிக்கு எங்கன வேலன்னு அலஞ்சு சாகறதுக்கு, காலணாக் காசு சம்பளம்னாலும் தொடந்தடியா கெடைக்கிதுங்கறப்ப சோல சொல்றாப்ல பல்லக் கடிச்சுக்கற வேண்டியதே. மாமனாரு வீட்ல கொஞ்சந் தவசந்தானியம் தருவாகன்னு நெனைக்கிறே. வேல வாங்கிக்குடுத்ததே அவருதே. தெரியுமலங்யா.”ஆமென பட்டாளம் தலையாட்டினார். “வீட்ல தேவகியும் வேலைக்குப் போறேங்குது எடைல ராசு சொன்ன மாதிரி நாமளும் ஓஞ்சநேரம் மலைக்குப் போய்வந்து சமாளிக்க வேண்டியதே.”

“ஆக... வீட்டவே வேலைக்கனுப்பணும்.”

‘மலை மீதிலே காணலாம் வேலன் மயிலேறி விளையாடும் அழகை’ என்று சீர்காழியின் கம்பீரமான முழக்கத்தோடு சினிமா கொட்டகையில் ‘ரேடியோ’பாட ஆரம்பித்தது.” எப்பவுமே முனிக்கரும்பு இனிக்காது மருது... ஓராளு செய்ய வேண்டிய வேலைய குடும்பமே பாடு காணணும். விடு, எல்லாமே நல்லதுக்குத்தே தேற்றினார் பட்டாளம்.

மூன்று பேரும் பேசாமல் கனத்த மௌனத்துடன் இருந்தனர். “ம்... விடு மருது... நம்பிக்கைலதா ஒலகமே சுத்துது. தெம்பா இருங்க தட்டிக் கொடுத்தார்.

“மொகச்சவரம் பண்ணிட்டு மாமனாரு வீடு வரைக்கும் போய் வரணும். ஒரு அம்பது ரூவா கேட்ருந்தே காக்கி உடுப்பு போட்டுதே வேலக்கி வரணுமாம்ல. மிச்சத்துக்கு எதாச்சும் சோத்துக்கு வாங்கிப் போட்டுட்டம்னா மேச்செலவ அப்பப்ப பாத்துக்கிரலாம்... வரட்டா. வரேன்”

மருதமலையின் தலை மறைந்ததும், “நாம என்னா செய்ய?” என்று ராசு மௌனம் கலைத்தான்.

தியேட்டரில் டிக்கட் கவுண்ட்டர் திறந்து டிக்கட் தர ஆரம்பித்தனர். உதிரியாய் நின்றிருந்த ஜனங்கள் கவுண்ட்டரை நோக்கிக் குவிய ஆரம்பித்தனர்.

“என்னா செய்ய” அதே கேள்வியை திருப்பிக் கேட்டார். “சின்மாக்குப் போலாமா...” சோலையும் வேகமாய் எழுந்தான். “நானூ.”

“போங்கடா போக்கத்தபயகளா... வேற சோலிக் கழுத கெடையாது. நா வரலய்யா... நீங்க வேணா போங்க செத்த தலசாய்க்கணும்.” என்று நில்லாமல் தப்பி ஓடினார்.

“தாயீ... தர்மம் போடு தாயி.”

“தாயீ...”

ஆரப்பாது, காலயிலயுமில்லாம, மதியானமுமில்லாம ரெண்டுங் கெட்ட நேரத்துல. அடுப்பிலிருந்து குரல் விடுத்தாள்.

“இன்னிக்கி அம்மாவாச தாயி கொஞ்சந் தவசம் போடுங்க.

“ஆரு... சாமியா.” என்றபடி வெளியே வந்தவள், “என்னா சாமி ஆளக் காணோம். நாங்கூட செத்துக் கித்துப் போயிட்டியோன்னு நெனச்சேன்” என்றாள்.

“எங்க தாயி, அந்த ஆண்டவெ வேண்டாங்குறானே.”

“இன்னைக் கென்னா அம்மாவாசயா?”

"ஆமா தாயி."

"ம்... ஒன்னப் பாத்துதே நாளு கெழமய தெரிஞ்சுக்க வேண்டி கெடக்கு. இரு வாரே" உள்ளே போனாள்.

வீட்டினுள் உட்கார்ந்திருக்கப் பிடிக்காமல் வெளியில் நின்ற அப்பத் தேவனுக்கு, ராசுவின் தாயும் பிச்சைக்காரனும் பேசிய சம்பாசனை அதிசயமாக இருந்தது. நிலைப்படியில் அமர்ந்து கொண்டான். அந்தப் பிச்சைக்காரனுக்கு ஐம்பது வயதுக்கு மேலிருக்கும். சாதாரண வெள்ளை வேட்டியும். துவைத்துத் துவைத்து மக்கேறி ஒட்டுப் போட்டிருந்த மல் பனியனுமாய் அணிந்திருந்தாலும் சுத்தமாக இருந்தது.

"இந்தா" கால்படி உழக்கில் கொண்டு வந்த அரிசியை 'சாமி'யின் பையில் போட்டாள்.

"ஆல்போல் தழச்சு அருகு போல வளரணும்" தனக்குத் தெரிந்த பாணியில் வாழ்த்திவிட்டு நடந்தான்.

"ஆமா... நீ வளரக் காணாம் போ போ" என்று அனுப்பியவள் அப்பத் தேவனைப் பார்த்து நின்றாள்.

"என்னா தம்பி அப்படி பாக்குற."

"இல்லம்மா. ரெண்டு பேரும் பேசிக்கிட்டத பாத்து அதிசயிச்சுப் போய்க் கெடக்கேன்."

"இதுல என்னப்பா அதிசயித்த கண்ட."

"பின்ன என்னம்மா. ஒரு பிச்சக்காரனப் பாத்து என்னா ஆளக் காணாங்கிறீங்க. இது அதிசயமில்லயா?

"அதச் சொல்றியா. பாவம்பா இந்த ஆளு தெனமு வராது. ஏதாச்சும் ஆடி, காத்திக, அம்மாவாச இப்படி எப்பவாச்சும் ஒருக்கா வரும். மத்த நாள்ல பசார் பக்கம் எதுனாச்சும் வேல பாக்கும். இல்லாட்டி புள்ளயார் கோயில கூட்டி தெளிச்சு பொங்கல் வாங்கித் தின்னு கெடக்கும். இப்பிடி விசேசத்தப்ப மட்டும் வெரத விடுமாம். அதே தவசம் வாங்கிட்டுப் போகுது... ப்சு... ஆரா இருந்தா என்னப்பா. ஏதோ அந்தாள் தல எழுத்து."

"ஆளப் பாத்தாலே தெரியுதும்மா, சுத்த பத்தம்மா இருக்காப்ல யில்ல. ஏம்மா அண்ணன எங்க காணா?"

"ஆரு ராசாவா? அதா மில்லுல சேர இன்னிக்கி சீட்டு தாரேன்னாங்களாம். வாங்க போயிருக்கான். சரீ ஒம்பாடு என்னாச்சு?" என்றபடி வாசலுக்கு எதிரே போட்டிருந்த குத்துஉரலில் உட்கார்ந்தாள். வெயில் கொஞ்சம் மட்டுப்பட்டு ஊமை வெயிலாக அடித்தது. உரலுக்குப் பக்கமிருந்த வாவரங்காச்சி மரமும் கொஞ்சம் நிழலை உரலின் மீது பரப்பி இருந்தது.

“இருக்குமா... அரிசி மில்லு மொதலாளி ஊருக்குப் போனவரு இன்னமு வரல. வந்த பின்னாடிதா போகணும்.”

“ம். நீ வந்து ஒரு வாரமாகுமா?”

“ஆகும்மா. இந்த வீட்டுக்கு வந்தே ஒரு வாரமாச்சு. அதுக்கு முந்தி ரைஸ் மில்லுலயே மூணு நாளா இருந்தே. அப்பத்தான அங்க வேலைக்கு வந்த பட்டாளத்தய்யா என்னய வெசாரிச்சு இங்க கூட்டிட்டு வந்தாரு.”

“ஆமா, அந்தண்ணனுக்கென்னா எங்க கூப்புட்டாலும் போயிடும். ஒஞ் சொந்த ஊரு எதுன்னு சொன்ன?”

“மதுரைக்கி அங்குட்டுமா.”

“அங்க இருந்து இந்தப் போக்கத்த மில்லூ வேலைக்கா மனுச மக்கள விட்டுபுட்டு வந்துருக்க? அதுலயும் சேத்து விடுறேன்னு சொன்ன அந்த மவராசே சீட்டு வாங்குனப்பறம் வரச் சொன்னா என்னா? நீ வந்தாத்தா சீட்டு தருவாங்கன்னு சொல்லி ஏழ் நாளக்கி முன்னாடியே வரச் சொல்லி இப்பிடி திண்டாட வச்சிட்டானே.”

“சரி அவரு என்னமா செய்வாரு நூல் மில்லுக்காரக ஆளப் பாத்துதா சீட்டு தருவேன்னு சொல்லிருக்கா”

“ஆமா பட்டாளத்துக்கா ஆளெடுக்கிறாக ஆளப் பாக்குறதுக்கு?”

கண்ணம்மாளுக்கு நூல்மில் முதலாளியைவிட ரைஸ்மில் முதலாளி மீதுதான் அதிகமாகக் கோவம் வந்தது. பின்னே? வெளியூர்ப் பையனை வேலை வெட்டியில்லாமல் பத்து நாளைக்கு மேலாக வரச் சொல்லிவிட்டுத் தன் வேலையைப் பார்க்கப் போனால்?

“எப்படியோ ஒங்க வீட்டுப் பக்கமாவே ஒரு வீடு கெடச்சிருக்கே. இல்லேன்னா சேத்து விடுறேன்னு சொன்னவரு ஊர்ல இல்லேன்னா ரொம்பத்தா கஷ்டப்படணும்.”

“அங்க இருக்க ஒனக்கு இந்த ஊர்க்காரு எப்படி பழக்கம்.”

“எங்கய்யா பழக்கந்தா, முந்தி இவர்கிட்ட சரக்கு வாங்கி குடுத்து செஞ்சிருக்காக. இவர் போனமாசம் எங்க ஊருக்கு வந்தப்ப என்னப்பத்தி சொல்லிருப்பாரு போல அவன வரச் சொல்லு மில்லுல சேத்து விடுறேன்னு சொன்னாராம். இங்க வந்தா, இவரு இருக்கப்ப நூல் மில்லுக்காரரக் காணாம். அவரு வந்தப்ப இவரு ஊருக்குப் போயிட்டாரு.”

தலை ஆட்டிக் கொண்டிருந்தவள், “சரி. நீ ஊருக்குக் கூட போய்ட்டு வரலாம்” என்றாள்.

“வேண்டாம்மா... ஊரவிட்டு வந்தாச்சு. இனி வெறுங்கையோட போறத விட ரெண்டு நா கூட ஆனாலும் வேல வாங்கிட்டேன்னு

போறது நல்லதுல்ல. அதும் ரைஸ் மில்லு கார்ரு சொல்ல முடியாது. அதுனால தெனமும் போயிப் போயி பாக்க வேண்டி இருக்கு. நாம ஊருக்கு போய்ட்டம்னா, போன சமயத்துல வந்துட்டார்னா என்னா செய்றது?"

"அது சரித்தே" என்றவள், "இரு வாரே" என்று தன் வீட்டு அடுக்களைக்குள் நுழைந்தாள். பின் அங்கிருந்தே குரல் கொடுத்தாள். "கஞ்சியெல்லா கடைல நல்லாருக்கா, வகுத்துக்கு போதுமா?"

"ஏதோ பரவால்லம்மா."

"ஓட்டல்ல சாப்ட்டா எவ்வளவுன்னாலும் பத்தாதே அதும் இந்தப் பாடாதிப் பய ஊர்ல சரியான கடையுமில்ல."

"அனுசரிச்சுதாம்மா போகணும். வீட்லருந்து எறநூறு ரூபா கொண்டு வந்தே. இப்ப நூறுதா இருக்கு நல்ல வேள எங்க ஊரைப் போல வீட்டுக்கு அட்வான்சு எல்லா இல்ல. ஏதோ நீங்க சொல்லப் போயி கம்முனு இருக்காக" பேசிக் கொண்டே ராசு வீட்டுத் திண்ணையில் அமர்ந்தான்.

"வீடு ஆருதுங்கற? எங்கொழுந்தனதுதே ராசுவோட சின்னய்யா வீடு நாந்தே... தம்பி வெளியூரு இன்னமு வேல தேறல. வாடக அட்வான்சு எல்லா நா வாங்கித் தரேன்னு சொல்லி இருக்கே, அது பத்திக் கவலப்படாதே" என்றபடி கண்ணம்மா வெளியில் வந்தபோது பட்டாளத்தாரும் வந்துகொண்டிருந்தார்.

"என்னா தங்கச்சி, வாசல்ல பேசிக்கிட்டிருக்க, மருமகே இல்லியா."

"வாங்கண்ணே வாங்க. இப்பத்தே நெனச்சே ஆயுசு நூறுதே" என்று உள்ளே போய் பாய் எடுத்துவந்து போட்டாள்.

"வாங்கய்யா ஒக்காருங்க" அப்பத் தேவனும் எழுந்து பாயை விரித்து விட்டு தானும் உட்கார்ந்தான். "ராசண்ணே சீட்டுவாங்க போயிருக்காம்ல."

"அப்படியா... என்னா நீ எப்படி இருக்கே?"

"நீங்க இருக்கும் போது என்னாங்க,"

"பரவால்ல நல்லாத்தா பேசுற, அப்புறம் ஒவ் வேல என்னாச்சு?

"இன்னமு அவரு வரலீங்க அதா மத்தியானஞ் சாப்புட்டு போகலாம்னு இருக்கே."

"விட்றாத, புடுச்சுச்க. அலய சங்கடப்பட்டா காரியம் ஆவாது," எச்சரிப்பது போல் சொன்னார்.

"என்னாண்ணே அசலூர்லருந்து இதுக்காக வந்து போட்டு அலச்சலப் பாத்தா நல்லாருக்குமா? ஒரு நா போகலைன்னாலும் நாம் புடிச்சு தள்ளி விட்டிருவேனே... நீச்சதண்ணிவேணுமாண்ணே."

“ம்... கொண்டு வாமா” அவள் உள்ளே போனதும். “அடிக்கடி வீட்டு நெனப்பு வரும். ம்.”

“அதெல்லா மில்லிங்க அதா நீங்க எல்லாரும் என்னோட வீட்ட விட நல்ல பழகுறீங்களே அப்புறமென்னாங்கய்யா.”

இரண்டு தம்ளரில் நீச்சத் தண்ணியோடு வந்த கண்ணம்மா, அதுக்கென்னா பண்றதுண்ணே. கோவுச்சுட்டா ஓடி வந்துட்டாப்ல. வேலக்கினு வந்தப்பறம் அதெல்லா பாக்க முடியுமா” என்றாள்.

“அது சரி, அது சரி” சிரித்தபடி பட்டாளத்தார் தம்ளரை வாங்கிக் குடித்துவிட்டு அப்படியே நெனவு வந்தாலும் அவசரப் பட்றாத வேல போயிடும்” என்றார்.

தம்ளரை வாங்கி வைத்துவிட்டு அடுக்களை ஓரமாய் கண்ணம்மா உட்கார்ந்தாள்

“சரித்தேங்க. இந்த வேலைல சேந்துட்டேன்னா அம்மா, அப்பா. தங்கச்சியெல்லாங் கூட்டிட்டு வந்து வச்சுக்கிட வேண்டிதே. அப்பாவுக்கு எங்குட்டாச்சம் ஒரு கணக்குப்புள்ள வேல கெடைக்காதா?”

“அப்ப குடும்பத்தையே இங்க வச்சு காப்பாத்தறதா முடிவு பண்ணிட்ட.”

“ஏம் முடியாதுங்க. எங்க ஊர்ல மில்லுல சேந்தவங்க எல்லா ரெண்டு குடும்பத்த வச்சுக் காப்பத்துறாக. நா பெத்தவங்கள காப்பாத்தலேனா நல்லாருக்குமா?”

“அது சரித்தே. நீ ஒரு பக்கம் அவங்க ஒரு பக்கமா இருக்கிறது நல்லாருக்காதுல்ல. என்னா தங்கச்சி.”

“நெசந்தாண்ணே தம்பிக்கு மில்லுமேல ரெம்ப நம்பிக்க.”

“பின்ன இல்லியாம்மா மில்லுவேலன்னா லேசுன்னு நெனக்கிறீகளா? அங்கங்க கவர்மண்டு வேலயக்கூட விட்டுப்பிட்டு இங்க வாராங்க.”

அப்பத் தேவனின் பேச்சில் அசாத்திய நம்பிக்கை தெரிந்தது.

“அது அந்தாம்மாக்குத் தெரியாம இல்லப்பா தம் மகனுஞ் சேரப் போறாப்பல்ல அந்தப் பெருமய அடுத்தவங்க மூலமா கேக்கணங்கறதுக்காக ஒங்கிட்ட கேக்குது.”

பட்டாளம் சிரிக்க, அப்பத் தேவனும் சேர்ந்து சிரித்தான்.

“ஆமா அண்ணனுக்கு எப்பவுமே கேலிதா.”

“சரி தங்கச்சி, மில்லுவேல ஆகவும் ரெண்டு பேருக்கும் பொண்ணப் பாத்து முடிச்சுப் போட்ருவோம்.”

“ஆஊன்னா அண்ணன் வாயில கலியாணப் பேச்சுதா வந்து விழும். ஊர்ப் பிள்ளைகளுக்கு சுலியாணம் பண்ணிப் பாக்குறதுல அப்படி என்னதா இருக்கோ.”

“தங்கச்சீ எனக்குதா புள்ளப் பொறப்பே அத்துப் போச்சு. மொட்டுக் கட்டையாயிட்டே ஊர்ல இருக்க புள்ளைக பூராம் எம் புள்ளைகதா. அதுனால மத்ததுகளுக்கு கட்டி வச்சுப் பாத்து நெஞ்ச நெறச்சுக்கறேனே” என்றபோது ஒரு இறுக்கமான மௌனம் நிலவியது. சிறிது நேரத்தில் பட்டாளத்தார் சொல்லிவிட்டுப் புறப்பட்டார்.

3

நூல் மில் ஊரின் வடகோடியில் தனித்து ஆரவாரமற்ற பகுதியில் ஆரவாரத்தோடு அமர்ந்திருந்தது. முன்புறச் சுவர் கோட்டைச் சுவர்போல கருங்கற்களாலேயே உறுதிபடக் கட்டப்பட்டிருந்தது. பிரம்மாண்டமான இரும்புக் கதவுகள் வாசலை அடைத்திருக்க, கதவுகளின் மத்தியில் பித்தளைக் குமிழில் மில்லின் முகப்பெழுத்து, சைக்கிள்கள், ஆட்கள் போய்வர சிறிய வாசல் ஒன்று இரும்புக் கதவை ஒட்டி அதும் கிராதியால் மூடப்பட்டு சிறைக் கம்பிகளை ஞாபகப்படுத்தியது; அந்தச் சிறிய கதவைத் திறந்ததும் வாட்ச்மேன் அறை. அவருக்கும் காக்கி உடுப்புதான்.

பெரிய கேட்டை அடுத்து ஒரு நூறு மீட்டர் உள்ளே போனால் ஐந்தடி உயரத்தில் தடுப்புச்சுவர். அங்கும் ஒரு ரெட்டைக் கிராதிக் கதவு. அது சின்ன கேட். இந்த இரண்டு கேட்டுகளுக்கும் இடையே நேர்கோடாய் கொஞ்சம்கூட பிசிறில்லாமல் பத்தடி அகலத்தில் தார் ரோடு. தார் ரோட்டின் இருபுறமும் தென்னையும் பூச்செடிகளும் வரிசையில் நிற்க, பின் வெளியில் பலவகையான பயிர்கள் சாகுபடி செய்யப்பட்டிருந்தன.

சின்ன கேட்டைக் கடந்தோமானால் வலதுபுறம் மெயின் ஆபீசும் தென்புறம் பாக்டரியும். பாக்டரி இரண்டு கட்டடங்களில் இயங்கிக் கொண்டிருந்தது. முதல் பகுதியில் புளோ ரூம் காடிங், ட்ராயிங் சிம்ளக்ஸ். ரீலிங் பிரிவுகளும் கண்ணாடி அடைக்கப்பட்டு தூசு புகாத ஆபீஸ் ரூமும். இரண்டாவது கட்டடத்தில் ஸ்பின்னிங் மெசின்களும், வைண்டிங் பிரிவும். மில்லின் வலது மூலையில் ட்ரான்ஸ்பார்மரும், இடது மூலையில் பவர் ஹவுசும்.

ஐம்பது ஏக்கர் நிலத்தில் மேல்கோடியில் பெரியதான கிணற்றில் பம்ப்செட் தண்ணீரை வாரி இறைத்துக் கொண்டிருந்தது. அது புதிதாக எழும்பிக் கொண்டிருக்கும் கட்டடங்களுக்கும் தோட்டப் பயிர்களுக்கும் பாய்ந்து கொண்டிருந்தது. அங்கே தண்ணீர் பாய்ச்சிக் கொண்டிருப்பவர்களும் கட்டட வேலை செய்து கொண்டிருப்பவர்களும் மில் வேலைக்காக அழைக்கப்பட்டவர்களாம்.

மதிய சிப்ட் வேலைக்காக மில்லின் முன்புறம் சாலையோரம் வளர்ந்திருந்த புளியமரத்தடிகளில் சைக்கிள்களும் வேலையாட்களும் குவியல் குவியலாய் சோற்றுப் பாத்திரங்களோடு காத்திருந்தனர்.

“வேலக்கி, மூனுமணிக்கா சங்கூதும்” பக்கத்திலிருந்த நபரிடம் கேட்டான்.

கேட்டவனை ஏற இறங்கப் பார்த்தவன் "புதுசா" எனக் கேட்டான்.

"ம். இன்னிக்கித்தா சேர்ரே சுற்றிலுமிருந்தவர்களின் பார்வை புதியவன் மீது படர "எந்தூரு" என்றான்.

"வட... வடபுதுப்பட்டி."

"ஏழெட்டு மைலு தூரம் வருமா,"

"ம். சைக்கிள்ள தான வரணும்?

அவனது அந்தக் கேள்விக்கு யாரும் பதிலளிக்கவில்லை. "வேல எப்படி கஷ்டமா இருக்குமா." மறு கேள்வியில் அவனது கண்கள் சுருங்கியது. மரத்தடியில் சாய்ந்திருந்த சைக்கிள் கேரியரில் உட்கார்ந்திருந்த ராசுவுக்கு, தானும் சேர்ந்த நாளில் இதேகேள்வி கேட்டது நினைவுக்கு வந்தது. "ஆரம்பம் எல்லார்க்கும் ஒரே மாதிரிதே இருக்குமோ."

"அதெல்லாமில்ல. போன கொஞ்சநாள் எடுபிடி வேல செய்யச் சொல்வாங்க அப்புறம் ஆள் தேவைப்பட்டதும் டிபாட்மென்டு பிரிச்சு உள்ளாற போட்டுக்குவாங்க" புதியவனின் பக்கத்திலிருந்தவன் பொறுப்பாய் பதில் சொன்னான்.

டிபாட்மென்ட் அது இது என்று மில் பாஷைகள் புதியவனுக்குப் புரியாவிட்டாலும், வேறொரு உலகத்தில் சஞ்சரிக்கப்போகிற மயக்கம் ஏற்பட்டது.

நேற்றே இதுபோலத் தான் ஒரு உரையாடல், மில் கக்கூசில். ரீலிங் பரிவிலிருந்து காலி 'பம்ப்'(குழல்)களைக் கொண்டு வந்து ஸ்பின்னிங் பிரிவில் கொட்டிவிட்டு அங்கே நூல் நிரம்பிய கண்டுகளை எடுத்துவந்து தண்ணீர் நனைக்கப் போட்டதும் கக்கூஸ் போவதற்காக வந்திருந்தான். அங்கே சிம்ளக்ஸ் மேஸ்திரியும் இன்னொருத்தரும் பேசிக் கொண்டிருந்தனர்.

"என்னாண்ணே இது..! கட்டட வேலயெல்லா செய்யச் சொல்றாங்க..." என்று மேஸ்திரியிடம் புகார் செய்தான் இன்னொருத்தன்,

ஆமா தேவப்படுறப்ப ஆளுக போய்த்தே ஆகணும். இதுக்கெல்லா சங்கடப்படக்கூடாது. எந்த வேலையுமே எடுத்த ஒடனே நின்னுட முடியாது. பல வேலய கத்துக்கிட்டுதே வரணும் அதோட இது சர்க்காரு வேல மாதிரி நெரந்தரமானது தெரியும்ல... ஆரம்பத்தில் கொஞ்சம் அப்படி இப்படி இருந்தாலு... அட்சஸ் பண்ணித்தே பாக்கணும். இதெல்லா ஒரு டெஸ்ட்டு.

"டெஸ்ட்டா..."

"ஆமா... இவெ இங்க நீடிச்சு நிப்பானா பாதில ஓடிடுவானான்னு பாக்கத்தான். ஒனக்கு சம்பளம் எழுதிட்டாங்கன்னு வையி... அப்புறம் நிய்யே நான் செங்கச் செமக்கப் போறேன் தோட்டத்துல கள வெட்டிட்டு வரேன்னாலும் விட மாட்டாங்க."

"அப்ப சம்பளம் எழுதற வரைக்கும்." அந்தப் புதிய முகத்தில் புன்னகை முளைத்தது. அப்போது பழைய மில்லில் வேலை பார்த்த வேலப்பன் தனக்குச் சொன்னதை நினைத்துப் பார்த்தான் ராசு, "எப்பிடின்னாலும் ஆறு மாசத்துக்குள்ள உள்வேலய பழகீடுவீங்க. சம்பளமும் எழுதிருவாங்க. சம்பளத்த குடுத்துப்புட்டு ஒன்னய பஞ்சுத் திங்க வைக்காம விடுவாங்களா? செங்கச் செமக்கவும் சித்தாளு வேலைக்கும் அடுத்தடுத்து ஆளுகதே வந்து வந்து சேர்ராகள்ல ராசு."

இதை அப்படியே சொன்னால் அவ்வளவுதான். ஒரு பயல் உள்ளே வரத் துணிய மாட்டான்.

களுக்கெனச் சிரித்துக் கொண்டான் ராசு. சிரிப்பு அளித்த வேகத்தாலோ அல்லது நிறுத்தி இருந்த விதத்தினாலோ சைக்கிள் பின்புறமாய்ச் சரிய, சரியாய் நிறுத்தி மறுபடி அமர்ந்து கொண்டான்,

இப்போது அந்த வடபுதுப்பட்டிக்காரனை "நீ எப்பிடி சேந்த... ஆர் சிபாரிசு" என்று துளைத்துக் கொண்டிருந்தனர்.

அவன் முழிபிதுங்கிக் கொண்டிருந்தான். தவறுதலாக மாட்டிக் கொண்டோம் என நெளிந்தான்.

"யாரு என்னா வெவரமெல்லா தெரியாது. எங்கய்யாதே சீட்டு வாங்கிட்டு வந்தாரு" என்றான்.

பின்னும் விடவில்லை.

திமிறினான். ராசுவுக்குப் பாவமாய் இருந்தது.

எல்லோரும் ஏதாவது ஒரு வகையில் சிபாரிசும், காசும் கொடுத்துதான் சேர்ந்திருப்பார்கள் என்ற உண்மையைக் கூறும் துணிவு யாருக்கு இருக்கிறது, உள்ளுக்குள் ஆயிரம் சொத்தை இருந்தாலும் வெளிக்கு உத்தம வேடம் புனையத்தானே விருப்பம்.

"இதுல என்னப்பா கூச்சம்... நானெல்லா எங்க ஊரு எம்மெல் ஏவ வச்சுத்தே சேந்தே..." வீராப்பாய் ஒருத்தன் சொன்னதும்,

"எத்தினி ரூவான்னு சொல்லுல." என்றான்.

"சேச்ச. அதெல்லாங் கெடையாது" கண்ணை மூடிக்கொண்டு மறுத்தான்.

"ஆமா, நம்பீற வேண்டிதா" முன்னவன் எகத்தாளமாய்ப் பேச,

"அட நெசந்தானப்பான்னா..."

“வேற எவெங்கிட்டயாச்சும் போய்க் காதுகுத்து. இந்தக் காலத்துல அரிச்சந்திரனே வந்தாலும் என்னா ரேட்னுதான் கேப்பான்.”

“நீ எதத்தா நம்பப் போற. அன்னத்தான நெசமப்பா” பக்கத்திலிருந்த சோத்துச் சட்டியின் மீது அடித்துச் சொன்னான்.

“அட. அத விடுங்கப்பா. என்னத்தியோ பிரதமரு போல குரல மாத்தி பேசி, கொள்ளையடிச்சத கண்டுபிடிக்கிற மாதிரி அடிச்சுக்குவீங்க. காந்தி என்னத்துக்கு சொதந்தரம் வாங்கித் தந்துருக்கார் தெரிமா..? ஏண்டா மக்களே. ஒளிஞ்சு ஒளிஞ்சு பண்றீக பப்ளிக்கா செய்யுங்கன்னுதான்” என்று ஊடே விழுந்து ஒருத்தன் சமாதானம் செய்ய,

“அப்படி ரூவா குடுத்தாலும் உள்ளவந்து சேந்துட்டா பரவால்லயே. ஒவ்வொருத்தே காசுங் குடுத்துப்போட்டு, கால் கடுக்க குடுத்தவெம் பின்னாடியேல்ல லோலோன்னு அலையிறானுக என்று இன்னொருத்தன் சொன்னான்.

“அங்கிட்டு இங்கிட்டு அலஞ்சாலும் உள்ளாற சேந்தாச்சின்னா என்னத்தியோ... பின் காலத்துல நல்லது” வடபுதுப்பட்டிக்காரன் கூச்சம் நீங்கிப் பேசினான்.

“ம். பாரப்பா. சேரும்போதே ஏகப்பட்ட யோசனைலதா வந்துருப்ப போல...” வளர்ந்த ஒருவன் தட்டிக் கொடுத்தான்.

“உள்ளதத்தான சொல்றாப்ல... நாளைக்கி ஆயிரம் ஐநூறுன்னு சம்பளம் வாங்காமயா இருக்கப்போற. ந்தா எம் மச்சினே மெஜ்ரா கோட்சுல சேந்தாப்ல. சேந்து மூணு வர்சமாச்சு, இன்னிக்கி தினத்துக்கு இருவத்தெட்டு சில்ர சம்பளம். இனியும் கூடும்ல.”

“ஆமாண்ணே. இம்புட்டு சொல்றியே ஓம் மச்சினனுக்கு எவ்வளவு லஞ்சங்குடுத்துச் சேத்த.”

“ம் அன்னைக்கி ஏழாயிரம் குடுத்தம்.”

“அன்னைக்கே ஏழாயிரம்... இப்ப பத்துக்கு மேல தாண்டும். இந்தக் காச ஏதாச்சும் தொழில்ல மொடக்கிப்பாரு. பாப்பம்”

“ஏன், இதக்கூட ஒரு தொழிலா நெனச்சுக்க வேண்டிதான், மத்த ஏவாரத்துல கூட லாவமும் வரும் நட்டமும் வரும். இதுல அப்பிடி இல்லில்ல. நெரந்தரமான வருமானந்தான.”

வளர்ந்தவன் புதிசாய் வியாக்யானம் சொல்லவும், அந்தப் புது நபரும் வாய்விட்டுச் சிரித்தான். அப்போது வேலைக்கான சங்கு ‘ஊ ஊ’வென ஓசை எழுப்பியது.

சைக்கிளை எடுப்பவரும், வேஷ்டியில் ஒட்டியிருக்கும் மணலைத் தட்டிவிட்டு எழுவோருமாய் தொழிலாளர்கள் நடந்தபோது மில்லின் இடதுபுறமிருந்த சிறிய கதவு ‘ஆ’ வென திறந்தது.

மில் / 33

“ம்... இன்னிக்கு மருமகெனுக்கு கொத்தனார் வேலயா நிமிந்தாளு வேலயா... இல்ல பருத்தி எடுப்பா...” கொஞ்சமும் சிரிக்காமல் சிரிப்பை வாய்க்குள் மடித்துக் கொண்டு கேட்டார் பட்டாளம்.

குளக்கரை ஏறி உள்ளே சரசரவென இறங்கிய ராசு, சட்டென நின்று திரும்பினான். “பேழ்றதுக்கு வந்தம்னா வந்த சோலியப் பாத்துட்டு கம்முன்னு கௌம்பணும். வெட்டியா கடுப்ப கௌப்பக்குடாது...” என்று முறைத்துவிட்டுத் தொடர்ந்தான்; “என்னவாம்? சுருக்குன்னு கோவம் வர்றதப் பாத்தா. மில்லுல ஏகமா மொளகா காய போட்டுட்டாகளோ..? அந்த வேலையும் வந்துடுச்சா?” சொல்லிவிட்டு பட்டாளமும் இறங்க. அவரை சிவனாண்டியும் மருதமலையும் தொடர்ந்தனர்.”

“ம்... நாங்க இடுப்பொடிஞ்சு வர்றது. ஓங்களுக்கு சிரிப்பாயிருக்கு மருதமலை அலுப்பாகச் சொன்னார்.

“எம் மருமகனுக்கு இடுப்பெல்லா நல்லாத்தான இருக்கு ஏம் மருமவனே நீங்கள்லா வேல பாக்கறதில்லயா?” கண்ணைச் சிமிட்டி கேட்டார்.

“நாளைலருந்து ஓங்களத்தா கூட்டிட்டு போகப் போறேன்.”

“எதுக்கு ராசு?” வாய் பிளக்க கேட்டான் சிவனாண்டி.

“ம் எனக்கு பதிலா வேலக்கி.”

“மருமகெங் கூப்ட்டா போக மாட்டமா. சிவனாண்டி? அவருக்கொரு கஷ்டம்னா நாங்க பாக்காமலா இருப்பம்” சொல்லிவிட்டு ராசுவின் பக்கமாய் வந்தார்.

“அய்யா சாமிகளா ஆளவிடுங்க. நான் கஷ்டப்படவும் வேணா அத நீங்க பாக்கவும் வாணாம்” என்று நழுவி ஓடினான் ராசு, அவர்களை ரசித்தபடி ஆளுக்கொரு பக்கமாய்க் குந்தினர்.

பட்டாளமும் கொஞ்சநேரம் மருமகனை மறந்துவிட்டு வந்தசோலியை முடிக்க அட்டங்களில் தட்டிக் கொடுத்துக் கொண்டிருந்தார்.

குளக்கரையில் தன் சுற்றம் சூழ நின்றிருந்த ஆலமரம் ‘சோ’வென கத்திக்கொண்டிருந்தது. அந்த சத்தத்தை அதிகப்படுத்துவது போல் கூடடைய வந்த பட்சிகளும் பறவைகளும் காச் சீச் என்று ஒலியெழுப்பி தம் சுற்றத்தை விசாரித்துக் கொண்டிருந்தன.

வானத்தில் கொக்குகள் கூட்டமாக காலை நீட்டியபடி வேல் வடிவில் பறந்து செல்ல, அதன் பின்னே காக்கைக் கூட்டம் இறகு விரித்து தொடர்ந்து சென்றது.

சிவனாண்டியும் மருதமலையும் குளத்தில் எழும் சின்னஞ் சிறு அலைகளையும் அலையோரமாய் வாய் திறந்து கவக் கவக் என மூச்சுவிட்டுக் கொண்டு ராகம் பாடும் தவளைகளையும்

கவனித்தவாறு இருக்க, ராசு மட்டும் வெட்டுப்பள்ளத்தில் இருந்தான்.

"என்னாங்க... சாமிக பூராம் ஆளுக்கொரு பக்கமா ஒக்காந்து கிட்டிருக்கே."

திடுமென எழுந்த குரல் அனைவரையும் திரும்ப வைத்தது. கரையில் சோலை முளைத்திருந்தான்.

பட்டாளத்தார்க்கானால் எரிச்சல், "ஆமாடா, ஒக்காந்து சினிமா படம் பாத்துகிட்டிருக்கம் நிய்யும் வந்து ஒக்காரு. தாயளி பார்ரா... அம்பட்டப்பய வர்ரப்பவே அமர்க்களம் பண்றத" என்று ஒரு கரம்பைக் கட்டியை எடுத்து எறிந்தார். அது வேறு பக்கம் விழுந்தது.

"என்னங்க. பட்டாளத்துகாரவுக என்னான்னாலும் குத்தமாவே எடுக்குறாக." தணிவாய்ச் சொன்னவன், அப்படியே கரையில் அமர்ந்து கொண்டான்.

"பின்ன என்னடா. கொளத்துக்கு வந்தா ஆளுக்கொரு பக்கமா ஒக்காரம, மொத்தமா இருந்து நெற புடிக்கச் சொல்றியா?"

அவரின் எரிச்சலைக் கணக்கிட்டவன் பேச்சை மாற்ற விரும்பி "ஒங்கள மிஞ்ச முடியுமா சாமீ. அது சரி. அதென்னா ஒங்க மருமகெம் மட்டும் தனியா எங்குட்டோ பாத்துக்கிட்டிருக்காரு" என்றான்.

அவன் எதிர்பார்த்தது போல மருமகன் பேச்செடுத்ததும் தொனியே மாறிப்போனது. "இதப் பார்ரா என்னபத்தி பேசு, செவனு, மருதுவப் பத்திக்கூட பேசு. மருமகென் இன்னிக்கி கடுங் கோவத்தில இருக்காப்ல. ஜாக்ரதே..." சொல்லிக்கொண்டே எழுந்தார்.

அவர் பேசி முடிக்கவும் பள்ளத்தைவிட்டு எழுந்து ராசு, "ஆமாடா ஒன்னயத்தா எதிர்பாத்தே. கோவத்த தணிச்சுவிட வந்திட்டியா" என்றான்.

"அய்யய்யோ என்னங்க சாமி இது? எல்லாரும் பனங்காய உருட்னாப்ல எந்தலைய உருட்றீங்க."

"சரி சரி. எந்திரிங்க, சோலைப்பய வந்தா எந்த வேலையும் ஓடாது" என்ற மருதமலை குளத்தோரமாய்ச் செல்ல, அனைவரும் ஒன்றன் பின் ஒன்றாக காலலம்பி கரைக்குத் திரும்பினர்.

மேற்குப்பக்கம் சிவந்து கோவைப்பழமாய் கசிந்து கொண்டிருந்தது வானம்.

"ஏ... சின்னையா... செத்த சாவடில ஒக்காந்துட்டு போவமா" கரையை விட்டிறங்கி சாவடி நெருங்கும் சமயம் கேட்டான் சிவனாண்டி...

“ப்ச். வேண்டா... சிவனு, பேசாம நடப்பம். சாயந்தரமா நடக்குறதுதே நல்லது” பட்டாளத்தின் உத்தரவுப்படி நடை தொடர்ந்தது.

மெயின்ரோட்டுப் பக்கமாய் சென்றனர்.

சிவனாண்டியின் பக்கமாய் வந்து கொண்டிருந்த சோலை, “ஏங்க மில்லுகார்ரே வேலயெல்லா எப்படி இருக்கு?” என்று ராசுவை எட்டிக் கேட்டான்.

கையை ஓங்கிய ராசு “அப்படியே அறஞ்சேன்னா எப்படி இருக்கும் தெரியும்ல. ஒழுங்கா எப்பவும் போல கூப்புடு. இல்ல எகிறிப்போகும் எகிறி” என்றதும் அரண்டு போனான்.

என்ன நடந்தது என்றே விளங்கவில்லை. கொஞ்ச நேரம் பேசாமலிருந்து போக்கை புரிந்துகொள்ள வேண்டுமென நினைத்தவன், “என்னங்க சாமி. நா பெருமயாத்தான சொன்னே” என்றான் மெதுவாக.

பட்டாளத்திற்கும் மற்றவர்களுக்கும் குஷி, இன்னமும் உதைபட போகிறான் என்று.

“பெரும. பொல்லாத பெரும. அந்தப் பெருமைல போட்டு” என்று சலிப்போடு நிறுத்திக் கொண்டான் ராசு.

“என்னங்க, என்னென்னத்தியோ சொல்றீங்க” என்று தலையைத் திருகிக் கொண்டான் தொடர்ந்து, “மில்லு வேலக்கித்தான போறீக” என்றான் சந்கேத்தோடு.

“அதத்தாண்டா அவரும் யோசிச்சுக்கிட்டிருக்காப்ல” என்று புதுக்கரடி விட்டார் பட்டாளத்தார்.

சோலைக்கு மேலும் தலை சுற்றியது. ஓடிவிடலாம். போலிருந்தது. அவனது நிலையைப் புரிந்துகொண்ட பட்டாளத்தார்.

“நெசந்தாண்டா... உள்ள போனா மில்லவே கட்டச் சொல்றாங்களாம்.” பக்பக்கென முழித்தான்.

“ம்... பெறகு மிசின மாட்டுங்க. அப்பறமா வேலய பாக்கலாம்ங்கறாங்களாம்” கொல்லெனச் சிரித்து முடித்தார்.

“என்னங்க சாமி. பெரிய அநியாயமா இருக்க.”

“அநியாயமா? ஊருக்குள்ள சொல்லிடாத கேவலம் எல்லாப்பயலும் மில்லு வேலன்னா என்னமோன்னு நெனச்சுட்ருக்கானுக... குட்டு வெளியாச்சு அம்புட்டுமே அசிங்கப்பட்டு போகணும்.” முதன் முறையாக மௌனம் கலைத்தார் பட்டாளத்தார்.

“முன் ஜென்மத்துல எள்ளுத் தின்ன கடனு இருக்கும் மருமகனே. அத இப்ப கழிக்கிறீக ஒங்க மொதலாளிக்கி.”

“இனி என்னா, ஒங்களுக்கு கேலிக்குக் கொற இருக்காது” வன்மமாய்ப் பார்த்துச் சொன்னான்.

“ஆமாமா. கேலி செஞ்சதும் என் வகுறு ரொம்பீருமில்ல..?

போத்தையா பெட்டிக்கடையை கடக்கையில் ஐவரும் வீதியை அடைத்து நடந்தனர்.

“சரீங்க சாமி. இப்ப கமிசங் கடைல வேல பாத்தம்னா, கடவேல மட்டுமா பாக்குறம்... வீட்டுவேல, வெளிவேலன்னு அத்தனையும் பாக்குறது இல்லியா... ஏன் சம்சாரிகளுக்கே என்னென்னத்த செஞ்சு போட்டு வாரம் அதுபோல நெனச்சுக்க வேண்டிதே.”

“ம். நீயெல்லா ஆறுதல் சொல்ல வேண்டிய நெலம” நொந்து கொண்ட ராசு திடீரென, “ஏம்மாமா, சம்சாரி வேலைகளுக்கு வெளிச்சந்தே கடிகாரம். அது உள்ளமட்டும் வேல நேரம்னு செய்றம். ஆனா இங்க அப்படி இல்லல்ல இத்தன மணி நேரம்னு சொல்லி வரமுற இருக்குல்ல. அப்படின்னா இந்த மாதிரி மேவேல செய்யறதுக்கும் ஏதாச்சும் சட்டம் இருக்கலாம்ல” என்று கேட்டான்.

“ம்... இருக்கலாம். அதுதா எங்குட்டோ ஒரு எடத்துல இடிக்குது. நீங்களும் மத்தவுககிட்ட வெவரங்கேளுங்க பாப்பம்.”

“அதெல்லா இருக்காது சின்னய்யா...” என்ற சிவனாண்டி நாம் சின்ன ஆளுக சின்னச்சின்ன வேலய சொல்றம் அது பெரிய மில்லு. அதுக்கு தக்கன வேலதே. இதுல தப்பில்ல.”

“நரமண்டப்பய, எப்படா சந்து கெடைக்கும்னு பாப்பானே.” என்று சிவனாண்டியை ராசு விரட்ட,

“சாமியோவ்... இந்தச் சண்டைய தீத்து வையிங்க பட்டாளத்து சாமியோவ்” என்று சோலை அலறினான்.

“கேவலப்படுத்தீருவாம் போலருக்கே இவென். எண்டா ஏய் கருப்பசாமி, முனுசாமிங்கிற மாதிரி, நம்மள கடசீல பட்டாளத்துச் சாமியாக்கித்தான் தீருவ போல” என்று அவன் மேல் பாய்ந்தார் பட்டாளம். ஒரே அமளி.

“நீங்க சொல்றதப் பாத்தா மில்லு ஆசயே விட்ரும் போலருக்கு மாமா இங்கனேயே பருத்தி நடவுக்குப் போயிறலாம் போலருக்கு சம்பளமாச்சும் கெடைக்கும்.” சோலை அப்பு ராணியாய்ச் சொல்ல, நடை தார் ரோட்டிலும் தொடர்ந்தது.

“யண்ணே... மேஸ்திரியண்ணே சொல்லுங்கண்ணே, மணி எட்டாச்சு ஒரு மணி நேரமா கேக்குறேன்.”

ஸ்பின்னிங் மெசின்கள் ஓவென்ற இறைச்சலோடு ஓடிக் கொண்டிருந்தன. சைடர்கள் விறுவிறுவென மிசினில் இழைகட்டி ஓட்டிக் கொண்டிருந்தனர். டாபர்கள் கூடையும்

பம்ப் பெட்டியுமாய் மெசினுக்கு மெசின் சென்று ‘அரியா’ எடுத்து நூல் கண்டுகளைக் குவித்துக் கொண்டிருந்தனர். டாபர் கேரியர்களோ கண்டுகளை கூடையில் அள்ளிக் கொண்டு தண்ணீர்த் தொட்டிக்கும், வைண்டிங் பிரிவுக்குமாக மாறிமாறி விநியோகித்துக் கொண்டிருந்தனர்.

மாரிமுத்து ட்யூட்டி உடுப்புகளுடன் மேஸ்திரியிடம் ஒரு நாள் லீவுக்காக காலை சிப்ட் தொடக்கமான ஏழு மணியிலிருந்து தொங்கிக் கொண்டிருந்தான். மேஸ்திரியோ பம்ப் நிரம்பிய கண்டுகளை அரியா எடுப்பதிலும், ஆட்களை அதட்டுவதிலுமே கவனம் செலுத்திக் கொண்டிருந்தார்.

ஒரு மணி நேரமாக அவரது பின்னாலேயே தொத்திக் கொண்டும் வேலைகளைச் செய்து கொண்டுமிருந்தான் மாரிமுத்து. மில்கட்டி இரண்டு வருடமானாலும் அத்தனைபேரும் இன்னமும் அப்ரண்டீஸ்கள்தான். லீவு வாங்கும் வரை டவுசர் பனியனோடுதான் இருக்க வேண்டும் என்பது மில்லின் சட்ட திட்டங்களில் ஒன்று.

“யண்ணே.”

“அட என்னப்பா, அண்ணே நொண்ணேன்னு தொந்தரவு பண்ற? சல்லென எரிந்து விழுந்தார் மேஸ்திரி, எட்டாவது மெசினில் அரியா இறக்கியபடி.

“ஒரு நாளைக்குத் தாண்ணே கேக்குறேன் ‘ஓம்பாடு ஒனக்கு... நா ஆளில்லாம பாக்குறல்ல. டாபர்களுக்கு பதிலா நானே அரியா பிடுங்கறேன்... சரி அந்த கமான் தட்ட தட்டி விடு.”

ஓடிப்போய்ச் செய்தான்.

“சரிண்ணே, சேர்ந்த நாலு மாசத்தில எப்பவாச்சும் லீவு போட்டிருக்கனா. இன்னிக்கு தங்கச்சிக்கு நிச்சயதார்த்தம்.”

மில்லில் சேர்ந்த ஆறு மாதங்களுக்கு சம்பளமில்லாத வேலை. அதிலும் லீவு எடுக்காமல் இருப்பவனுக்கே முதலில் சம்பளம் என்ன செய்வது, பிற்காலத்தில் நல்ல வரும்படி தானே. இதே நினைப்புதான் இங்கு வந்துசேரும் தொழிலாளர்களுக்கு,

“அதத்தானப்பா. டேய் டேய் எவன்டாவெ. சன்னல்ல என்னா சோலி, பம்ப் நூல் உருவிப் போடு. க்காளி ரீலிங்கார பயக வேற சரியா நூல் உருவாம பம்ப்ப குடுத்துறானுக நம்ம தலைல விழுகுது.”

டாபர்கள் பம்ப் போட்டு முடிக்கவும் மெசினை ஓட்டி விட்டார்.

“சொல்லுங்கண்ணே.” இரண்டு கைகளையும் நீட்டிக் கொண்டு கண்களில் பணிவோடு கேட்டான்.

"சேச்சே. அங்குட்டு இங்கிட்டு நகரவிட மாட்டேங்கிறியே. நிச்சயம்னா சாயந்தரந்தான, வேல விட்டுப் போய் பாத்துக்கலாம்ல. நா இங்க ஒண்ணுக்கு மாத்தக் கூட ஆளில்லாம அல்லாடிக்கிட்டிருக்கேன், நீ வேற. லேய் குப்பு, பன்னண்டா மிசினுக்கு கூடை எடுத்துட்டுப் போடா."

குப்பு ட்ராலி போன்ற அமைப்புள்ள வண்டியில் கூடையையும் பம்ப் அடுக்கிய டப்பாவையும் எடுத்துக் கொண்டு போனான். ஒருவன் பெரிய வண்டியில் காலி பம்புகளை அள்ளிக்கொண்டு ஸ்பின்னிங் டிபாட்மெண்டுக்குள் நுழைந்தான். வண்டிக்கு வழிவிட்டு ஒதுங்கிய மாரிமுத்து வண்டி கடந்ததும், அந்த சாக்கில் ஓடிப்போன மேஸ்திரியை விரட்டலானான்.

"என்னண்ணே ஆறு மணிக்குத்தான விடுவீங்க அஞ்சு மணிக்கு நிச்சயம், அதுக்கு முன்னால சாப்பாடு ஆக்க, செய்ய, சாமான் செட்டு வாங்க," சொல்லிக் கொண்டிருக்கும்போதே பன்னிரண்டாவது மெசினுக்கு ஓடினார் மேஸ்திரி. மேலும் கால் மணி நேரம் கடந்தது.

சம்பளம் வாங்கும் தொழிலாளிகளுக்கு காலை ஏழு மணி முதல் பிற்பகல் மூன்று மணி வரை வேலை. ஆனால் சம்பளமில்லாத அப்ரண்டிஸ் தொழிலாளர்கள் மாலை ஆறு மணி வரை வேலை செய்ய வேண்டும். அவர்கள் கூடுதலாக மூன்று மணி நேரம் வேலை பார்த்தால் வெகு சீக்கிரத்தில் வேலை கற்றுக் கொள்வார்கள் என்பது புது மாஸ்டரின் உத்தரவு.

ஆனால் மூன்று மணிக்குமேல் அங்கே புதிதாக எழும்பிக் கொண்டிருக்கும் கட்டடங்களின் சாரங்களைப் பிரிக்கவும், சாமான்களை ஒதுக்கவுமே பயன்படுத்தப் பட்டார்கள்.

"மேஸ்திரியண்ணே. எட்டரையாச்சுண்ணே."

"அய்யய்யய்யே என்னப்பா பெரிய தொந்தரவா இருக்கு. சரி போ. போயி கிளார்க்கு கிட்ட நா... சொன்னேன்னு லீவு பாரம் வாங்கியா."

"கிளார்க்கு கிட்டயா.?" விழித்தான். "நீங்க வந்து சொல்லி வாங்கித் தாங்கண்ணே அங்க எவ்வளவு நேரம் நிக்க வேண்டுமோ"

"நானா... யப்பா நம்மளை ஆளவிடு நாள பின்ன ஏதாச்சும் ரிப்போட்டுனா நீதான வந்து சொன்னேம்பாக. நான் சொன்னேன்னு கூட வாங்கு... இன்னமும் ஒண்ணுக்குக் கூட போகல, இந்தா மாரிமுத்து ஆர்.பிய பார்த்து நா கக்கூசுக்குப் போறேன்னு சொல்லிட்டு லீவு வாங்கப் போ."

"கிளார்க் சீட்ல காணம்ணே."

குதிகாலை எவ்வி நின்னு டைம் ஆபிசைப் பார்த்த மேஸ்திரி, ஆமா எங்கயாச்சும் டீ சாப்புட போயிருப்பார். வந்ததுங் கேளு."

எப்படியோ மேஸ்திரியிடம் சம்மதம் பெற்றுவிட்ட சந்தோசம். இனி கிளார்க்கிடம் சொல்லிவிட்டால் போதும்.

"என்னா மாரிமுத்து? மெசினுக்குள்ளிருந்த சைடர் வேலப்பன் முகத்தில் ஒட்டியிருந்த பஞ்சைத் துடைத்தபடி கூப்பிட்டார்.

"என்னாண்ணே."

"லீவுக்கு என்னா சொல்றான்? ஏற்கனவே ஒரு மில்லில் வேலைபார்த்து இங்கே வந்தவர். மரியாதை கூடுதலாக இருந்தது.

"கிளார்க்குகிட்ட கேட்டு பாரம் வாங்கிட்டுவரச் சொல்லிட்டாப்ல."

"அப்படியா, நல்ல வேள, சூப்ரைசரு இன்னமும் போடல, அவெ இருந்தான்னா அவெங்கிட்ட ஒரு ரெண்டு மணி நேரம் அழுவணும் சரி தைரியமா போ. இதுவரைக்கும் அதிகமா லீவு இல்லேல்ல?"

"ம்ஹூம். நாலு மாசத்துல ஒரு நாள்கூட லீவு எடுத்ததில்ல."

"அப்ப நிச்சயமா கெடைக்கும். இங்க மட்டுமில்ல எல்லா எடத்துலயுமே இந்தப் பாடுதான்."

அவரிடமிருந்து திரும்பி சட்டை வேட்டியை உடுத்தலாம். என்று நடந்தபோது, கட்டடவேலை தலைமைக் கொத்தனார் கூப்பிட்டார்.

மாரிமுத்துவுக்கு சப்த நாடியும் ஒடுங்கிப் போனது.

"இங்க வாப்பா... புது ஆள்தான?"

"ஆமாங்க."

"சம்பளம் போடலைல்ல?"

போட்டாச்சு என்று சொல்லிவிடலாமா?

வேண்டாம் ஏதாச்சும் எக்குத்தப்பா மாறிடும். இவன் என்னா நம்மள பாக்காதவனா.

"இல்லீங்க"

"அப்ப வா"

அவனது சம்மதத்தைக் கேட்காமலேயே இழுத்தார்.

"இல்லீங்க, இன்னிக்கு நா லீவு போட வந்திருக்கேன்."

சிறிதுநேரம் உற்றுப் பார்த்தார் கொத்தனார். அவருக்கு இதே வேலை. சித்தாள் வேலைக்கோ, நிமிர்ந்தாள் வேலைக்கோ ஆள் இல்லையென்றால் உடனே டிபார்ட்மெண்டுக்குள் புகுந்து

விடுவார். அப்ரண்டிஸ் ஆட்களை, சம்பளம் போடாதவர்களை வேலைக்கு எடுத்துக்கொள்ள நிர்வாகமே அனுமதி தந்திருந்தது. மேலும் மில்லின் காலியாகக் கிடக்கும் நிலத்தில் கிணறு தோண்டி பருத்தி வெள்ளாமையும் விளைந்து கொண்டிருந்தது. இதற்கும் தோட்டக்காரரர் கூப்பிட்டுக் கொள்வார். இருவரும் எந்த நேரமும் எத்தனைபேர் தேவை என்றாலும் மேஸ்திரியின் அனுமதி இல்லாமல்கூட கூப்பிட்டுச் சென்று விடுவார்கள். இவர்கள் டிபார்ட்மெண்டுக்குள் நுழைந்தாலே புதிய நபர்கள் எங்காவது பம்மிக் கொள்வார்கள். மரணத்தை வெறிப்பது போலிருக்கும்.

“லீவு வாங்கியாச்சா?” கொத்தனாரின் கேள்வியில் அதிகாரம் கொடி கட்டியது.

“அதுக்குத்தா கிளார்க்கு கிட்ட போறேன்.”

டைம் ஆபிசை எட்டிப் பார்த்த கொத்தனார். “கிளார்க் எங்கயோ வெளில போயிருக்கார் போல, வர்றதுக்குள்ள வந்துருவம் வா” பதிலை எதிர்பார்க்காது நடந்தார். அவன் தயங்கினான்.

“ஏன் நிக்கிற, சீக்கிரமா வா லோடு வந்து எறங்கிக் கெடக்கு. அடுத்தொண்ணு வாரதுக்குள்ள ஒதுக்கிறணும் வா வா.”

வேறு வழியில்லை.

அந்தக் கூடமே ஓவென்ற இரைச்சலில் அவனை விழுங்குவது போலிருந்தது. வரிசைக்கிரமமாக ஸ்பின்னிங் மெசின்கள். புதிதாகவும் பொருத்திக் கொண்டிருந்தனர். பகலில்கூட வரிசைவரிசையாக டியூப் லைட்டுகள் எரிந்து கொண்டிருந்தன. எப்படியும் அந்த ஸ்பின்னிங் டிபார்ட்மெண்டுக்குள் மட்டும் இருநூறு லைட்டுகள் இருக்கும். ஒவ்வொரு பகுதியும் தனித்தனி கட்டடங்களில் இயங்கிக் கொண்டிருந்தன. அனைத்து டிபார்ட்மெண்டுக்கும் பொதுவாக இங்கேதான் டைம் ஆபீஸ். சுற்றிலும் கண்ணாடிகளால் அறை வடிவம் பெற்றிருந்தது.

கல்லோடை இறக்கிவிட்டு ஓடி வந்தான். ஆபிசில் கிளார்க் அமர்ந்திருந்தார். இன்னமும் அவன் உடுப்பு மாற்றவில்லை.

“சார். லீவு வேணும் சார்.”

“லீவா?” கேள்விக்குறி ஒன்றை நெற்றியில் ஏற்றினார் கிளார்க்.

ஆமா சார். இன்னிக்கு ஒரு நாள் மட்டும்.”

“ம்” வாட்சைப் பார்த்தார். “மணி ஒன்பதாகப் போகுது, இம்புட்டு நேரங்கழிச்சு எதுக்கு லீவு? இப்பதா வீட்டிலிருந்து வாரியா?”

“இல்ல சார். ஏழு மணிக்கே வந்துட்டேன். மேஸ்திரிகிட்ட கேட்டேன். அவரு நா சொன்னேன்னு சொல்லச் சொன்னாரு சார்.”

ம். மேஸ்திரி சொன்னாப்பல நாங்க குடுக்க முடியுமா?”

“சார். இதுவரைக்கும் ஒரு நா கூட லீவு எடுத்ததில்ல சார்” சதுரமாக கத்திரித்து விடப்பட்ட கவுண்டரில் முகம் நுழைத்துக் கெஞ்சினான்.

“தெரியாதுப்பா... ஆரும் லீவல்லாம் நமக்குக் குடுக்கச் சொல்லி உத்தரவு இல்ல.”

“சார் சார். தங்கச்சிக்கு நிச்சயதார்த்தம் சார்.”

“என்னய என்னா பண்ணச் சொல்ற இப்ப மாஸ்டர் வந்துருவாரு அவர்கிட்ட கேளு தரச் சொன்னா தர்றேன். இப்ப வேலை எக்கச்சக்கமா இருக்கு போ.”

வெட்டு ஒன்று துண்டு இரண்டாகப் பேசி முடித்து விட்டார் கிளார்க்.

மாஸ்டர் சரியாக ஒன்பது மணிக்கு டிபார்ட்மெண்டுக்குள் வலம் வருவார். பிறகு ஆபிசுக்குப் போய்விடுவார். அப்புறம் மாலை நாலரை மணிக்குத்தான் டிபார்ட்மெண்டுக்குள் வருவார்.

மாஸ்டர் வரும் நேரமாகி விட்டதால் டிபார்ட்மெண்டை சுத்தப்படுத்த டாபர்களை பம்பரமாய் சுழற்றினார் மேஸ்திரி.

மாஸ்டர் வரும்வரை யார் கண்ணிலும் படாமல் இருக்க வேண்டும். தோட்டக்காரனோ வேறு யாரோ வந்து கூப்பிடலாம். சடாரென உடுப்புகளை எடுத்து மாட்டிக்கொண்டவன், மாஸ்டர் பார்த்தால் இதுவரை வேலை செய்யாமல் இருக்கிறானே என்று எண்ணி விடுவார் என மீண்டும் பனியனும் அரை டவுசருமாக ஒதுக்கலில் நின்றான்.

ஸ்கூட்டர் சப்தம் கேட்ட மறுநிமிடம் டைம் ஆபிஸ் வந்தார். ஓடிப் போய் சலாம் போட்டான்.

“என்னா?” நடந்தபடி கேட்டார்.

“இன்னிக்கி ஒரு நா லீவு வேணும் சார். தங்கச்சிக்கி நிச்சயதார்த்தம்.”

“லீவா? எங்கிட்ட எதுக்கு கேக்குற?”

“கிளார்க்தான் சார் கேக்கச் சொன்னார்.”

“சிப்டுக்கு ஆள் போதுமா என்னான்னு கிளார்க்குக்கும் எனக்கும் என்ன தெரியும்? மேஸ்திரி தான் சொல்லணும் மேஸ்திரிகிட்ட போய் கேளு

ஒவ்வொரு சைடாக நிதானமாகப் பார்த்தபடி வந்தார். அவனுக்கு மாஸ்டரின் பதில் என்னவோ போலிருந்தது. மண்டையைப் பிய்த்துக் கொள்ளவும் தோன்றியது.

“மேஸ்திரிட்ட கேட்டாச்சு சார்.”

“என்ன சொன்னாப்ல.”

“கிளார்க்கு கிட்ட கேட்டு வாங்கிட்டுப் போகச் சொன்னாரு சார்.”

“வாங்கிட்டுப் போக வேண்டிதான? டக்கென்று ஒரு மெசின் முன் நின்றவர்; ஓய்” என்று கத்தியதும் உள்ளிருந்து ஒரு சைடர் ஓடி வந்தான்.

“என்னா உருண்டு கெடக்கு.”

“லத்தேடாகுது சார்.”

“குய்க்கா கட்டு” நடந்தார். தொடர்ந்தான்.

“அவரு ஒங்ககிட்ட கேக்கச் சொன்னார் சார்.”

“ஸ்ஸ். என்னப்பா வந்த ஒடனே தல வேதனையா இருக்கு.”

“இது வரைக்கும் லீவு எடுக்கல்ல சார். தங்கச்சிக்கி.”

“நிறுத்து நிறுத்து. ஒரே பல்லவிய பாடுவ. ஒன் ஒருத்தனோட பிரச்சனய நீ சொல்ற இங்க எத்தன இருக்கும்? என்றபடி அவனுக்கு பதில் சொல்லாமல் கண்டுகள் குவிக்கப்பட்டிருந்த இடத்திற்குப் போனார். பதிலுக்காக இவனும் உடன் போனான்.

திரும்பிப் பார்த்த மாஸ்டர், “இன்னி ஒரு நாள் தா. போ. மேஸ்திரிட்ட கேட்டு வாங்கிட்டுப் போ” என்றார்.

அப்போது எதிர்ப்பட்ட மேஸ்திரி, பிட்டிங் செக்சனுக்குச் சென்ற மாஸ்டருக்கு சிரித்த முகத்தோடு சலாம் வைத்த போது மாரிமுத்து அவர் முன்னால் போய் நின்றான்.

“என்னப்பா வாங்கிட்டயா?”

“ம்... ஒங்கள கூப்புட்டுப் போயி சொன்னாருண்ணே.”

பிட்டிங் செக்சனில் மெயின் பிட்டரோடு பேசிக் கொண்டிருந்தார் மாஸ்டர்.

“அட, என்னங்கப்பா ஒங்களோட தொந்தரவாப் போச்சு. இங்க ஆளு பத்தாம, மனுச ஒண்ணுக்கு போகக்கூட முடியாம அல்லாடி, பம்பரமா சுத்திக் கிட்டிருக்கான்... நீங்கபாட்டுக்கு வந்து லீவு குடு லீவு குடுங்கிறீங்க.”

தனது அதட்டல் மாஸ்டருக்குக் கேட்டிருக்கும் என்பதில் மேஸ்திரிக்கு திருப்தி. மாரிமுத்துவால் ஒன்றும் பேச முடியவில்லை. துக்கம் தொண்டையைக் கவ்வியது. மணி ஒன்பதரை ஆயிற்று.

“சரி வா.”

அவனோடு டைம் ஆபிசுக்குப் போய் லீவு பாரத்தில் கையெழுத்துப் போட்டுவிட்டுப் போனார் மேஸ்திரி,

தானும் ஒரு கையெழுத்துப் போட்ட கிளார்க் படிவத்தை அவனிடம் தந்து "இந்தா பாரு மாஸ்டர்னு இருக்க எடத்துல மாஸ்டர்கிட்ட போயி இனிசியலு வாங்கி வா."

படிவத்தை வாங்கிய மாரிமுத்து கொஞ்சம் திணறினார். "மாஸ்டர் புளூரூம் பக்கம் போயி வெளில போய்ட்டார் சார்." உயிரே இல்லை குரலில்,

"சார். மணி ஒன்பதரையாச்சு சார்."

கணக்கெழுதிக் கொண்டிருந்தவர், "என்னய என்னப்பா பண்ணச் சொல்ற? அவனுக செய்யச் சொல்றானுக. ஒன் நெலம தெரியாம இல்ல. ஆனா எங்கள, மேல நெருக்குறப்ப நாங்க ஒங்களை நெருக்கத்தான் வேண்டிருக்கு. சரி சரி மாஸ்டர் கிட்ட கேட்டுட்டூல்ல" என்றவர், "ஆள கொஞ்சம் அதிகமா எடுத்துப் போடவும் மாட்டானுக" என்று முனங்கிக் கொண்டார்.

"அவரு சொல்லித்தான் சார் மேஸ்திரி வந்தாரு."

"ம்... ஆமா, இல்லாட்டி யாரக் கேட்டு லீவு தந்தேன்னு குதிப்பானுங்க போ."

இமாலய சாதனையை சாதித்துவிட்டதுபோல், நெஞ்சமெல்லாம் லேசாகி, வான வெளியில் பறப்பது போல், ஸ்பின்னிங் டிபார்ட்மெண்டை விட்டு வெளியேறி பெரிய கேட்டுக்கு கால்கள் பறந்தன. இனியும் வேறு எவராகிலும் கூப்பிட்டு விடுவார்களோ என்ற பயமும் ஒரு புறம் துரத்தியது.

பெரிய கேட்டுக்குப் போகும் பாதையும் வகிடெடுத்தாற் போல் இருந்தது. தார் ரோடும் அதன் இருபுறமும் இருக்கின்ற தென்னங்கன்றுகளையும் பூச்செடிகளையும் கூட மனது ரசிக்க மறுத்தது.

சைக்கிளோடு வெளியேறும் போது வாட்சுமேன் தடுத்தான்.

"என்ன பத்து மணிக்கே கிளம்பற?"

"லீவு போட்டாச்சுங்க."

"நா எப்பிடி நம்புறது? நெறையப் பேரு வேல கஷ்டமா இருக்குன்னு சொல்லாமகூட ஓடிடுறாங்க. அதனால் சிப்டு நேரந்தவிர, எடைல யார் போனாலும் சீட்டு வந்தாத்தா வெளில விடணும்னு எனக்கு உத்தரவு. என்னா காரணத்துக்காக வெளியே போறேன்னு கிளார்க்கிட்ட சீட்டு வாங்கியா."

தனது நீலத் தொப்பியை சரி செய்து கொண்டே விரட்டினான் வாட்சுமேன்.

தலையில் அடித்துக்கொண்டு மீண்டும் உள்ளே போய் கிளார்க்கிடம் சீட்டு வாங்கிக் கொடுத்து விட்டுப் புறப்பட்டான். மாரிமுத்து.

மெசின்கள் அனைத்தும் நிறுத்தப்பட்டன. ஸ்பின்னிங் சைடுகளில் இடுப்பில் கட்டிய பைகளுடன் பஞ்சை பியத்துக் கொண்டிருந்த சைடர்கள் இறுதி வேலையை முடித்துவிட்டு கைகளையும் கால்களையும் துடைத்தப்படி வெளியே வந்தனர். அதே போல் காடிங், டிராயிங், சிம்பளக்ஸ் மற்றும் புளூ ரூம், ரீலிங், பண்டலிங் நபர்களும் மெசின்களை நிறுத்தி விட்டு ஸ்பின்னிங் பிரிவில் வந்து குழுமினர். ஆப் நைட் சிப்ட் பார்த்துவிட்டு குடோனில் படுத்திருந்த நபர்கள் தண்ணீர்த் தொட்டிக்குச் சென்று முகம் கழுவிவிட்டு வந்தனர். ஒருவனிடமிருந்த சீப்பு பலரது தலைகளுக்குள் சென்று தன் பற்களைப் புகுத்தியது. கிண்டலும் கேலியும் முதலாளி வருகையின் பயமுறுத்தல்களுமாய் அங்கே பேச்சுக்கள் வெடித்தன.

மாதமொருமுறை மாதத்தின் முதல் நாள் மில் முதலாளி தொழிலாளர்களைக் கூட்டி கூட்டம் போடுவார். குறைகளைச் சொல்லுமாறு கேட்பார். முதலாளி வர இயலாதபோது ஏ.ஓ.வோ அல்லது மாஸ்டரோ இருவரும் சேர்ந்தோ நடத்துவார்கள். அன்றைய தினம் புதிதாக சம்பளம் போடப்பட்ட நபர்கள் அறிமுகப்படுத்தப்படுவார்கள். புகார்களுக்கு கூட்டத்திலேயே கண்டிப்போ தண்டிப்போ தீர்ப்பு வழங்கப்படும். அதனால் யார் யார் என்னென்ன வகையில் அகப்படப் போகிறோமென்பது எவருக்கும் பெயர் அறிவிக்கப்படுகிறவரை தெரியாது.

இந்தக் கூட்டத்திற்காக முதல்நாள் ஆஃப் நைட் முடித்துச் செல்லும் நபர்களை வெளியில் விடாமல் அங்கேயே படுக்கச் சொல்லி விடுவார்கள். காலை ஏழு மணிக்கு வருகிற பகல் சிப்ட் ஆட்களும் அதே நேரம் சிப்டை முடிக்கும் புல் நைட் ஆட்களுமாக மூன்று சிப்ட்காரர்களையும் இருத்தி வைப்பது வழக்கம். கூட்டம் போடுவதற்குத் தோதான இடம் ஸ்பின்னிங் டிபார்ட்மெண்டில் நீண்ட விஸ்தீரணமாக இருந்தது.

ரெஸ்ட் ரூமிலிருந்த கண்ணாடியில் தங்களை அலங்கரித்துக் கொண்டு வந்த மேஸ்திரிகள், கூட்டம் நடக்குமிடத்தை சுத்தம் பண்ண ஆட்களை விரட்டிக் கொண்டிருந்தார்கள். "இந்தாப்பா வேலு, அந்த ஜாக்கி புள்ளிகள ஒண்ணாவது பிரேம் ஓரமா கொண்டுபோய்ப் போடு... ஏய் நீயா என்னிக்கு எடுத்துப் போட? கூட ரெண்டு பேர சேத்துக்க."

"அங்கின யாரப்பா, ஃபிரேமுக்குள்ளாற சிரிச்சுக்கிட்டு நிக்கறது? வெளில வந்து வெளக்குமாற எடுத்துக் கூட்டி விடுங்கப்பா நேரமாகுது. அவங்க வந்துருவாங்க வாங்க வாங்க."

தொழிலாளர்கள் இந்த சில நிமிடங்களை ரொம்பவும் விரும்புவார்கள். மெசின் ஓடிக் கொண்டிருக்கும் போது நாயினும் கேவலமாக தாம் நடத்தப் படுகிறபோது, விதியே என்று நொந்து கொள்வதைத் தவிர வேறு வழியில்லை. அதிலும் அப்துல் சலீமுக்கு தன்னுடன் படிக்கும் போது 'மாப்பிள்ளை' பெஞ்சில் ஒதுக்கி வைக்கபட்டிருந்த தியாகராஜன், இங்கே மேஸ்திரியா வந்து தன்னை அதிகாரம் பண்ணுகிறானே என்று அடிக்கடி ஆதங்கப்பட்டுக் கொள்வான். அற்பனுக்குக் கிடைத்த குடை போல மற்றவர்களைக் காட்டிலும் தன்னையே அவன் அதிகமாய் அதிகாரம் பண்ணுவது போலவும் பட்டது.

பொதுவாகவே மேஸ்திரிகள் எல்லோரும் ஏதோ தமக்கு நாட்டின் ஜனாதிபதி பதவி கொடுக்கப்பட்டதுபோல் பாவித்துக் கொண்டு, "ம்..." என்றாலும் குற்றம் சொன்னார்கள். அதிலும் நேருக்கு நேர் நின்று பேசிவிட்டாலோ கேட்கவே வேண்டாம். அடுத்து சோகாஸ் நோட்டீஸ், செய்யாத ஜோடிக்கப்பட்ட குற்றத்தோடு வரும். முளையிலேயே கிள்ளிவிட வேண்டுமாம் அந்தத் திமிரை. இவர்கள் மேலதிகாரியிடம் படுகிற 'லோல்' தெரியாது. அதுதான் இப்படிச் செய்ய வைக்கும்.

இதன் காரணமாகத்தான் இந்த ஒரு கூட்டத்திலாவது வாங்கப்பா. போங்கப்பா என்ற மரியாதையோடு கூப்பிடுகிறார்களே என்ற ஆறுதலோடு மேஸ்திரிகளின் கட்டளைக்கும் மேலாக அதிக வேகமாக வேலை பார்த்தனர். சில நிமிடங்கள் கூடம் கல்யாண மகால் போல் காட்சியளித்தது.

"இந்தாப்பா ராசு, நீயும் குப்புசாமியும் போயி ஆபீஸ் ரூம்ல இருந்து சேர எடுத்து வாங்க" மேஸ்திரி தியாகராஜன் குச்சிக் கைகளை ஆட்டிச் சொன்னார்.

"அதுக்கு ஆள் போயிருச்சு அண்ணாச்சி." பக்கத்திலிருந்தவன் சொன்னவுடன் சேர்களும் வந்து அமர்ந்தன.

"ம். சரி சரி, எல்லாரும் ஒக்காருங்கப்பா, ஒக்காருங்க" சிதறிக் கிடந்தவர்கள் கும்பல் கும்பலாக அமர்ந்தனர். சேர் போடப்பட்ட இடத்திற்கும் அவர்கள் அமர்ந்திருக்கும் இடத்திற்கும் இடைவெளி நிறைய இருந்தது.

பார்ரா... எல்லாப் பயலும் பின்னாலேயே போறான். சந்து பொந்துல ஒக்காராம முன்னால் வந்து ஒக்காருங்கப்பா சேரு இங்க கெடக்கு நீங்க பாட்டுக்கு கடசீல போயி ஒக்கார்றீக."

பேச்சுக்கு மதிப்பு கொடுக்கவேண்டி ஆய்லரும், சிப்ட் பிட்டர்களும் ஒருசில மேஸ்திரிகளும் முன்னால் வந்து அமர்ந்தனர். தொழிலாளர்களோ முதலாளியின் முகத்துக்கு நேராக முகம் காட்ட சங்கடப்பட்டுக் கொண்டு, எங்கே தலை நிமிர்த்தினால்

46 / ம.காமுத்துரை

நின்று கொண்டிருக்கும் கிளார்க்குகள் தன்னைக் கூப்பிட்டு முன்னால் உட்காரவைத்து விடுவார்களோ எனத் தலையைத் தொங்கவிட்டே இருந்தனர்.

"வாங்கப்பா முன்னாடி" மீண்டும் ஒரு கிளார்க் குரல் விடுக்க

"போதும் போதும். உக்காந்தாப்லயே இருக்கட்டும்" என்று இன்னொரு கிளார்க் அவரை அமர்த்தினார்.

இளந்தொந்தியும், தங்க பிரேமிட்ட கருப்புக் கண்ணாடியும் கழுத்தில் திரட்சியான மைனர் செயினுமாய். உயர்ந்த ரக செருப்போடு பணச்செழுப்பின் அம்சங்களை வெளிக்காட்டிக்கொண்டு அமர்த்தலாய் முதலாளி டிபார்ட்மெண்டுக்குள் நுழைந்தார். எல்லோரும் எழுந்தனர்.

"ம். ம். ஒக்காருங்க." அவரும் சேரில் அமர்ந்து, "ஏன் ஃபிரண்ட்லதா எடமிருக்கே, எதுக்கு எல்லாரும் பின்னாடி ஒக்காந்திருக்கிங்க" என்றார்.

அவருக்குப் பின்னால் நின்றிருந்த மாஸ்டர் லேசான சிரிப்போடு, "மொதலாளி முன்னால மொகங்காட்ட கூச்சப் படுறாங்க போலருக்கு" என்றார்.

"ம்.ம்" தலையை ஆட்டியபடி கூட்டத்தை அளந்தவர், மூணு சிப்டும் இருக்காங்கள்ல" என்றார்.

"ஆமாங்க ஆப் நைட்காரங்கள இங்கேயே தங்க வச்சிட்டம். வழக்கம் போல புல்நைட்டும் இப்ப டே சிப்டும் வந்துட்டாங்க."

"சரி வேற யாரும் வரணுமா. இல்ல ஆரம்பிக்கலாமா?"

"இல்லிங்க ஆரம்பிக்கலாம்."

மாஸ்டரின் ஆமோதிப்பின் பின் முதலாளி கைகளை அப்படியும் இப்படியுமாக ஆட்டி பந்தா பண்ணினார். கண்ணாடியை சரி செய்தார். முகத்தை அண்ணாந்து முகட்டைப் பார்த்தார். இடக்கையால் தொண்டையை நீவி. செருமிக் கொண்டார்.

"தொழிலாள நண்பர்களே" என்று துவக்கி வைத்த மாஸ்டர், "இன்று நமது வாழ்க்கையிலேயே ஒரு பொன்னாள் என்று கூடச் சொல்லலாம். ஏனென்றால் ஒவ்வொரு மாதமும் நமது முதலாளி அவர்களே நம்மிடையே வந்து உங்கள் குறைகளைக் கேட்பது என்பது எங்கே நடக்கிறது? அந்த அரிய செயலை செய்பவர் நமது முதலாளி ஒருவரே. மனுநீதி நாள் என்கிற வார்த்தை அகராதியில் மட்டுமே இருந்ததை இன்றைக்கு நடைமுறைக்குக் கொண்டுவந்தவர் நமது முதலாளி, அவர்கள் இப்போது உரையாற்றுவார்கள்" என்றார். இடையிடையே தமது சக குமாஸ்தாக்களையும் பிரஸ்தாபிக்க மறக்கவில்லை. கைதட்டலின் பின் முதலாளி எழுந்து பேச ஆரம்பித்தார்.

“உம் இங்க எல்லா சிப்டு ஆளுகளும் இருக்கீங்கள்ல.” (கூட்டம் தலையசைத்தது) “ம். இந்தக் கூட்டம் நமக்குப் புதுசு இல்ல மாதா மாதம் கூடுறதுதான். ஆளு ஒவ்வொரு மாதமும் புதுசு” என்றவர் படிப்படியாகக் குரலை உயர்த்தினார். “ஏன் இந்தக் கூட்டத்தப் போடுறோம்? எல்லாருக்கும் தெரிஞ்சது தான். நீங்களும் நானும், அதாவது தொழிலாளியும் முதலாளியும் பரஸ்பரம் தங்கள் குறைகளைப் பரிமாறிக்கிடணுங் கிறதுக்காகத்தான். அதனாலதா இந்த மில் ஓடுன ரெண்டு வருச காலமா இதை நடத்தீட்டு வாறோம். இதுவரைக்கும் நமக்குள்ள எந்த ஒரு நசநசப்பும் கிடையாது. இனியும் இருக்காதுன்னு நம்புறேன். இருக்கக் கூடாது.” கொஞ்ச இடைவெளி விட்டுத் தொடர்ந்தார்.

“நான் இந்த மில்ல இந்த ஊர்ல ஏன் தொடங்குனேன்? இது ஒரு கிராமம். நலிவடைஞ்ச கிராமம். இங்க இருக்கவங்க, இந்த சரவுண்டிங்ல இருக்கவங்களுக்கு நிறைய வேலை வாய்ப்புகள் தரணும். அவங்க வாழ்க்கை மேம்பட நாமளும் ஒரு கருவியா இருக்கணும்ங்கற எண்ணத்தில் தான் ஒரு ஆயிரம் பேருக்காச்சும் வேல தந்தோம்கற ஒரு ஆத்ம சுகத்துக்காகத்தான். பொதுவா ஸ்பின்னிங் மில்லுனாலே ஏகப்பட்ட பிரச்சனைகள் இருக்கு, பேசாம ஜின்னிங் பேக்டரியே வச்சிடலாம். ஆனா அதுல நான் நினைக்கிறாப்ல இவ்வளவு பேருக்கு வேல தரமுடியாது. அதனால் எந்தவிதமான தொந்தரவுகள் வந்தாலும் ஏற்றுக்கொண்டு மில்ல நடத்துறதுன்ற முடிவுலதா ஆரம்பிக்கப்பட்டிருக்கு இது வரையிலும் நல்லபடியாத்தான் ஓடிக்கிட்டிருக்கு.”

“இன்னிவரைக்கும் முப்பது பிரேம் மாட்டிருக்கோம். முன்னூறு பேர் வரையும் வேலை பார்க்கறாங்க. இன்னமும் மிசின் மாட்டிருக்கோம். அதுக்காக புதுசா கட்டட வேலையும் நடந்துகிட்டிருக்கு எல்லாருக்குந் தெரியும். இன்னமும் கொறைஞ்சது ஐநூறு பேராச்சும் வேலைக்கு எடுக்கப் போறோம். அதனால் இத்தனை பேருக்கும் வேல குடுக்குறதுன்னா எனக்கு ஒரு தெம்பு வேணும், தைரியம் வேணும். அதெல்லாம் யார் தர்ரது..?”

சில வினாடி பேச்சை நிறுத்தி தொழிலாளர்களைப் பார்த்தவர், “எல்லா நீங்கதான் தரணும் ஒங்க கைலதா எல்லாமே இருக்கு”என்றார்.

“அப்புறம், இன்னிக்கு நூல் மார்க்கெட்ல, நம்ம சரவுண்டிங்ல எல்லா மில்லக் காட்டிலும் நம்ம மில் நூலோட விலை கம்மியா இருக்கு ஏன்? அந்த மில்லுகளைக் காட்டிலும் நாம் அஞ்சு ரூவா அதிக விலையுள்ள பஞ்சுதான் போடுறோம். இருந்தாலும் நூலுக்கு ரெண்டு ரூவா கம்மியா இருக்கு. இதுக்கெல்லா காரணமென்னா? யோசிங்க. யோசிச்சுப் பாருங்க. என்னங்க மாஸ்டர் நா சொன்னதுல ஏதும் தவறு இருக்கா?”

கைகளைக் கட்டி விட்டத்தையே வெறித்துக் கொண்டிருந்த ஸ்பின்னிங் மாஸ்டர் திடுமென வந்த கேள்வியால் தடுமாறி, சமாளித்து, "ஆமாங்க நீங்க சொல்றது உண்மதாங்க தேவி மில்ல விட நம்ம மில் நூல் ரெண்டு ரூவா கொறைச்சல் தான். பேப்பர்ல கூட தினமும் வருதே.

"இதுக்கெல்லா என்ன காரணம்ங்கிறீங்க?"

முதலாளிக்குக் கேக்கிற மாதிரி மெதுவாகச் சொன்னார் மாஸ்டர், "நாம புது மில் சார். மொதல்ல அப்பிடித்தா இருக்கும் நம்மளோட கேன்வாசிங்ல போகப்போகக் கூடிடும்."

சொன்ன அவரை ஒரு வினாடி, 'எனக்குத் தெரியும்' என்பதுபோல் வெறித்துப் பார்த்துவிட்டு, "மாஸ்டர் சொன்னதும் ஒரு காரணம். ஆனாலும் புது மில்லுல நல்ல வெரைட்டின்னா ஒத்துக்கிறவா போறாங்க. நம்மகிட்ட நூல் பாலீஸ் கெடைக்கல ஏன்? பஞ்சு நல்ல பஞ்சுதான் போடுறோம். மிக்சிங்கும் சரியாத்தா இருக்குது. வேற என்ன குறை?

நீங்கதா சுத்தமா வேல பாக்கணும். புளூ ரூம்லருந்து ஸ்பின்னிங் வரையிலும் நூல்ல தூசி ஒட்டக்கூடாது. முக்கியமா ஸ்பின்னிங் சைடர்கள் அட்டை அடிச்சு தூசி கிளப்பறதா அடிக்கடி ரிப்போர்ட் வருது. மொதல்ல அத கட் பண்ணணும். அடுத்து ஒரு முக்கியமான விசயம் என்னான்னா, இந்த வேஸ்ட் ஸ்பின்னிங்ல அப்பறம் போண்டாஸ் ஏர் பஞ்சுயெல்லாம் எக்கச் சக்கமா வேஸ்ட்டாவுது. எத்தன பிரசண்ட் மாஸ்டர்?"

கையிலிருந்த பேப்பரை புரட்டிப் பார்த்து, "பதினோரு பிரசண்ட் சார்" என்றார்.

"ம். பதினோரு பிரசண்ட், நீங்களே யோசிச்சுப் பாருங்க. புளூ ரூம்லருந்து காடிங் வந்து டிராயிங் போட்டு சிம்ளக்ஸ் வந்து ஸ்பின்னிங்ல பதினோரு பிரசண்ட் வேஸ்ட்டாவுதுன்னா மறுபடியும் ஒரு ரவுண்டு வர எவ்வளவு செலவு. கரண்ட் சார்ஜ், அந்த டிபார்ட்மெண்ட ஆட்களோட சம்பளம், மெசின் தேய்வு எல்லாம் எவ்வளவு விரயமாகுது? கூடுனது அஞ்சு பர்சன்ட் வரலாம். பதினொண்ணுங்கறது டூமச். நூல் உற்பத்தி பண்றமா இல்ல பஞ்சு உற்பத்தி பண்றமா? முதல்ல இது தவிர்க்கப்பட வேணும்...

அப்புறம். இந்த லீவு கேக்குறவங்க அந்தந்த சிப்டுக்கு வந்துதான் வாங்கிக்கிட்டு போகணும். முன்கூட்டியே தர கஷ்டமா இருக்கு. அந்த சிப்ட்ல வந்து ஆள் சரியா போச்சுன்னா தாராளமா வாங்கிட்டுப் போங்க என்னங்க மாஸ்டர். அவ்வளவுதானா, வேற எதுமிருக்கா" என்றவர் எதையோ மறந்து போனவராய்,

“ஸ். வேற உங்கள்ல யாராச்சும் எதுனாச்சும் கேக்கறதா இருந்தா கேளுங்க. கூட்டமே ஒங்களுக்காகத் தான்.”

மாஸ்டரும் முதலாளியும் யாராவது எழுந்திருக்கின்றார்களா என்று பார்த்தார்கள். அவர்களோடு சேர்ந்து தொழிலாளர்களும் தங்களில் யாராவது எழுகின்றனரா எனத் தேடினர்.

“சரிங்க மாஸ்டர் வேற என்னாருக்கு?”

“இந்தா ஒரு நிமிசங்க. இந்த மாசத்தில் இருந்து ஆறுமாத ட்ரெயினிங் எடுத்த, நிமிடத்திற்கு பன்னிரண்டு இழைகள் ஓட்டிய ஸ்பின்னிங் தொழிலாளர்களுக்கும் மற்ற பிற டிபார்ட்மெண்டுகளில் உள்ள சிலருக்கும் இன்றுமுதல் சம்பளம் போடப்படுகிறது. அவர்களது பெயரை நமது முதலாளி அவர்கள் அறிவிப்பார்கள்.”

முதலாளியிடம் பெயர் பட்டியலைத்தர, அவர் ஒவ்வொரு பெயராக அறிவிக்க, கை தட்டல்,

“சரீ. இப்ப கொஞ்சம் பேருக்கு சம்பளம் போட்டிருக்கு இதுபோல இன்னமும் சம்பளம் வாங்காத எல்லோரும் கூடிய சீக்கிரம் வாங்க முயற்சி பண்ணணும், வேலைல கண்ணுங் கருத்துமா இருக்கணும். நிச்சயமா தகுதியானவங்களுக்கு வேண்டிய சலுகைகள் கிடைக்கும்” என்றவர், “வேற கேள்வி,”

“சிப்டுக்கு ஆள் பத்த மாட்டேங்குதுங்க. அடிக்கடி லீவு வேற ஆயுடுதா” கூட்டத்தில் அமர்ந்திருந்த தியாகராஜன் திருஷ்டிப் பரிகாரம் போல எழுந்து மாஸ்டரைப் பார்த்துக் கேட்டான்.

“அதா லீவு குடுக்கறத ஒங்கிட்டயே விட்டுட்டம்.”

“ஆனாலும் பத்தலைங்க.”

இன்னமும் நிறைய பேர் தேவைப்படுகிறது. புதிதாக ஆள் எடுக்க வேண்டும் என்று கேட்க நினைத்தாலும் முதலாளி முன் கேட்க முடியவில்லை. மாஸ்டர் கொஞ்சம் யோசனை செய்வது போலிருந்தது. முதலாளிக்கும் அவன் தர்மசங்கடமான கேள்வியைக் கேட்டுவிட்டது போல் தோன்றிது.

அப்போது இன்னொரு மேஸ்திரியான கந்தசாமிக்குத் தானும் ஏதாவது கேட்க வேண்டும் போலத் தோன்ற, கிளார்க்குகள் ஓரமாய் நின்றிருந்த அவனும் அங்கிருந்தபடியே குரல் கொடுத்தான்.

“ஆமாங்க, அதுமில்லாம வார லீவுன்னு வேற சிப்டுக்கு டிபார்ட்மண்டுக்கு நாலஞ்சு பேராச்சும் போயிடுது” என்று தன் மேதாவித்தனத்தை முன்வைத்தான்.

நாடியை ஆள்காட்டி விரலால் தட்டிக் கொண்டிருந்த முதலாளி மாஸ்டரை ஏறிட்டு நோக்க, மாஸ்டர் முகத்தில் பிரகாசம் தோன்றது.

"அப்படியா... அப்பசரி, இனிமே வாரலீவை கேன்சல் பண்ணிருங்க. அன்னிக்கும் எல்லாரும் வேலைக்கு வந்துறட்டும்" என்று கிளார்க்குகளிடம் உத்தரவு போட்டார் மாஸ்டர். தொழிலாளர்கள் பக்கம் திரும்பி "சம்பளம் போட்டவங்களுக்கு எல்லா அன்னிக்கு ஓட்டியா போட்டு சம்பளம் தந்துடலாம்." எல்லாம் கொஞ்ச நாளைக்கித்தா அப்புறம் புது ஆளுக வந்த ஒடனே வழக்கம் போல லீவு தந்துடுவோம். அது வரைக்கும் எல்லாரும் ஒத்துழைச்சு மில்ல நல்ல முன்னேற்றத்துக்கு கொண்டு வரலாம். அதனால எல்லாரும் வாரலீவ பாக்காம வேலைக்கு வந்துருங்க."

தொழிலாளர்கள் முகத்தில் மயான களை கட்ட படபடக்கும் நெஞ்சோடு ஒருவரை ஒருவர் பார்த்துக் கொண்டு கசமுசவெனப் பேசினர்.

ராசுவோ படபடப்பைக் குறைத்துக் கொள்ள முயற்சித்தான். அருகிலிருந்த மருதமலையிடம், "இங்க படுற அவதிக்கு வாரத்துக்கொருக்கா நிம்மதி அன்னைக்கும் வேட்டு வச்சிட்டானே இந்தக் குள்ளப்பய கந்தசாமி" என்றான்.

தொழிலாளர்கள் அனைவரும் தியாகராஜனையும் கந்தசாமியையும் சபிக்க தியாகராஜனுக்கு என்னமோ போலிருந்தது. கந்தசாமியோ ஓரமாக ஒதுங்கி நின்றான், முதலாளி பார்வை படுமிடத்தில். தொழிலாளர்களின் முணுமுணுப்பு சில வினாடிகள் நீடித்தது. அதைத் துடைக்கவும் மாஸ்டரின் பேச்சுக்கு வழிமொழிவது போலவும் பேச முதலாளி கனைத்துக் கொண்டார்.

"இந்த மாதிரி வார லீவுலயும் வேல பாக்குறதுங்கறது புது ஆளுகளுக்கும் கூடுதல் ட்ரெயினிங்கா இருக்கும்ல."

"ஆமாங்க அதுகூட ஒரு வகைல நல்லது தா. சீக்கிரமா வேல பழகுனாங்கன்னா வேகமா சம்பளம் வாங்கவும் வழி வகுக்கும்." தொழிலாளர்கள் மீது தனக்குள்ள அக்கறையை வெளிப்படுத்தி விட்டதாக எண்ணிக் கொண்டார் மாஸ்டர்.

"வேற டயமாகுது" முதலாளி கடிகாரத்தை பார்த்தார். மெசின்கள் நிற்பதையும் பார்த்தார்.

"ஒரு ரிப்போர்ட்டுங்க... காடிங் மேஸ்திரி கந்தசாமி கொண்டு வாரார். அதாவது, காடிங் சிலிண்டர்ல ஒரு தகடு புகுந்துடுச்சு. நல்ல வேளையா மேஸ்திரி பாத்து நிறுத்திட்டார். ஆனாலும் சில முள் கம்பி நாசமாயிடுச்சு. கொஞ்சம் லேட்டாயிருந்துச்சுன்னா சிலிண்டரே போயிருக்கும்."

"வாட் அப்பிடியா?" நெற்றியைச் சுருக்கிய முதலாளி சில வினாடிகளுக்கு பின், "சிலிண்டர் போனா எவ்வளவு நஷ்டம்?"

“சுமார் பதினையாயிரம் வரும்ங்க.”

“பாருங்க. நீங்களே பாருங்க தொழிலாளர்கள் பக்கமாக இரு கைகளையும் ஏந்தியவாறு கூறினார். அஜாக்ரதையா வேல பாக்குறது எந்த அளவுக்கு கொண்டுபோயி விடுதுன்னு. ஓங்கள நம்பித்தா கோடிக்கணக்கான சொத்துக்கள் விட்டுட்டுப் போறேன். பதினையாயிரங்கிறது கிட்டவா இருக்கு... யார் செஞ்சது?

“கந்தசாமி. அந்த ஆள கூட்டியாங்க” மாஸ்டர் சொல்லவும் முன்னால் வந்த கந்தசாமி கூட்டத்தின் பக்கம் திரும்பி,

“மருதமலே.” கனத்த குரலில் அழைத்ததும், காதுகளையே நம்பமுடியாமல் எழுந்து வந்தான் மருதமலை. எப்போதோ முடிந்துவிட்ட பிரச்சனை இப்போது மீண்டும் தலை தூக்குகிறதே ராசு உட்பட தொழிலாளர்களில் பெரும்பாலோருக்கு திடுக்கென்றிருந்தது.

“ம்... நீதானா அது? எப்படி தகுடு உள்ள போச்சு.” தகடைக் காண்பித்து மாஸ்டர் கேள்வி கேட்டார். மருதமலைக்கும்அதுதான் கேள்வியாய் நின்றது. எப்படி தகடு உள்ளே போனது?

இதே கேள்வியைத்தான் அன்றைக்கு மேஸ்திரி கந்தசாமியிடம் மருதமலை கேட்டான்.

“ஏங்கிட்டயே கேள்வி கேக்குறியா?” துள்ளிக் குதித்தான் கந்தசாமி.

“இல்லண்ணே, இப்பத்தே சுக்கூஸ் போனே. அதுக்குள்ள எப்படி... முடிக்காமல் இருந்தான் மருதமலை. முழுமையாக மேஸ்திரியைச் சொல்லிவிட முடியாது. சுக்கூஸ் போய் திரும்புகிறபோது இந்த காடிங் சிலிண்டருக்குள் கையை விட்டுக் கொண்டிருந்த மேஸ்திரியைச் சொல்லாமல் இருக்கவும் முடியாது. மேலும் தகடுக்கு இங்கே என்ன வேலை? ஒருவேளை மேஸ்திரியே கைதவறி போட்டுவிட்டு பழி வருகிறபோது தன்னை மாட்டி விடுகிறாரோ.

“ஏன் பதிலக்காணோம்” மாஸ்டர் அதட்டினார்.

“எனக்குத் தெரியாதுங்க சார். நாம் போடல, அப்ப ஒண்ணுக்குப் போயிருந்தே... போயிட்டு வரும்போது மேஸ்திரி தகடோட நிக்கிறாரு எனக்குத் தெரியாது மொதலாளி” இரண்டு பேரிடமும் ஒப்பித்தான்.

“போகும்போது யார்கிட்ட சொல்லிட்டுப் போன?” முதலாளி கேட்டார்.

“அன்னிக்கி வேற யாரும் வரலிங்க மொதலாளி. நா ஒருத்தந்தா வேல பாத்தே.”

"எத்தனங்காடு ஓடுச்சு."

"பதினாலுங்க,"

"பதினாலா? அத்தனையும் நீதா ஓட்டினியா?" திகைப்போடு கேட்டார் முதலாளி,

"ஆமாங்க,"

அடுத்த வினாடியில் திகைப்பை மாற்றி வழக்கமான தோரணையில், "மீதியெல்லாம் என்னாச்சு?" என்று மாஸ்டரை கேட்க.

கிளார்க் ரவி முன்வந்து சொன்னார், "மீதி ஏழும் மெக்கானிகல் பால்ட்ல நிக்கிது."

"சரி ஆள் பத்தலன்னா கிளார்க்குகிட்ட சொல்லி கேக்கலாம்ல."

"கேட்டேன் சார். ஆளில்ல இன்னிக்கு ஒருநாள் அசஸ் பண்ணி ஓட்டுன்னாருங்க."

கிளார்க்கைப் பார்த்தார் முதலாளி,

"கூட வேல பாக்குற ஆளு ஏதோ மேரேஜ்னு போய்ட்டார் சார். ஓட்டியா யாரையும் பாக்கச் சொல்ல வேணாம்னு மாஸ்டரோட உத்தரவு."

மாஸ்டர் பேசினார். "சரி நீ ஒருத்தனா வேல பாக்குறல்ல. மெசின விட்டு அசஞ்சா ஏதாச்சும் நடக்கும்னு தெரியும்ல. அப்புறமும் ஏன் போன?"

"வந்ததுலருந்து ஒண்ணுக்குப் போகவே இல்லிங்க."

"ஆமா, பதிலு மட்டும் விசுக்குன்னு சொல்லியிருங்கப்பா. மொதலாளிகிட்ட தப்பு நடந்து போச்சுன்னு சொல்லி வுட்டுடுங்கன்னு கேக்காம பதிலுக்கு பதிலு பேசுறியே கொஞ்சம் தவறுச்சுன்னா சிலிண்டரே போயி மாஸ்டர் சொன்ன மாதிரி பதினஞ்சாயிரத்துக்கு வேட்டு வச்சிருப்ப. நல்ல வேளையா நா அங்ஙன வந்து நிப்பாட்டுனே. ஒண்ணுக்கு போகணும்னா எங்கிட்ட சொல்லிட்டுப் போகலாம்ல. ஆளில்லாட்டி நானாவது மிசினப் பாத்துக்குவேன்ல,"

இவ்வளவு நேரம் வாய்பாரித்துக் கொண்டிருந்த கந்தசாமிக்கு இடம் தோதாகப் படவே சடாரென புகுந்து தானே மில்லைத் தூக்கி நிறுத்துவது போலப் பேசியதும். அவனுடைய குரல்வளையைப் பிடிக்க வேண்டும் போல ஆவேசம் வந்தது ராசுவுக்கு, மருதமலையோ அறுக்கப் போகும் ஆடாய் விழித்தான்.

"சரி. ஏன் நீ மேஸ்திரி சொன்ன மாதிரி, அவர்ட்ட கூட சொல்லிட்டுப் போயிருக்கலாம்ல, ஏன் சொல்லல?" மாஸ்டர் கேட்டார்.

“தேடிப் பார்த்தேங்க சார். அவரக் காணாம். போனதும் வந்துரலாமேன்னு” முடிக்குமுன் கந்தசாமி பாய்ந்தான்.

“ம். பாரு சார். நா என்னா தொலைஞ்சா போய்ட்டேன். எட்டுமணி நேரமும் ட்ராயிங்கையும், சிம்ளக்ஸையும், காடிங்கையுமே நாயா சுத்திட்டே தா இருக்கே. “எங்கடா சாக்குன்னா இளிச்சவாயெங் குடுமிலேன்ன மாதிரி” என்னச் சொல்ற. சரி அப்படியேன்னாலும் மிசின எப்பிடிங்க நா நிறுத்திருக்க முடியும்.”

“அடேய்... கந்தசாமி குள்ளப்பயலே... மாஸ்டரும் கிளார்க்கும் அசந்த நேரம் பார்த்து ரெஸ்ட் அவுசுல போய்த் தூங்கறது ஆருக்கும் தெரியாதுன்னு நெனச்சியா?” என்று கத்தி அவன் சட்டையைப் பிடித்து இழுக்க வேண்டும் என்று தோன்றியது சிவனாண்டிக்கு. ராசுவின் முதுகைப் பிடித்துக் கொண்டான்.

“சரி டயமாகுது. டக்குன்னு முடிங்க. இதுக்கு என்ன செய்யலாங்கறீங்க?” அலுப்போடு சோம்பல் முறித்தார் முதலாளி.

“இது சாதாரணமான தவறில்லிங்க ஆரம்பத்துல இதுக்கு டிஸ்மிஸே பண்ணிடலாம்னு நெனச்சோம். ஆனா இது உங்க முன்னால கவனத்துக்கு வந்ததுனாலயும், தவறு பெரிசா இருந்தாலும் மயிரிழையில தப்பிச்சதாலயும் ஒரு வாரம் சஸ்பென்சன் குடுக்கலாம்னு இருக்கேன்,”

“ம்... எப்பிடியோ செய்ங்க. ஒரு தொழிலாளி தண்டிக்கப்படுறதுங்கறது ரொம்பக் கஷ்டமாத்தா இருக்கு. ஆனாலும் இது உனக்கு தண்டனை இல்ல ஒரு படிப்பினைன்னு நெனச்சுக்க. இனிமேலாச்சும் வேலைல கண்ணுங் கருத்துமா இருக்கப் பாக்கணும். இதுபோல தவறுகள் இனியும் நடக்கக் கூடாது” முதலாளி முடித்ததும்.

“சரி இன்றைய கூட்டம் இத்தோடு முடிஞ்சது. எல்லாரும் வேலைய பாருங்க” மாஸ்டரின் உத்தரவின்படி இயந்திரங்கள் மீண்டும் இயங்க ஆரம்பித்தன.

4

“சரி... ஆனது ஆச்சு. நம்ம தலவிதி அப்பிடி ஆட்டுது. இதுல ஆரச்சொல்லி என்னா புண்ணியம்.? எந்திரிச்சு குளிங்க காலைல மில்லுலருந்து வந்ததும் படுத்த மனுசெ எவ்வளவு நேரந்தே படுக்கைலயே கெடக்கறது.”

அடுப்புப் புகை தேவகியின் முகத்தை லாவிப்பிடிக்க முயற்சிக்க, அதற்கு இடந்தராதவள்போல அப்படியும் இப்படியுமாய் முகத்தைத் திருப்பியும், சுளித்தும் கொடுத்தவாறு தீயை ஊதி எரித்துவிட்டாள்.

அவளின் தேறுதல்மொழி மெல்ல அசைத்தாலும் எழுந்திரிக்க மனமில்லை மருதமலைக்கு. எழுந்து என்ன செய்ய? வெளியே போகவும் முடியாது. கண்ட இடமெல்லாம், ஒரே விசாரிப்புதான். உச் உச் என்ற பச்சாதாபங்களும், ‘என்னப்பா எம்புட்டு வெவரமா இருப்ப, அங்கே போய் கவனப்பெசகு செஞ்சுட்டியே’ என்ற பரிதவிப்புகளுமே மனுசனைப் பாதி கொன்றுவிடும். மறுபுறம் திரும்பிப் படுத்தார்.

பாதி கோரையை இழந்திருந்த அந்தப் பழம்பாய் இப்போது மருதமலையின் ‘அரைப்பால்’ இன்னுஞ் சிலவற்றை ஒடித்துக் கொண்டதோடு முதுகிலும் குத்தியது.

“காலம் பூரா கெணத்துக்குள்ள கெடந்தும் மல ஏறி வெறகொடிச்சும் செத்துகிட்டிருந்தப்ப, மில்லு ஒண்ணு வந்து தூக்கி நிறுத்தப் போறேங்கிற மாதிரி வந்துச்சு. என்னத்தியோ ஆறு மாசம் ஓசி வேல பாத்து பொழுத ஒப்பேத்துனாலும், போன மாசம் மூனு ரூவா சம்பளம் போட்டாலும் எம்புட்டு சந்தோசப்பட்டுச்சு இந்த மனசுப்பய. கழுத ப்சு அதுக்குள்ள இந்த பாழாப்போற கடவுளுக்கு பொறுக்கல கெட்டபேர தந்துருச்சு.” வைத்த இடத்தில் துடுப்பைக் காணாது, புகை மண்டிய கண்களோடு துழாவினாள்.

தேவகி பேசப்பேச மருதமலைக்கும் இதயம் நெகிழ்ந்து போனது. பழசெல்லாம் நினைவுக்கு வர கண் கலங்கிவிட்டது. மெல்ல படுக்கையிலிருந்து எழுந்தார்.

“கெட்ட பேரு கூட எனக்குப் பெர்சா தெரியல தேவகி, திங்கற புள்ளீக ரெண்டையும் வச்சுகிட்டு காப்பைசா வருமானமில்லாம அந்த ஆறு மாசமும் அதுக முன்னால முழிக்கக்கூட எம்புட்டு வெக்கமா இருந்துச்சுங்கிற?” பெத்த தகப்பன்னு இருந்துகிட்டு, வாங்கித்திங்க அஞ்சுகாசுகூட தரமுடியாத ஒரு சீர்கெட்ட பொழப்பு ச்சே. நெசமாகவே... நெசமாவே சொல்றே நாண்டுகிட்டு செத்துடலாமான்னு கூட நெனச்சேன். அப்புடி கேவலப்பட

இருந்து ஒன்னய வேலைக்கனுப்புச்சு, நீ சம்பாரிச்ச காசுல சோறு தின்னு, நீ குடுத்த காசுல பீடி வாங்கி குடிச்சு. சேச்சே எம்புட்டு கீழ்த்தரமான பொழப்பு பொழச்சிருக்கேன். தலையை உலுக்கிக் கொண்ட மருதமலை, "அந்த ஆறு மாசத்துக்கும் அவங்ககிட்ட கட்டுன பொண்டாட்டியா தோட்டவேல செய்யவும். களையெடுக்கவும், கட்டடத்துக்கு செங்க சொமந்தூ. ஈஸ்வரா! தா வர நாள்ல என்னென்ன செய்யலியோ அத்தன வேலயும் செஞ்சுட்டே! ப்ச் அப்படி செஞ்சுங்கூட ஒரு நல்ல பேரு இல்லியே தேவகி. ஆறு மாசம் வாங்குன கடன் அடைக்கங்குள்ள இப்பிடி சஸ்பென்ட் பண்ணிட்டாகளே!" தலையில் அடிக்காத குறையாக ஒப்பித்தார் மருதமலை.

தேவகி விக்கித்துப் போனாள். இந்த மனுசனுக்குள்ள எம்புட்டு ரணம்?

"அட நீங்க என்னஙக நாந்தே ஏதோ பொட்டச்சி பொலம்புறேன்னா, நீங்க ஒப்பாரியே வக்கிறீகளே... நீங்க சம்பார்ச்சா என்னா, நா... சம்பார்ச்சா என்னா. இதுல என்னா கேவலம்? நீங்க என்னா தப்பான வழிலயா செலவழிச்சுப் போட்டு வீட்டுக்கு காசில்லைன்னீக, நாளைக்கு ஆயிரம் ரெண்டாயிரம்னு சம்பளம் வாங்குறப்ப வேறொருத்திக்கா தரப் போறீக. நாந்தான தின்னு ஆளப்போறேன். இதுக்குப் போயி இம்புட்டு சங்கடப்பட்டுகிட்டு... எந்திரிங்க எந்திரிச்சு போய் குளிங்க. நெரந்தரமான வேலன்னா எல்லா இருக்கத்தான் செய்யும். நல்லா பொலம்புனீக பொட்டச்சி மாதிரி. எந்திரிங்க" "ப்ச். நம்மளப்போல இல்லாதவக வீட்ல பொலம்பறது பொட்டைக்கடுவான்னு கணக்கா இருக்குது" சொல்லிக்கொண்டே எழுந்து பாயைச் சுருட்டி மூலையில் போட்டுவிட்டு துண்டை தேடி எடுத்தார் மருதமலை,

"வீட்ல ஆரு மருதமல இருக்காள்ளயா..?" வாசலில் நின்றபடி உள்ளே எட்டிப் பார்த்தார் வேலாயுத கவுண்டர். திரும்பிப் பார்த்த மருதமலைக்கு நெஞ்சு பக்கென அடைத்துக் கொள்ள, "வேலாயுதண்ணனா வாங்க" என்றார்.

"உள்ளே வாரது இருக்கட்டும்ப்பா ரெண்டு வாரமா எங்க கந்து கட்ட காணாம் இப்ப மூனாவது வேற ஆயிருச்சு. வந்து கேக்கலீன்னா தர்றது கெடையாதா? அங்க சந்தாவுல மனுசன நாயப் பேசுனாப்பல பேசுறாங்க" உள்ளே நுழைந்ததும் சுடு தண்ணியைக் காலில் ஊத்திக் கொண்டவர்போல் பேசினார்.

ஊரில் திருவிழா சந்தா என்று வாரமொருமுறை சந்தா வசூலித்து அதை சந்தாதாரர்களுக்கும், அவர்களின் ஜாமீனில் மற்றவர்களுக்கும் வட்டிக்கு விடுவது வழக்கம். அதன் பொருளாளர் வேலாயுதக் கவுண்டர். அடுப்பில் களி கிண்டிக் கொண்டிருந்த

தேவகி திரும்பிப் பார்க்காமல் நடக்கிற சம்பாஷனையைக் கேட்டுக் கொண்டிருந்தாள்.

"ஆமாண்ணே கொஞ்சம் தவறுதலாயிடுச்சு சமாளிச்சுக்குங்க போன மாசமிருந்துதா சம்பளம் போட்டுருக்காக. இன்னிமே தவறாம வந்திடும். அடுத்த வாரம் மொத்தத்தையும் கட்டீறலாம்."

"இனி என்னா அடுத்த வாரம் இப்ப குடுப்பான்னா?"

"இப்ப... இல்லண்ணே ஒரு வாரத்துக்கு வெலகல் பண்ணிட்டாக. அடுத்த வாரம் கொண்டாந்து கட்டீர்றேன்."

"என்னப்பா ஒன்னோட தொல்லையா போயிடுச்சு. என்னோட நெலய யோசிக்க மாட்டேங்கிறியே."

"தெரியும்ணே ரெண்டுநா பொறுங்க... போயாச்சும் அடுத்த வாரத்துக்குள்ள எப்பிடியும் கட்டிடுறேன். ரெம்ப கஷ்டமா இருக்கு மருதமலையும் விடாக்கண்டனுக்கு கொடாக் கண்டனாக பதிலளித்தார்.

"ஆமா கஷ்டம்னா கஞ்சி குடிக்காமத்தான கெடக்க. சரிசரி வந்ததுக்கு ஏதாச்சும் தா..." வேலாயுதக் கவுண்டரும் நகர்வதாகத் தெரியவில்லை.

மருதமலையால் என்ன பதில் சொல்வதென தெரியவில்லை. "இருந்தா வச்சுக்கிட்டா இல்லேங்கிறேன்."

"ந்தா அந்தப் பேச்செல்லா விட்ரூ... இப்ப ரூவா வேணும்ப்பா" தரையில் காலை உதைத்துக் கெட்டியாக நின்றார் வேலாயுதக் கவுண்டர். களிகிளறலைக் கிண்டி மூடிவைத்து விட்டு கணவரருகே வந்த தேவகி,

"என்னங்க நீங்க. அவரும் கடிஞ்சு கேக்கறப்ப சொன்னதையே சொன்னா எப்படி? பாவம் அவருக்கு எம்புட்டு கஷ்டமோ" என்றவள் வேலாயுதம் பக்கம் திரும்பி, "நீங்க போங்கய்யா. எப்படியும் நாள நாளன்னைக்கி தந்திர்றோம்." என்றாள்.

இடையில் புகுந்த மனைவியை எரிப்பவன் போல பார்த்தார் மருதமலை, வேலாயுதத்திற்கு அவனைக் காட்டிலும் தேவகி பேசியது நல்லவிதமாய்ப் பட்டாலும், ஏதோ ஒன்று வாயை அடைத்தது போலிருந்தது.

"என்னம்மா நீ... புரியாம பேசுறயே... நாள நாளன்னைக்கின்னு நீவாட்டுக்கு ஈசியா வாயில சொல்லீருவ அதோட அரும எனக்கில்ல தெரியும்." குரலில் வேகம் தணிந்திருந்தது.

"தயவு பண்ணி கொஞ்சம் பொறுத்துக்குங்க. நாளக்கே முடிஞ்சாக்கூட தந்துருவோம். இல்லேன்னா நாளன்னைக்கி கட்டாயமா தந்துர்ரோம்ங்கய்யா" அடித்துச் சொன்னாள்.

“ப்ச் வெவஸ்த இல்லாம ஜாமீன் ஏத்துக்கிட்டேம் பாரு, நம்மளச் சொல்லணும்” என்று தனக்குள் முனகிக் கொண்டவர், “இத பாரு மருதமல. நாளன்னிக்குள்ள வந்திரணும் அன்னிக்கும் தேதி சொன்னா, நா மனுசனா இருக்க மாட்டேன்...”

அவர் தலை மறையும் மட்டும் பார்த்துவிட்டு தேவகி பக்கம் திரும்பிய மருதமலை, “என்னா அர்த்தத்துல நாளைக்கி தர்ரேன்னு உறுதி சொன்ன?” என்றாள்.

“வேற என்னா பண்ணச் சொல்றீங்க. கடம்பட்டுட்டோம். வேகங் காட்டலாமா. அந்தாளு பேச்சு ஒரு தினுசா போச்சுது, நீங்களும் சொன்னதையே சொல்லிட்டு இருந்தீக. இப்படியே போனா சத்தம் பெருசாப் போயிருமேன்தா ஒரு வார்த்த சொன்னேன்.”

“சரி, நாளக்கி வந்தா.”

“அத நாளக்கிப் பாப்பம். இப்ப போய் குளிச்சுட்டு வாங்க. களி ஆறிடப் போகுது தண்ணிய வெளிய கொண்டுபோய் வக்கெட்டா” அவரது பதிலைக் கேட்டகாமலே வாசலுக்குக் கொண்டு போனாள். வேஷ்டியை அவிழ்த்துக் கொடியில் போட்டுவிட்டு கோவணத்தோடு வந்தவர், நீரை மொண்டு தலை வழியே ஊற்றலானார். படுத்திருந்த களைப்பு, அலுப்பு எல்லாம் நீரில் கரைந்தது போலிருந்தது.

“என்னா மருதமலேய். கண்ணோரத்துல களிப்பு?”

சத்தம் கேட்டு நிமிர்ந்தபோது பட்டாளமும் ராசுவும் வந்திருந்தனர். “அடடே வாங்க வாங்க” தலையில் வழிந்த நீரை சுத்தமாய் வழித்து விட்டு வரவேற்றவர், “ஏன் கைய கட்டிட்டு வெளியே நிக்கிறீக. தேவகி, அய்யாவும் ராசுவும் வந்துருக்காங்க, பாய போடு” உள்ள போய் ஒக்காருங்க, ரெண்டு நிமிசத்துல வந்திர்றேன்” என்று உள்ளும் புறமுமாக மாறிமாறி பேச்சு கொடுத்துவிட்டு அவசர அவசரமாய் ஊற்றிக் கொண்டார்.

“குனிஞ்சு வாங்க நெல தட்டும் என்று பரிவு பொங்க அழைத்த தேவகி பாய் விரித்ததும் ராசு சம்மணம் போட்டு அமர்ந்தான். பட்டாளம் சுவரில் சாய்ந்து குத்துக்காலிட்டுக் கொண்டார்.

“எப்பிடிம்மா இருக்கீங்க?”

“இருக்கம்யா. அம்மா நல்லாருக்காங்களா சிம்னி விளக்கை அவர்கள்முன் வைத்தாள்.

“ம். அவளுக்கென்ன...”

எதிலும் கலக்காமல் ராசு அந்த வீட்டைக் கண்களால் ரவுண்டடித்தான். நாலு புறமும் புகை படிந்து பழுப்பேறிய சுவர்கள். அடுப்படி படுக்கையறை எல்லாம் ஒன்றாகவே இருந்தன.

கொடியில் நாலைந்து பழந்துணிகள். அதற்கு மேலிருந்த பலகையில் ஈயப் பாத்திரங்களும், பித்தளை டம்பளர்களுமாய் பத்துப் பன்னிரண்டு கவிழ்த்து வைக்கப்பட்டிருந்தன. மேலே தகரம். அங்கும் புகைக் கறுப்பு.

“தேவகி... பட்டாளத்துக்காருக்குச் சோறு போடு, துவட்டிய துண்டை கொடியில் போட்டபடி சொன்னார் மருதமலை.

“அட மொதல்ல நீ உடுப்ப மாட்டுப்பா... கோவணத்தோடயா சாப்புடச் சொல்லுவ.”

தேவகியும் சாப்பிட வற்புறுத்த இந்நேரம் ஆகாதென மறுத்தவர், “ஏம் மருது. மில்லுல என்னமோ கேள்விப்பட்டேன்.” என்று துவக்கினார்.

“அதேன் ராசு சொல்லிருப்பாப்லல்ல.”

“ஆரு என்னா செஞ்சாலும் நேரம்னு ஒண்ணு இருக்குல்லங்கய்யா” தேவகி விரக்தியாய் பேசினாள்.

“இல்லக்கா... இது நேரமில்ல. அனேகமா மேஸ்திரியே உள்ள தவறி விட்டுட்டு தாந் தப்பிக்க இவர மாட்ட விட்டுருக்கலாம்.”

கொஞ்சநேரம் அப்படி இருக்குமோ என யோசித்த மருதமலை, “சொல்ல முடியாது ராசு. அதுமில்லாம ரெண்டு வேருக்கும் சும்மாவே பிடிக்காது. பிடிக்காதுன்னா என்னா, அல்லாப் பயலும் டீ, காபின்னு வாங்கிக்குடுத்து தன்னக் கட்டுவானுக. நாம அப்படியெல்லா பண்றதில்ல அந்தக் கடுப்பு வேற.”

“ஏன் அதகூட செஞ்சிட வேண்டியதான நாயோட ஆச பீயோடன்ன மாதிரி போகுது” தேவகிதான் சொன்னாள்.

“அதெல்லா மீள முடியாதுக்கா. இன்னைக்கி காப்பி வாங்கித் தந்தா நாளைக்கி சீரட்டு சேத்து கேப்பான், அப்புறம் தண்ணி வாங்குடாம்பான் முடியாதுங்கறப்ப பொல்லாப்பு. இது எதுக்கு மொதல்லயே சுழண்டுக்கறதுதான் சரி.”

“ஆமா. அதென்னா அன்னிக்கி ஒங்க கொறதீக்கும் நாளா” நக்கலாய் பட்டாளத்தார் கேட்டுவிட்டு ஒரு காலை மடித்துக் கொண்டார்.

“யார் சொன்னா, அன்னிக்கி பூராம் மொதலாளிக்கு தங்கொறைய சொல்லத்தான் நேரமிருந்துச்சு. இதுல வார லீவ வேற கட் பண்ணிட்டாங்கெ.”

“அது சரித்தே... லீவுல வேலய மறந்துடுவீங்கள்ல அதுக்குத்தான்.”

“அது உண்மதே” என்று சிரித்த மருதமலை, “ப்ச் அந்த ஒரு நாள்தே விடுதல மாதிரி இருந்துச்சு. அதுக்கும் வேட்டு வச்சிட்டான் அந்தக் குள்ளப்பய. ஆனா பாரு ராசு, ஒங்க

ஸ்பின்னிங் மேஸ்திரி பரவால்ல போலிருக்கே ஆள் பத்தலண்ணு தைரியமா கேட்டுட்டாப்லயே,"

"ஆமா ரெம்ப தைரியம்... ஆள் பத்தலன்ன பெறவுதான லீவு கட்டாச்சு."

"சரீ. ஆரம்பந்தான பின்னால எல்லா... சரிப்பட்டுடும். ஒரு வாரம் நிம்மதியா ரெஸ்ட்டு எடு மருதமல போவமா மருமவனே" என்றபடி எழுந்தார்.

"என்னத்தய்யா ரெஸ்ட்டு... ஏற்கனவே கடன் கொரவளய புடிச்சு நிக்கிது என்னா பண்றதுன்னே புரியல" மறந்துவிட்ட புலம்பல் தலை தூக்கியது.

"அட என்னப்பா இன்னாரு மில் கட்டுவாருன்னு நம்பியா பொறந்த? இந்த பொலம்பு பொலம்புற இந்த மூணு ரூவா. வந்துதே ஓங் குடும்பத்துக்கு 'ஊய்ங்க' போகுது. எப்படியும் மேவேல பாத்துதான் சரிக்கட்ட முடியும் இல்லியா? அத வேண்ணா இந்த ஒரு வாரத்துக்கு தொயந்தடியா பாத்து கடங்கப்ப கூட அடச்சிட வேண்டிதான. பேசாம நாளைலருந்து மலைக்குப் போலாம் வா" என்று அடித்துப்பேசி வந்த நோக்கத்தை நிறைவேற்றினார்.

தேவகிக்கும் மருதமலைக்கும் ஒரு தெம்பு கூடியது.

"சரி. அப்ப வாரம்" என்று இருவரும் கிளம்பும்போது "ஆமா எங்க புள்ளைகள காணாம்" என்று விசாரித்தார்.

"எங்குட்டாச்சும் வெளாட போயிருக்கும்யா" தேவகி பதில் தந்தாள்.

"என்னா... மொதலாளி அவுகளுக்கு இப்பதே வகுத்துக்கு அவிசேகம் நடக்குதோ" மோட்டார் ரூமின் கதவைத் திறந்து கொண்டு வெளிச்சத்தைப் பாய்ச்சியவாறு உள்ளே நுழைந்தாள் செல்வி.

திரும்பிப் பார்த்த ஆனந்தன், "தெரியுமே. மனுசன கொஞ்ச நேரமாச்சும் தனியா திங்க விடமாட்டேன்னு. இப்பதே கதவ ஒருக்களிச்சு வச்சு சட்டிய தொறந்தேன். அதுக்குள்ள மூக்கு வேர்த்திருச்சா" பரிகாசம் பண்ணியபடி சோற்றை அள்ளிப் போட்டான்"

ஆமாமா ஓ... சோத்துக்காகத்தே இங்க வந்துருக்கமாக்கும் பாவம், அப்பிடி கிப்பிடி நெனச்சு திங்காம எந்திரிச்சிறாத."

"ஏன் பூராத்தையும் அப்படியே நீ அமுக்கிறலாம்னு பாக்குறியா. நம்மால பசி பொறுக்க முடியாது தாயி. இன்னோர் நாளைக்கி வேணா தரேன்."

"அடடே என்னா தாராள மனசு. ஒவ் வறட்டி எடுத்த நெல்லுச் சோத்தத் தின்னுட்டாலும் சொர்க்க லோகந்தா போயிடனும்."

“என்னமோ ஏழைக்கேத்த எள்ளுருண்ட. அடச்சே நாயே வேல நேரத்துல இங்கென்னா வேல போய்க் கள பிடுங்கு.”

“இந்தா நாயிகீயின்ன... மருவாதி கெட்டுப் போகும்.”

மோட்டார் ரூமுக்குள்ளிருந்து தண்ணீர்த் தொட்டிக்கு செல்லும் இரும்புக் குழாயை அணையாக நின்றவள் எகிறிக் கொண்டு வந்தாள்.

“பின்ன கழுதன்னா சொல்ல, கொஞ்ச நா போகட்டும் ஒரு காப் பவுனாச்சும் சம்பாதிச்சுக்கிறேன். பேச்சப் பார்றா லவலவன்னு போயி வேலய பாப்பாளா. இங்கென்னா சோறு ஊட்டி விடவா வந்த, இந்தா அதயாச்சு... செய்யி...” என்று தூக்குச் சட்டியை நீட்டினான்.

“ஆமா ஓம் மொகறக்கி அது ஒண்ணுதாங் கொரைச்சலு,” “வேற என்னா சினிமாவுல வர்ற மாதிரி முத்தம் வேணா குடுத்துட்டுப் போ...” சொல்லிவிட்டு முன் ஜாக்கிரதையாக உடலைக் குறுக்கிக்கொண்டு சிரித்தான்.

“அட தட்டுக்கெட்ட மூதேவி. இப்படி ஒரு நெனப்பா. ஒன்ன...” ஆவெசம் வந்தவளாய், “எங்க. எங்க. ஒண்ணயுங் காணாம்.” கைக்கு ஏதும் சிக்குமா என்று பரபரப்போடு சுற்றும் முற்றும் பார்த்தாள். சுதவு ஓரமாய்க் கிடந்த ஒரு காலியான மருந்து பாட்டிலை எடுத்து அடிக்க வந்தாள்.

“ஏய்... அது மருந்து பாட்டுலு. சோத்துல கீத்துல விழுந்துச்சுன்னா துள்ளத் துடிக்க இங்கனயே போயிருவே.”

“போய்ச் சேரு. எங்கையால ஒனக்கு அந்தப் புண்ணியமாச்சுங் கெடைக்கிட்டும். மொதலாளின்ன ஒடனே நெனப்பெல்லா வேற மாதிரிதா போகுமா?”

“ஏய் ஏய்” அவன் கத்தக் கத்த மருந்து பாட்டிலை வீசினாள். அவன் லாவகமாக ஒதுங்கிக்கொள்ள பாட்டில் கணீரென கீழே விழுந்தது.

“சரி சரி... கோச்சுக்காத. நா... செத்துட்டா நீ இப்பருந்தேல்ல வெள்ளச்சேல கட்டணும். மாமம் மக கிட்ட கொஞ்ச நேரங்கூட கொஞ்சக் கூடாதா? சரீ... இதக் கொண்டு போயி ரெண்டு அலசு அலமீட்டு வா. ரெண்டு பேரும் சேந்தே களயெடுப்பம்” என்றபடி எழுந்தான்.

“ஆமா நீ திங்க, நா கழுவ வா?”

“சரியாத்தா ரெம்பவும் பிகு பண்ணாத... நாளக்கி தாலி கட்டிட்டு ரெண்டு வேரும் சந்நியாசியாவா போகப் போறம்?

“இதப் பாரு” கொன்றுவிடுவது போல கையைக் காட்டினாள்.

“நா எதையும் பாக்கல, போய்க் கழுவு” கையை நக்கியபடி வெளியேறினான்.

“ச்சே. ஒங்கிட்ட பேச முடியுமா.”

தொட்டியில் இருந்த நீரில் பாத்திரத்தைக் கழுவி ரூமுக்குள் வைத்து விட்டு பூட்டிக் கொண்டு வரப்பில் நடந்தனர்.

“ஏன் நீ செத்த நேரம் ரூம்ல படுத்துத் தூங்க வேண்டிதான. பொம்பளயாட்டம் நீ எதுக்கு கள எடுக்குற?”

“கள எடுக்காட்டியும் வரப்புல நின்னு ஒன்னயவாச்சும் பாத்துகிட்டிருக்கலாம்ல.” சிரித்தான்.

“ம். மறுபடி ஆரம்பிச்சுட்டியா?”

“பின்ன என்னமோ நமக்கு வேலயப் பாத்துகிட்டு சும்மாருக்க முடியறதுல்ல. ஹீம்... இந்த வயசுல வேல செய்யாம கெழண்ட பெறகா செய்யப் போறம். அதுமில்லாம நம்ம ஒராளு கூடவே இருந்தா வேலயும் சூடா நடக்கும்.”

“சரி. அதா மில்லுல வேற வேல பாக்குறயில்ல. அப்புறம் இங்கயும் வந்து எதுக்கு வேல பாக்கணும்.”

“ச்... என்னதே மில்லுல இருந்தாலும் என்னமோ இதுபோல சந்தோஷம் கெடைக்க மாட்டேங்குது செல்வி. இந்தா இங்க இருக்கிற பருத்திச் செடிகளப் பாக்குறப்ப பூராமும் நம்ம புள்ளைகளப் போலவும் அதுகள அப்பிடியே அலுங்காம கலுங்காம பாதுகாக்கணுங்கற ஒரு அக்கற, ஆச வந்துருது. ஆனாஅங்க அப்படி இல்ல. என்னருந்தாலும் வேத்தெடம் வேத்தெடந்தான்.”

“நா என்னா சொல்றேன். அங்கதா வேல எக்கச்சக்கமா வாங்குறாங்களாம்ல... தோட்டத்துல, ஏன் செங்க கூட சொமக்கிறீகளாமே. அப்பிடி நொனங்க வேல பாத்துட்டு இங்கயும் ஏன் சாகுற, சித்த படுக்க வேண்டிதானன்னுதா சொல்றேன்.”

நெற்றியில் விழுந்த மயிரை காதோரம் ஒதுக்கிவிட்டு கையில் உப்பரிந்த வியர்வை சொறசொறக்க அதைத் தேய்த்து உதறினாள். ஆனந்தன் கொஞ்ச நேர மௌனத்தில் நடந்து பின் தயக்கமாகக் கேட்டான்.

“இது ஒனக்கு எப்பிடித் தெரியும்?” அவமானமாயிருந்தது. இவ்வளவு தூரம் பரவுமா?

“ஏன், அது என்னா கங்காணாத எடத்துலயா இருக்கு? நம்ம ஊருக்குள்ளதான கெடக்கு, என்னான்னு தெரியாமலா போயிரும்?”

“நெசந்தா…ஆனா தெனமும் செய்யச் சொல்றதில்ல. எப்பவாச்சும் ஒருக்கா கூப்புடுவாங்க.” அவள் நம்புவதாக பாவித்து தோளில் தட்டிச் சொன்னான்.

“பரவால்ல. ஓசி வேல தான?”

கொஞ்ச நேரம் பேசாமல் நடந்தனர். சுருக்கென நெருஞ்சிமுள் தைத்தது. ‘இங்க ஏது நெருஞ்சி?’ என்று நினைத்தவன் வாய்க்காலுக்குள் தள்ளிவிட்டு நடந்தான். அதற்குள் செல்வி சிறிது எட்ட போய் விட்டாள். வேக நடைபோட்டு அவளைப் பிடித்தான்.

“ப்சு பேசாம வேலயக் கூட விட்டுட்டு வந்துடலாமான்னு தோணுது செல்வி.”

ஒத்தை வரப்பில் அவனுக்கு முன்னால் வந்து கொண்டிருந்தவள் ஓடிவருவது போல படபடவென்று சொன்னாள்.

“வாண்டா வாண்டா. அப்பிடி கிப்பிடி செஞ்சுராத. சுளுவுல கெடச்சவேலய விட்டுறாத. என்னமோ அசலூர்ல வேல பாக்குற மாதிரி பேசுறியே உள்ளூர்தான. சோறு தண்ணிய குடிச்சுப்புட்டு நீ பாட்டுக்கு போய்ட்டுவர வேண்டிதான எந்தப் பொண்டாட்டி ஒங்கிட்ட கஞ்சிக்கி காசு கேக்கப் போறா எந்த வேலயுமே ஆரம்பத்துல கஷ்டமாத்தான இருக்கும் இப்ப கள வெட்றதயே எடுத்துக்க. ஆரம்பத்துல கொத்தப் பிடிக்க முடிஞ்சதா, கையெல்லா எம்புட்டு தூரம் செவந்து கொப்பளங் கொப்பளமா வெடிச்சிடுச்சு? நாப்பட நாப்படத்தான காய் காச்சு வசத்துக்கு வந்திருக்கு அது போலத்தா அல்லாமும்.”

தலையை ஆட்டி ஆமோதித்து வந்தான் ஆனந்தன்,

“ஆனாலும் என்னமோ செல்வி, ஒவ்வொரு சமயம் புடிக்காமப் போயிருது. இங்க மூணு ரூவா சம்பளம் போட்டு. அப்பறகு கொஞ்சங் கொஞ்சமா கூட்டி எப்ப விடிடுஞ்சு.”

“அப்புடீனா அப்பவே இந்தத் தோட்டத்த வெள்ளாம பாத்திருக்கலாம்ல.”

“ஆமா. இப்பெல்லா வெவசாயத்துல என்னா வாழுது? அதும் ஒண்ணரைக்குழி நெலம் கூலிக்குக்கூட பத்தமாட்டேங்குது. என்னருந்தாலும் தனிச் சம்பாத்தியங்கறது அதும் ஒரு பெரும தான.”

“அதனாலதா சொல்றேன். கொஞ்ச நாளக்கி பல்லக் கடிச்சிக்க; நாப்பட அல்லா… சரியாப் போகும்.”

நடக்கும் போதே பருத்திச் செடியில் புழு அரித்த இலையைப் பிடுங்கிப் பிய்த்தவாறு நடந்தான். பத்துப் பன்னிரண்டு பெண்கள்

களையெடுத்துக் கொண்டிருந்தனர். மதிய வெயில் மண்டையைப் பிளந்தாலும் வரப்புகளின் பசப்பு கொஞ்சம் மட்டுப்படுத்திக் கொண்டிருந்தது.

காமக்கா களையெடுப்பதை விட்டுவிட்டு நிமிர்ந்து, இடுப்புக்கு கையை அளவு கொடுத்துக் கேட்டாள்,

"என்னா. ரெண்டு வேரும் சோடி போட்டு வாரீக,"

"ஏம் மதினி நா வேனா ஒதுங்கிக்கிறேன் நீ வந்து சோடி போட்டுக்கறதான."

கீழே இருந்த கரம்பைக் கட்டியை எடுத்து எறிந்த காமக்கா "சக்காளத்தி. என்ன மாதிரி பேசுறா. தம்பிடி."

"தெரியுதுல்ல, அப்புறமென்னா பேச்சு."

"இவ வாயி எப்பத்தே அடையப் போகுதோ ஏந்தம்பி மில்லுக்குப் போகலியா?"

"ராத்திரி வேலக்கா. போகணும். ஆமா கள எப்பிடி இருக்கு?

"இன்னங் கொஞ்சந் தண்ணி விட்டிருக்கணும்ப்பா. கடுசா இருக்கு... ஏண்டி செல்வி எங்கடி, தண்ணி மோக்கப் போனவ வெறுங்கைய வீசி வார..."

"ம். கொடத்த இங்க வச்சுக்கிட்டு தண்ணி கொண்டுவரச் சொன்னா எதுல கொண்டு வாரதாம்?"

"ஏங் கொடத்த எடுத்துட்டுப் போக வேண்டி தான."

"நா ரூம்ல இருக்கும்னு நெனச்சேன்."

"சரி சரி லவலவன்னு பேசிட்டிருக்காம, நீயும் எறங்கி கள கொத்து, ஆடிக்கிட்டே நேரத்த போக்குவ. சாயந்தரமானா சம்பளம் வாங்க மட்டும் மொத ஆளா வந்துருவ."

"ஆமா நீயும் நூத்தி ஒண்ணுதா தர்ற... ஹும்."

ஒரு வெட்டு வெட்டிக் கொண்டே குடத்தை எடுத்துக்கொண்டு தண்ணி மோக்கப் போனாள் செல்வி.

"என்னா மருதண்ணே பலமான யோசனையா இருக்கு?" சைக்கிள் கேரியரை சோலை பிடித்துக்கொள்ள கட்டையைத் தூக்கி வைத்தான் ராசு.

"நீங்க வேற சும்மாருங்க, அவரு எதையோ புடிக்க ஓசன பண்ணிட்டிருக்கப்ப. ஊட புகுந்து களைக்கிறீங்களே" கட்டையை வைத்ததும் கிளிப்பை விட்டான் சோலை.

"ஊம். எலிக்கி வர்ண வலியாம். பூனக்கி கொண்டாட்டமா, அந்தக் கணக்குல ரெண்டு பேரும் பேசுறீங்க."

"அட நீங்க என்னண்ணே எதையோ பேசுறீங்க கொண்டு வந்தத சட்டுபுட்டுன்னு கட்டித் தூக்கிட்டுப் போகாம அடிவாரத்திலேயே கெடந்தா."

"ம்... ஒனக்கென்னா ராசு. நீ ஓங்கண்ணே விட்டுப்போன கட்டய புடிச்சுக்கிட்ட எங்களச் சொல்லு. என்னத்தியோ ரெண்ட பெறக்கி கட்டீருக்கேன். இனி இதப் போயி எம்புட்டுக்கு விக்கிறதுன்னுதான் ஓசனயா கெடக்கேன்."

"நீங்களாச்சும் பரவால்லங்களே... செறகாயாவுல்ல பெறக்கீருக்கீங்க. எனக்குத்தே வெறும் நொறுநொறுத்த குச்சிகளாருக்கு" சோலை ரொம்பவும் வருத்தப்பட்ட மாதிரி இருந்தான்.

"இவெ ஒருத்தே எதையாச்சும் பேசிட்டிருப்பான் நீ என்னா விக்கவா கொண்டு போற; வீட்டுக்கு இது பத்தலயாக்கும்" கேரியர் கிளிப்புக்கு மேலும் ஒரு கயிறை இறுகக் கட்டியபடி ராசு சொன்னான்.

"ஓங்களுக்கென்னா வசமான கட்டயாவுல்ல அடிச்சுட்டீங்க."

"எவண்டா. ஓங்கள விட்டுபுட்டு நா மட்டுமா கட்டய கொண்டு வந்திருக்கேன். இது நேத்து எங்கண்ணே விட்டுப்போன கட்டைடான்னா."

"அது சரித்தே ராசு நாங்க வராட்டி இந்நேரம் நீ வீடு சேந்துருப்ப. பாவம் எங்களுக்காக நீயும் சேந்து அலயறதப் பாத்துதே சிக்குனதப் பொறக்கியாச்சு. ப்சு வந்ததும் லேட்டு, வெள்ளன. வந்திருந்தாலாச்சும் ஆளோட பேரா போயிருக்கலாம்."

மதிய வெயில் கொஞ்சங் கொஞ்சமாக தலை எரிக்க ஆரம்பித்தது. மாமரத்தை விட்டு வரவும் மனசில்லை. மேற்கு மலை ஓவென ஆகிருதியாக பிரும்மாண்டமாக நின்று கொண்டிருந்தது.

"அப்புறமென்ன விசுக்குன்னு எந்திரிங்க பொழுது ஏறிக்கிட்டே போகுதுல்ல," சைக்கிள் பயணத்துக்கு ரெடியாக நின்றது.

" சரி பொறப்படுவோம் நீதா சைக்கிள் வச்சிருக்கில்ல எங்க கூட சேர மாட்ட நீ பொறப்படு, பின்னால வாரம். அதா ஒரு வாரம் ரெஸ்ட்டு விட்டுட்டான்ல" அலுத்தபடி எழுந்து விறகுக் கட்டைத் தூக்கி மாமரத்தில் சாய்த்து நின்றான் மருது.

"அதான் ஓங்களுக்கு அங்கவிட இங்க ரெட்டச் சம்பளந்தான்,"

ஆமாமா. இதையுங் கொண்டு போயி வித்தாலும் அம்பத் தொண்ணுதா கெடைக்கும்."

"இன்ன... செத்த கூளத்த சொருகிக்கீங்க சாமி, நூத்தியொண்ணுக்கு கேப்பாக,"

"இல்ல ராசு. அது இதப் பாரேன் இங்க நாம பகலு பூரா வெளக்க வச்சு தேடி, பாடான பாடுபட்டு சொம எடுத்து வாரம். இனி இத விக்கிறதுக்குள்ள பாரு, பாதி உசிரு போயிரும்."

தலைச் சுமையோடு தெருத்தெருவாகச் சுற்றுகிறபோது நடக்கும் கடுமையான பேரங்களும் வாதங்களும் கண்ணில் படமாகி எரிச்சல் தந்தன.

“விடு மருதண்ணே. அவெ அவெங்கிட்ட காசு என்னா பெருத்தாபோய்க் கெடக்கு அன்னன்னைக்கி கஞ்சிப்பாட்ட சரி பண்ணவே முடியறதில்ல. இதுல வெறகுக்கு என்னா பண்ணுவாக, சம்பாத்தியத்துக்கு தக்கனதான வாங்க முடியும். அதான் நம்ம கிட்ட என்னா வெல சொன்னாலும் கொறைக்கிறாக!”

“கொறச்சு கேக்குறது தப்புல்ல ராசு. ஆனா ஒரு மதிப்பு வேணும்ல. எந்த வெல சொன்னாலும் அப்பிடியா அடிமாட்டு வெலக்கிக் கேக்குறது. ஒரு வேடிக்க பாரு, நேத்து கொண்டு போன சொம, மத்த நாளவிட சுமார்தா. நானும் சரியான வெலதாஞ் சொல்லிப் பாத்தே. ஊர்ல பாதி அலஞ்சும் வெல தெகையல பாதிக்குப் பாதி கொறைக்கிறானுக அப்புறம் ஒரு பெரிய வீட்டு பொம்பள வெல கேட்டுச்சு. என்னடாதுன்னு துணிஞ்சு இருவத் தொண்ணுன்னு சொன்ன பெறகு எனக்கே கூட திகிலடிச்சிடுச்சு.”

“ம். அப்புற மென்னாச்சுங்க?”

“கேளுடா அந்தக் கூத்த. இருவத்தொண்ணுன்னு சொன்ன ஒடனே, பதினஞ்சுக்கு தரியான்னு கேட்டுச்சு. அப்புறமென்னா போடு, ஒரே அழுத்து.”

“பரவால்ல... கட்டு வெறகுலேயே பதினஞ்சு சம்பாரிச்சிட்டீங்க... எஞ்சாமி என்னத வித்தா எம்புட்டு போகும்?”

“ம். முப்பது முப்பத்தஞ்சுக்குப் போகும். இவென் வேற சும்மா சுத்தி புடிச்சுக்கிட்டு கெடக்காம இங்க வந்து சாகுறான்.”

“நீங்க இப்பத்தான சொல்றீங்க. இவக எல்லாஞ் சொல்லி சொல்லி அலுத்துட்டாங்க.”

“சரிண்ணே பேசிட்டேருந்தா எப்பிடி... சடார்னு பொறப்பட்டா காலாகாலத்துல கடைல போட்டு காசாக்கலாம்.”

“நானுங் கொண்டுபோயி போட்டுத்தே அதக் கந்துக்குக் கட்டணும். நேத்து ஒரு பத்து ரூவா மிஞ்சீருக்கு இது ஒரு பத்துன்னா, சேத்து இருவதா குடுத்திட்டம்னா கொஞ்ச நாளக்கி கம்முன்னு கெடப்பான்.”

இருவரும் சட்டையை மாட்டிக்கொள்ள ராசு மட்டும் முண்டாசு கட்டிக்கொண்டு சைக்கிளில் ஏறினான்.

“அப்ப நா வண்டிப்பாத வழியா போறேன். நீங்க எங்கிட்டு.”

“ஆமா நமக்குன்னு புதுசாவா பாத போட்டுருக்காங்க, வரப்பு வழியா போலாம்னா செமக்க கஷ்டமா இருக்கும். அதா

ஓணிப்பாத வழி போலாம்னுருக்கேன். என்னடா சோல," அவன் தலையை ஆட்டிவிட்டு சுமையைத் தூக்கினான்.

"போய்ட்டு வரட்டா நீங்களும் பாத்து வாங்க. நேர காலத்துக்கு எவனாச்சும் ஜீப்ப கொண்டாந்து நிறுத்திக் கிட்டிருக்க போறான்."

"இப்ப கால் கடுக்குற கடுப்புக்கு அப்பிடியாச்சும் வந்து ஏத்திக்கிட்டு போனா தேவலாஞ்சாமி"

"சரி போற வழில சொல்லி விடுறண்டா வந்து ஏத்திக்கிட்டு போவாங்க," மருதமலையும் சோலையும் சிரிக்க, சிறிதுதூரம் சென்ற ராசு திரும்பிப் பார்த்தபோது இருவரும் ஓணிப் பாதைக்குள் இறங்கிக் கொண்டிருந்தனர்.

வண்டிப் பாதையில் போய்க் கொண்டிருந்தான் ராசு. உலகந்தோப்பு சன்னஞ் சன்னமாக பின்னால் போய்க் கொண்டிருந்தது. மோட்டார் ரூமை எட்டிவிட்டால் ஊருக்குள் போனமாதிரி. இன்னமும் நாற்பது காடுகளைத் தாண்ட வேண்டும். கார்டு வாச்சர்கள் இன்னக்கி வரமாட்டார்கள் என்று நம்பினான். அப்படி வருவதாகத் தெரிந்தால் இந்நேரம் எப்படியாவது செய்தி வந்திருக்கும். ஆனாலும் எப்போதும் போல பயம் உடலை ஆட்டியது. இலுப்பைத் தோப்பைக் கடந்ததும் கொஞ்சம் ஆசுவாசம் தென்பட்டதென்றாலும் பயம் விடவில்லை. ஏதோ வடமிழுக்கும் போட்டியில் கயிற்றை ஒரு சாண் தன் பக்கம் இழுத்துவிட்டதாகத்தான் எண்ணத் தோன்றியது. வேட்டியைக் கழற்றி முண்டாசு கட்டி இருந்தான். டவுசரோடு, சட்டை பித்தான் மாட்டாது இருந்த மார்பில் வேர்வை, நெற்றியிலிருந்து பாதம்வரை ஆறாக ஓடிக் கொண்டிருந்தது. இலுப்பைத் தோப்பைக் கடந்து இரண்டு காடு சென்றபோது, பாதையில் ஒருவன் சைக்கிளை நிறுத்திக் கொண்டு நின்றான். கைநீட்டி ராசுவையும் நிறுத்தினான். ராசு காலை ஊன்றி நின்றான்.

"என்னப்பா என்ன விசயம். சைக்கிள் பஞ்சரா. இல்ல எவனாச்சும் வந்துட்டானா?" மார்பு படபடத்தது. பாரம் ஒருபக்கம் சாய்க்க சைக்கிளை ஸ்டாண்டு போட்டு நிறுத்தி முண்டாசை அவிழ்த்து முகத்தைத் துடைத்தான்.

"நல்லவேள தப்பிச்ச. சீ ஓடை மறவுல ஜீப்ப நிப்பாட்டி இருக்கானுகளாம்" ரகசியமாய் சொன்னதும் தலையில் கட்டையால் அடித்தது போலிருந்தது.

"என்னப்பா அப்பிடியே நிக்கிற" லேசாக சிரித்தபடி கேட்டான் அவன்.

"ம். வந்துட்டானுகளா நாலு நாளா நிம்மதியா இருந்துச்சு, "ஹும் எல்லாருக்கும் அப்பிடித்தே. க்காளி முந்தியாச்சும்

லேசுமாசா சொல்லிபுட்டு வருவானுக இப்ப நெனச்ச ஒடனே ஜீப்ப போட்டுட்டு வந்துடுறானுக.”

“சரி... நீ எதுக்கு நின்னுட்டுருக்க, சல்லுன்னு போக வேண்டிதான.”

“போகணுந்தா யாராச்சும் வந்தா மேல சேதி சொல்லி விடுவம்னுதா நின்னே.”

“சரி ஒஞ் சொமய எங்க வச்சிருக்க?” வெறுமனே நின்றிருந்த அவனது சைக்கிளைப் பார்த்துக் கேட்டான் ராசு,

“அந்தா அந்தக் கட்டாப்புல போட்டிருக்கேன்” என்றவன், “மூணு பேருக்கு மேல பிடிச்சுருக்காங்களாம். யாரும் எடைல வந்தா மேல சொல்லிவிடு, நா வாரேன்” சொல்லிவிட்டு அவனது சைக்கிளில் ஏறும்போது ஜீப்பின் உறுமல் கொஞ்சம் தூரத்தில் கேட்டது.

“ஜீப் வருது... சட்டுனு நீயும் அந்த கட்டாப்ல கட்டய வெட்டிவிடு” அவசர அவசரமாக கூறிமுடிக்குமுன் கட்டை செவக்காட்டின் கட்டாப்பில் மறைந்தது. கூடவே போர்க்கால நடவடிக்கையாய் திறந்துகிடந்த மார்பை பொத்தான் மாட்டி மூடினான். தலையிலிருந்த வேட்டி இடுப்பில் சுற்றியது. தலையை கைகளால் கோதி சீவிவிட்டான். வேஷ்டியை மடித்துக் கட்டிக் கொண்டு ராசுவும் சைக்கிளில் ஏறி மிதித்தான். ஒரு நிமிடத்தில் இருவரும் அடையாளம் மாற்றிக் கொண்டனர். எங்கோ போய் வருவது போல் காட்சி தந்தனர்.

எதிரே ஜீப் புழுதியை கிளப்பிக்கொண்டு வந்தது.

“சரி அப்படியே வழியவிட்டு ஒதுங்கு. கரும் பூதங்கணக்கா வாராம் பாரு. வக்காளி ஏழ பாழுங்க வகுத்துல அடிக்கறதுக்குனேதா வருவானுக போல.”

அவர்களைக் கடந்த ஜீப் கொஞ்சதூரத்தில் போய் நின்று ரிவர்சில் வந்தது.

“ஏய் சைக்கிள் நிறுத்தப்பா. இங்க வாங்க.”

இருவரும் கொஞ்சம் அமுங்கிப் போனார்கள். மனதை திடப்படுத்திக் கொண்டு சைக்கிளை ஓரமாக நிறுத்திவிட்டு வந்து டிரைவர் பக்கமாக நின்றனர்.

இருவரையும் ஏற இறங்கப் பார்த்த அவர், “ம். பெரிய இவனுக வேட்டிய அவுத்து விட மாட்டானுகளோ கட்டய எங்க ஒளிச்சு வச்சிருக்கீங்க.”

“கட்டயா?”

68 / ம.காமுத்துரை

“என்னடா ஒருத்தன ஒருத்தன் மூஞ்சியப் பாக்குறீக. மேலருந்து கொண்டுவந்த கட்டய எங்க.” ஜீப்பிலிருந்து ஒருவர் இறங்கிவந்து கேட்டார். அவன் இவன் என்று பேசுவது போலீஸ்காரர்களைப் போல் கார்டுகளுக்கும் பழக்கப் பட்டது. இவர்களும் பொருட்படுத்தவில்லை.

“இல்லீங்க. எங்ககிட்ட கட்ட எதுமில்லயே.”

“பின்ன எதுக்கு இங்க வந்தீங்க. சினிமா பாக்கவா?” கேட்ட அதிகாரி தவிர கிழே நின்ற நபரும் ஜீப்பிலிருந்த இரண்டு பேரும் சிரித்தனர்.

“தோப்பு காவலுக்கு வந்துமுங்க.”

“ம் மொசப்புடிக்கிற நாய மூஞ்சியப் பாத்தா தெரியாது. ஒழுங்கா உண்மையச் சொல்லுங்க விட்டுடுவேன்,”

“நெசமா சார்... காவலுக்குத்தா வந்தம்” ராசுவும் சொன்னான்.

“ஏம்ப்பா இவனுக வெறகுக்குப் போக மாட்டானுகளா?”

“யார்தான் சார் போகாம இருக்கானுக” கீழே நின்றவன் ரொம்பவும் சலித்துக் சொன்னான்.

“அப்ப நீங்க வெறகுக்குப் போக மாட்டீங்களா?”

“எப்பயாச்சும் ஒரு சமயம் இப்பிடிக் காவலுக்கு வாரப்ப வீட்டுக்கு வேணும்னா ரெண்டு வண்டால, கிளுவைகள ஒடிச்சுக்கிட்டு வருவமங்க.”

“புள்ளயப் போட்டு தாண்டச் சொன்னாலும் செய்வீங்களே. உண்மையச் சொல்லீருங்க... இல்ல, இன்னொரு சமயம் சிக்குனீகின்னா கறிய வகுத்துடுவோம்.”

“நெசந்தான் சார். இன்னிக்கி சும்மாதா வந்தம்” ராசுவுடன் நின்றவன் உறுதியாகச் சொன்னான்.

“சரி எத்தன பேர் கட்ட கொண்டு போறாக எந்தப் பக்கம் தெரியுமா?”

“தெரியாது சார்.”

“ஒனக்கு.”

“ரெண்டு பேரும் ஒண்ணாத்தான் சார் இருந்தம்.”

“அப்படியா. எந்தத் தோப்புக்குக் காவல்.”

ராசு திணறினான். கூட இருந்தவன் பதில் சொன்னான்.

“இந்த இந்த ஒலகந் தோப்பு சார்.”

“ஒலகந் தோப்ப நீயா காவக்காக்குற வேற யாரோன்னுல்ல சொன்னாக,”

“இல்ல சார் நாந்தே.”

“ம்... விசாரிச்சுகிருவம். அப்புறம் தோப்பு வழியா சைக்கிளு வரும்ல.”

“வரும் சார். ஆளு யாருன்னு பாக்க முடியாது சார்.”

“இவனுக தெரிஞ்சாலும் சொல்ல மாட்டானுக சார் கீழே நின்றவனுக்கு எரிச்சலாக இருந்தது. பிடி கொடுக்க மாட்டேங்கிறானுகளே...”

“ஒண்ணுமே தெரியாது ஆறு மலை மட்டும் கொஞ்சங் கொஞ் சமா அழியுது ம்... சரி ஒங்கள பாக்குற விதமாப் பாத்துக்கிறேன்.

“பேர் என்னா?”

“எம் பேரு சுருளிங்க.”

”ஓம் பேரு?”

“ராசு சார்”

“ம் நோட் பண்ணிக்கிட்டு ஏறுயா ஜீப்ப ஓணிப்பாத வளவுக்கு விடு ஜீப் புறப்படவும் இருவரும் சைக்கிள் பக்கம் வந்தனர்.

“ஓம் பேரு சுருளியா?” சந்தேகத்தோடு ராசு கேட்டான்.

‘ஏ... சந்தேகமா. எம்பேரு பாண்டி,”

“பின்ன.”

“ம். ஓலகந்தோப்ப காவக் காக்குறது எம் பெரியப்பா மகென். அவெம் பேரு சுருளி, சமயத்துக்கு சொல்லிக்கிட வேண்டிதே” கண் சிமிட்டினான்,

“அது சரி. நாள பின்ன சிக்குனா.”

“ஆ... மசுத்ததே பிடுங்கீருவானுக அஞ்சுக்கு பத்த குடுத்தா ஒழியுறானுக. சரி ஏறு போவம், கட்டய அப்புறம் வந்து எடுத்துக்கலாம்.”

“இல்ல நீ போ பின்னால எங்கூட வந்த ரெண்டு பேரு தலச் சொமையா ஓணிப் பாத வழியாத்தே வந்தாங்க. இப்ப அவங்க மாட்டிக்குவாங்க போல... போயி சொல்லிட்டு வந்திர்ரேன்.”

“சரித்தே ஆனா மறுபடியும் இவங்க கண்ணுல சிக்குன. அம்புட்டுத்தே சைக்கிள இழந்துட்டு வந்துர வேண்டிதே போன பய ஏண்டா திரும்புனேம்பானுக,”

“இல்ல... அவங்க பாவம்... ஒருத்தரு கந்து கட்டணுங்கறதுக்காக வெறகெடுத்து வாராப்ல சிக்கினா இவங்க வேற அவராதம் போடப்போறாங்க.”

“ஆரது.”

“மருதமலங்கிறவரு.”

“ஓ அந்தாளா பட்டியா பட்டிலருந்து பஞ்சம் பொழக்க வந்தவர்தான. இப்பகூட மில்லுல சேந்துருக்கே அந்தாளா.”

“ஆமா ஓடிட்டு வந்திர்ரேன்,”

“தலச் சொம தான அப்ப ஓணிப்பாத வழிதா வருவாங்க. நீ இப்படிக் கெழக்காம போற குறுக்குப் பாதைல போனா எங்க, நீ போறதுக்குள்ள புடிச்சாலும் புடிச்சிருவாங்க... ஆனா நீ மட்டும் கண்ணுல பட்டுறாத.”

“இல்ல கொஞ்சம் வேகமா அழுத்துனா புடுச்சிறலாம்.”

சைக்கிள் குறுக்குப் பாதையில் பந்தாக எழும்பி எழும்பி ஓடியது.

“உஸ்” என்றபடி வெளியிலிருந்து வந்த கண்ணம்மா சுவரில் சாய்ந்து உட்கார்ந்தாள். வீட்டுக்குள் ஆள் அரவம் கேட்டது.

“ஏம்மா ராசக்கா அடுப்படிலயா இருக்க?” கண்ணம்மாவின் கேள்விக்கு உடனே பதில் வரவில்லை. சில நிமிடம் கழித்து வந்தது.

“உம் வீட்டுக்குள்ளதா இருக்கே,” “என்னடிது. வெடுக்குனு பேசுறா வேலைக்குப் போகலியா?”

“இல்ல,”

“என்னாச்சு” என்றவள் வம்பெதற்கு என எண்ணி, “சரி கொஞ்சம் நீச்சத்தண்ணி இருந்தா கொண்டு வா” வெயிலின் களைப்பு இன்னமும் விடவில்லை. முந்தானையை எடுத்து விசிறியாக விசிறிக்கொண்டாள்.

வீட்டுக்கு எதிர்த்தாற்போல முருங்கைமரத்தில் இரண்டு அணிப்பிள்ளைகள் துரத்தி விளையாடிக் கொண்டிருந்தன. அதிலொன்று கீழிறங்கி இன்னொரு மரத்தில் ஏறும்பொழுது குப்பைகளைக் கிண்டிக்கொண்டிருந்த ‘குஞ்சுத்தா’ கோழி, தனது குஞ்சுகள் ‘வியா வியா’ என்று அரண்டது கண்டு கொக்கரித்தபடி அணிலை விரட்ட ‘கெக் கெக்’ என அதிகமான சத்தத்தோடு ஓடியது,

“சோவ் எடுபட்ட பய கோழிக. கெத்து கெத்துன்னு வீட்டவே சுத்திசுத்தி வந்து தொலைக்கிதுக அவெ யவெ வீட்ல மேய்ஞ்சுக்க வேண்டிதான. ஊரான் விட்லதா வந்து மேயணுமா? ஏண்டி நீச்சத்தண்ணி கேட்டு எம்புட்டு நேரமாச்சு. உள்ள என்னா செய்யிற?

“நீச்சத் தண்ணி இல்ல பூராத்தையும் கழுநீ தண்ணியோட ஊத்திட்டேன்,” இன்னமும் ராசக்காளின் குரல் அசரீரியாகத்தான் கேட்டது. தலை தெரியவில்லை.

“அடிப்பாவி, அம்புட்டையுமா ஊத்திட்ட இப்படி மத்தியான செத்தியான வேளைல குடிக்கலாம்னு கூட்டி வச்சா...”

கமகம வென்ற அதன் மணம் கண்ணம்மாளை சுற்றிச்சுற்றி வந்து தாகத்தை அதிகப்படுத்தியது.

“புளிச்சுப் போச்சு. அதா ஊத்திட்டேன்.”

கைக்கெட்டியது வாய்க்கு எட்டவில்லையே என்பது போல, கூட்டிவச்சும் குடிக்க முடியலியே என்று ஆதங்கப்பட்டாள்.

“ம் நீச்ச தண்ணின்னா புளிக்காம இனிக்கவா செய்யும். அதிசயமாத்தே சொல்லுவ.” தலை அரிப்பெடுத்தது கண்ணம்மாளுக்கு வரட்வரட் என சுரண்டினாள்.

“சே. என்னா இந்தப் புடுங்கு புடுங்குது ராசக்கா. செத்த வாத்தா பேனு பாத்து விடு நம நமன்னு அரிப்பெடுத்து உசுரப் புடுங்குது.”

வீட்டுக்குப் பின்புறமிருந்து சிறுசுகள் ஒரு கழுதையைத் துரத்தியபடி ஓடினார்கள். கழுதையின் வாலில் கட்டியிருந்த தகரம் டமடமவென ஓட்டத்திற்குத் தக்கபடி கடூரமான ஓசை எழுப்ப, கழுதையின் வேகம் அதிகமாக.

“ச்சே... மத்தியான சத்தியான நேரங் கொஞ்சங் கண்ணசரலாம்னா பக்கி பதவக்காடுக விடாதுகளே.”

வீட்டுக்குள்ளிருந்து முகத்தில் பரவிக்கிடந்த முடியை ஒதுக்கிக் கொண்டு, கொண்டையை அவிழ்த்து ‘சடார்’ என உதறி மீண்டும் கோடாலிக்கொண்டை முடிந்தபடி வந்தாள்.

“ஆரப் பாத்து பக்கி பதவலுங்கற.”

கண்ணம்மாளுக்கு தன்னைத்தானோ என்கிற சந்தேகம். “ஆரச் சொன்னாக... ஒன்னய ஒண்ணுமில்ல. நீ திரும்பி ஒக்காரு,”

மனையை எடுத்துப் போட்டு ராசக்கா உட்கார, கண்ணம்மா தலையை அவிழ்த்துவிட்டு திரும்பி உட்கார்ந்தாள். தலையில் கைவைக்கத் தொடங்கியதும்,

“இது என்னா வழக்கம். பகல்ல ஒறக்கம். குடும்பம் உருப்படுமா?.”

“ஆமா... ஓம்மகனும் வாங்கியாந்து கொட்டுதுல்ல. அத தின்னுபுட்டுத் தின்னுபுட்டு ஒறங்குறே” வெடுக்கென பதில் சொன்னாள்.

“தாயீ... அம்புட்டு கடுப்புல ஒண்ணும் நீ பேன் பாக்க வேணாம்... போயி ஒறங்கு” தனக்கும் தெரியும் போல் விசுக்கென தலையைத் திருப்பிக் கொண்டாள் கண்ணம்மா.

”ஆமா, எதுவு... சொல்லக் கூடாது. தப்பித் தவறி சொல்லிட்டா குத்தமாயிடும்.”

“இப்ப ஒன்னய ஆருங் குத்தஞ் சொல்லல போத்தா, போ,”

“சரி சரி திரும்பு.”

“அப்பபடி ஒண்ணும் ஓங்கிட்ட பக்கி பதவக்காடுன்னு பேச்சு வாங்கிப்புட்டு பேன் பாத்துதே ஆகணும்னு இல்ல, பாக்குறது ஆகலன்னா பேன் கடிச்சு உசுறா போயிரும். கெடக்கட்டுங் கழுத.”

“இப்ப என்னா செஞ்சுட்டேனாம். பக்கி பதவலுன்னு ஆரச் சொன்னே.”

“இந்தா நீ ஆரயும் வையமாட்ட. நல்லவதே. போய்த் தூங்கு. நா அங்க ஒரு கிறுக்கச்சி கெடக்கால்ல நல்லக்கா, அவகிட்ட போயி பாத்துக்கறேன்,” விரித்துப் போட்ட தலையை முடிந்து கொண்டாள்.

“ஆமா அவளுகதான ஒங் கெளயாரு... தாய்புள்ளிக... அங்கதான போயி ஓம் புராணத்தைப் பூராமு ஒப்பிக்கிற அங்கயே போ,”

சண்டைக்கோழி போல சிலுப்பிக்கொண்டே பார்த்த கண்ணம்மா, “என்னத்த ஒப்பிக்கிறாக... இல்ல என்னத்த ஒப்பிக்கறாகன்னேன். என்னமோ நீயும் வந்ததுலருந்து எதியோ புடிங்கிக்கிட்ட மாதிரில்ல கொட்டிக்கிட்டு கெடக்க பேனு பாக்கச் சொன்னதுக்கு இம்புட்டு பேச்சா? ஒரேயடியால்ல ஏறி மேயிற...”

“பின்ன, வீட்ல நடக்குறத வீட்லயேதா தீத்துக்கணும். அத விட்டுட்டு கண்டவகிட்ட யெல்லா ஏ சொல்லிட்டிருக்க.”

“அதான் என்னத்தடி சொல்லிட்டேன். இப்ப என்னா அந்த பெரிய தங்கமல ரகசியத்த சொல்லிப்புட்டேன்.”

இரண்டு பேரும் எதிரெதிராக உட்கார்ந்தபடியே சத்தம் போட்டார்கள்.

“இனி என்னத்த சொல்றது. அதுதா என்னப்பத்தி யாராருகிட்ட என்னான்னா சொல்லணுமோ அத்தனையும் சொல்லியாச்சு. இனி என்னா இருக்கு? ஆனா இந்த மாதிரி நமக்கெல்லா பேசப் புடிக்காதும்மா...” என்று முகட்டைப் பார்த்துச்சொன்ன ராசக்கா “புடிச்சா கூட இருக்கணும் இல்லேன்னா வெட்டி விட்டுடணும். அத விட்டுப்புட்டு காங்காம பேசுறதல்லா நமக்குப் புடிக்காதாத்தா.” என்று பிலாக்கிணம் செய்தாள்.

கண்ணம்மாவுக்கு ஒரேமட்டாக ஆவேசம் கூடிப்போனது, “என்னாடி, ஒரேதா நீபாட்டுக்குப் பேசிட்டுப் போற. என்னதா இப்ப... ஓம் பொறந்த வீட்ல நடக்குறத ஊர் பூராமு பரப்பிட்டே. எவளப் பத்தி ஏடாகூடமா பேசுனேன். இல்ல, நா எதுக்கு காங்காம பேசணுங்கறேன்.”

“இல்லாமயா ஒரொருத்தியும் இடிச்சு இடிச்சுப் பேசுறாளுக.”

“எவளோ இடிச்சு பேசினான்னா நானா பொறுப்பு. என்னமோ பன மரத்துல தேள் கொட்டுனா தென்ன மரத்துல நெறிகட்டுன கணக்காவுல்ல இருக்கு குத்தமுள்ள நெஞ்சுன்னா குத்தத்தா செய்யும்.”

“இந்த மாதிரியெல்லா வழுக்கிப் பேசுறது நல்லதுக்கில்ல. கூட இருக்கது புடிக்கலன்னா தனியா போன்னு நேராவே சொல்லிற வேண்டிதான,” உட்கார்ந்திருந்த மனையை எடுத்துவிட்டு நின்று கொண்டாள் ராசக்காள்,

“இப்ப ஆரு ஒன்னய புடிச்சுக்கிட்டு இருக்காக, அதா நீயும் வந்தது புடிச்சு தனியா போகணுங்கிற. போகணும்னா ஓம் புருசனக் கூட்டிட்டு மகராசியா போகவேண்டிதான,”

“ஆரச் சொல்லி என்னா புண்ணியம். நாங்கட்டி இருக்கேனே, எனக்கின்னு வாச்சிருக்கே, அது ஒழுங்கு இல்லேங்கிறப்ப, இப்படி நாயி பேயி கிட்டெல்லாம் பேச்சுக் கேக்கத்தானே வேண்டிருக்கு.”

சொல்லிவிட்டு அடுப்படிக்குள் போனபோது, கண்ணம்மாள் புலியாக எழுந்தாள்.

“ஆரப் பாத்துடி நாயிங்கிற. இன்னொருக்கா சொன்ன, தலய செரச்சு கழுதமேல ஏத்தி விட்டுருவே ஆமா.”

“ஏத்துவ, ஏத்துவ, அதுந்தணியும் எங்கையி பூவரசங்கா புடுங்கிக் கிட்டிருக்கும்.”

“அப்ப நீ நாயின்னு பேசுவ, நாங்க கேட்டுக்கிட்டு இருக்கணும்.”

‘டம்’ எனக் கட்டை விழும் சத்தம் கேட்டு இருவரும் திரும்பினர்.

“ம்... சண்டைய ஆரம்பிச்சாச்சா... கொஞ்சநேரம் சேந்துருந்தாவே ஆகாதா ச்சே என்னடாது.”

கட்டையை ஓரமாய் ஒதுக்கிவிட்டு, துண்டை உதறி கொடியில் போட்ட மணி தொட்டியிலிருந்த நீரை மொண்டு முதுகில் தீய்த்த வெப்பத்தைப் போக்க ஒரு செம்பு ஊற்றிவிட்டு முகம் கழுவினான்.

“வாடா நீயும் நல்ல சமயத்துக்கு வந்துருக்க. என்னமோ அன்னிக்கி நீயும் ஒந்தம்பியுஞ் சேந்து, பொறுத்துப் போ... பொறுத்துப் போன்னீங்களே... இப்ப பாரு நீச்சத் தண்ணி கேட்டதுக்கு பக்கி பதவலுங்கிறா. பேனு பாக்கச் சொன்னா நாயிங்கிறா. இதுக்குத்தே ஒன்னய பெத்ததா. இந்தப் பேச்ச கேக்கத்தே ஒன்னய வளத்ததாட எல்லாம் எங்காலம்டா. நா வாங்கி வந்த வென.”

தலையில் அடிக்காத குறையாக ஒப்பித்தாள்.

உடனே ஓடிவந்தாள் ராசக்கா, “பாரு, பாரு, என்னென்ன பேசிப்புட்டு, இப்ப நாந்தா பேசுனேங்கறத... முழுசையுங் கேளு,”

“அடச்சே... மூடுங்கவாய, வந்த ஒடனே ஒங்க ஒப்பாரியக் கேக்கவே சரியா இருக்கே, முழுசா கேக்கணுமா,” அவன் அதட்டலையும் பொருட்படுத்தாமல் ராசக்காள் தொடங்கினாள்.

“நாம் பாட்டுக்கு செவனேன்னு படுத்திருந்தே படுத்தவள எழுப்பி.”

“சரி சரி வாய மூடு” அவளை அடக்கவும். அம்மா தொடங்கினாள்.

“படுத்திருந்தவள எழுப்பி என்னா சொன்னாக. கொஞ்சம் நீச்சத் தண்ணிக் கேட்டேன். அது தப்பா,”

“சரி... சரி... ஆராச்சும் கொஞ்சம் விட்டுக்குடுத்துப் போங்களேன்,”

“எம்புட்டு தாண்டா விட்டுக் குடுக்குறது. ஒருவா நீச்ச தண்ணி கேட்டதுக்கு நாயி பேயிங்கிறா.”

பேச்சை இடைமறித்தாள் ராசக்காள்.

“ஆர நாயின்னாக, பேயின்னாக. நீ இந்த மாதிரி வெளிய போயி பொரணி பேசுறத விட்டுறச் சொல்லு... அப்புறம் நல்லாருக்காது.”

“சரி சரி ஒங்க பஞ்சாயத்த அப்புறம் வப்பம். மொதல்ல சோத்தப் போடு”

வெயிலில் அலைந்த களைப்பும், வீட்டில் வந்ததும் சண்டை கண்டு உருவெடுத்த எரிச்சலும் சேர்ந்து பலமாய்ச் சத்தம்போட வைத்தன. அடுப்புக்குள் போன ராசக்காளை மறித்த கண்ணம்மா,

“என்னத்தடா நல்லாருக்காது, சொல்லச் சொல்லுடா.”

“பின்ன... சம்பாதிக்கிற திமிர்ல மெட்டு பண்றா... மினுக்கிட்டு திரியுறான்னு வீதி பூராமும் சொல்றதத்தா நல்லா இல்லேங்கறேன்” என்றவள் புருசனை மறித்து, “நீ சொல்லு எனக்கு எத்தன சேல எடுத்து குடுத்துருக்க... பகுடரு பொட்டுன்னு எத்தன வக வாங்கித் தந்துருக்க.”

அம்மாவுடன் சண்டை போட்டது போக, இப்போது தன்னையே வலுக்கிழுக்கவும் மணிக்கு எரிச்சல் கோபமாய் மாறி,

“பேச்ச வளக்காதடி சிறுக்கி முண்டன்னா போறாளான்னு பாரு” குடுமியைப் பிடித்து இரண்டு கன்னங்களிலும் மாறி மாறி அறைந்து கீழே தள்ளி விட்டான். அடுப்படியில் போய் விழுந்தாள். அவன் அடிப்பதைப் பார்த்து திகைத்துப் போன கண்ணம்மா,

“என் மேல இருக்க ஆத்துரத்துல அவள ஏண்டா அடிக்கிற” என்றாள்.

“ம்.” என்று அவளை முறைத்த மணி, “நீ பெத்தவளாச்சே” சொல்லி விட்டு, “ச்சே. ஓங்களால நா எங்குட்டாச்சும் நாண்டு கிட்டு செத்தாத்தான். அப்புறமாச்சும் ரெண்டு வேரும் நிம்மதியா இருப்பீங்கல்ல.”

தரையை ஓங்கி உதைத்துவிட்டு உள்ளேபோய் சட்டையை மாட்டிக்கொண்டு வெளியில் போனான்.

“கடவுளே... எங்காலமா... நேரமா... பெத்தவளயே அடிக்கணுங்கிறானே, நா ஆருகிட்ட போயி சொல்லட்டும்.”

தாவாரத்து முட்டுக்கட்டையில் சாய்ந்தவாறு மூக்கு சிந்திக் கொண்டிருக்கையில், அடுப்பபடியிலிருந்து ஒரு விசும்பல் கேட்டது.

5

மில் ஓட ஆரம்பித்து இன்றைக்கு இரண்டு வருடங்கள் முடிந்து விட்டன, முள்கம்பி 'வேலி'யெல்லாம் சிமிண்ட் காம்பவுண்டுச் சுவராகி இருந்தது. பொட்டலாகக் கிடந்த இடமெல்லாம் நிறைய கட்டடங்கள் எழும்பி அடையாளம் தெரியவில்லை. ஆருல் மில்லின் இடதுபுறம் எப்போதும் போல வெள்ளாமை செய்து கொண்டிருந்தார்கள். ஒரு பகுதியில் தென்னங்கன்றுகளும் தோப்பாகி தெரிந்தன. கிணற்றிலும் தண்ணீர் பெருவாரியாக ஊற்றெடுத்தது.

போனவாரம் ஆண்டுவிழா கொண்டாடி ஆளுக்கொரு எவர்சில்வர் சோப்பு டப்பாவும், கையகலத்துண்டும் கொடுத்தார்கள். அதை கும்பிடுபோட்டு வாங்கி, வெளியில் வந்ததும் பலர் முணுமுணுத்துக் கொண்டார்கள்.

"ஆமா. இங்க சோப்புதேச்சு குளிக்கிறதுதா தவறுது. க்காளி உப்பு வாங்கவே துட்டக் காணாம். இதுல சோப்புக்குதே அழுகுறாக,"

"இதத் தாரதுக்கு ஒரு பத்து ரூவாய்க்கி ஜக்கம்பட்டி வேட்டி வாங்கி குடுத்திருக்கலாமே" என்றெல்லாம் புளிய மரத்திடம் யோசனை சொன்னார்கள்.

பலர் அதை மூன்று ரூபாய்க்கும், கொடுக்க வேண்டிய கடனுக்கு ஈடாகவும், இன்னும் ஒரு கோஷ்டி ஒரு கட்டு பீடிக்கும் கூட பண்டமாற்று செய்துகொண்டனர். மிகச் சிலரே மாடக் குழியிலும் அலமாரியிலும் தன் வீட்டு பொம்பளைகள் பெருமைபேசிக் கொள்வதற்காக வைத்துக் கொண்டார்கள்.

மில் நிர்வாகம் மாதாந்திர கூட்டங்களில் புது ஆட்களைப் பற்றி ரொம்பவும் கவலை தெரிவித்தார்கள். எத்தனை பேர் சேர்கிறார்களோ அவ்வளவு பேர் சொல்லாமல் கொள்ளாமல் ஓடி விடுகிறார்கள். இதை சொந்த வீட்டு வேலையாக நினைத்துச்செய்யுங்கள் என்றுகூட சொல்லிப் பார்த்திருக்கிறார்கள். ஆனாலும் வேலைகேட்டு வருபவர்கள் தினமும் பத்துப் பேராவது மில் கேட்டில் நின்றார்கள்.

பழைய ஆட்களுக்கு சம்பளத்தை ஏழாகக் கூட்டியிருக்கிறார்கள். இது மாதாந்திர கூட்டங்களில் மில் நிர்வாகத்தால் வருத்தப்பட்டு செய்யப்பட்டது. அதை பழைய மில்லில் வேலைபார்த்த வேலப்பன் சொல்லி இருக்கிறார். முன்புபோல் கூட்டங்களில் பின்னால் ஒளிவது கிடையாது. நேருக்கு நேர் முகம்பார்த்து உட்காரப் பழகி இருந்தார்கள்.

***

“எடுவட்டபய சோக்கரு க்காளிச் சேரவே மாட்டேங்குதப்பா... ம்க்கும். வா...ட்டீ” பாம்பு விரலால் நாக்கைத் தொட்டு கவுத்தி இருந்த சீட்டை சடாரென்ற சத்தத்தோடு எடுத்தான் சுந்தரம்.

“ம்.ஹூ உதட்டைப் பிதுக்கி தலையைச் சிலுப்பியவன் “ஒரு மயித்தையுங் காணாம்... நாங் கவுத்தீர்டினப்பா, பாய்ண்ட் எழுதிக்க” சீட்டைப் போட்டுவிட்டு ஒரு சிகரட்டைப் பற்ற வைத்தான். பக்கத்தில் பிச்சைமுத்து இருந்தான். வத்திப்பெட்டியைக் கீழே போட்டுவிட்டு அவனது சீட்டை நோட்டம் விட்டான் சுந்தரம்.

“ம்... ஒஞ்சோலிய ஓச்சுட்டு பிச்சைய வழி பண்ண வந்துட்டயா பாவம்டா...” எதிர்ப்புறமிருந்த சிவனாண்டி சீட்டை விரித்தபடி சொல்ல, ‘கேம்ப்’பே சிரித்தது. சுந்தரம் அசடு வழிந்தான்.

கோயிலின் சுற்றுச்சுவருக்கருகே இருந்த வேம்படியில் அவர்கள் சமுக்காளம் விரித்துக் களம் புகுந்திருந்தனர்.

இன்று கோயில் முழுவதும் ஜேஜே என ஆட்கள் நிரம்பி திருவிழாவாய் இருந்தது. எங்கும் சலவை உடுப்பும், புத்தம் புதிய உருப்படிகளுமாய் மொடமொடத்துக் கொண்டிருந்தன. கடைசி முகூர்த்தம் வேறு. கிட்டத்தட்ட பதினைந்து திருமணம் என்றார்கள். அதில் இவர்களது கோஷ்டியே எங்கு பார்த்தாலும், இட ஆக்ரமிப்பு செய்திருந்தன. இந்த ‘கேம்ப்’பைச் சேர்த்து நாலு இடங்களில் ‘கை’ போட்டுக் கொண்டிருந்தார்கள்.

தவிர கோயிலுக்குப் பின்புறம் பிளாஸ்டிக் கேனில் அரைப்படி. தேவன்பட்டி நாட்டுச்சரக்கு வேறு வந்திருந்தது. அதுவே இவர்களைத் தனியாய்ப் பிரித்துக் காட்டியது. மொய் செய்ய காசில்லா விட்டாலும் தண்ணியடிக்கவாவது மக்கள் வந்திருந்தனர்.

அதுவும் மாப்பிள்ளையின் நெருங்கிய நண்பர்கள் ஆப்நைட் முடிந்து, இரவு பதினோரு மணிக்கே வந்து சேர்ந்துவிட்டனர்.

“ஒரு இருவத்தாறு ரூவா குடுப்பா. செவப்பு வாங்கணும், இதெல்லா நமக்குச் சேராது” என்று கேட்டவர்களும், “மேஸ்திரி ‘ஆப்’ கேட்டாப்ல” என்று வந்தவர்களும்... மாப்பிள்ளைக்கு போதும் போதும் என்றாகிவிட்டது.” மில்லில் சேர்ந்த பிடுங்கலைவிட இது அதிகமாகத் தெரிந்தது;

“அட கொஞ்சம் பொறுங்கப்பா... எத்தினி பேர்க்குதா தர்றது” சலித்துக் கொண்டான். அப்படியும் தீரவில்லை. “ஏய் மேஸ்திரின்னா மட்டும் தனியா ஆப்புக்கு காஸ் தருவ நாங்க நாலுவேறு நெறந்துக்கறம்னா சடச்சுக்கிறயே.”

“சரி சரி சத்தம் போடாத முகூர்த்தம் முடியட்டும் மொய்யி வாங்கி எடுத்துக்கங்க.” என்று சமாதானம் கூறினாலும் இன்னும் எத்தனை பேரோ என்ற அச்சம் இருந்தது.

இங்கே வேம்படியிலும் 'வாசனை' மூக்கைத் துளைத்தது. "என்னங்கப்பா. நம்மாளு தாலி கட்டிட்டானா இல்லியா ஒண்ணுந் தெரியல."

"ஏன் வகுறு புடுங்குதா? சீட்டாட்டத்தைப் பார்த்துக் கொண்டிருந்த ராசு கேட்டான்.

"பின்ன.? நீயெல்லா காலம்பற கஞ்சியடிச்சுருப்ப. நா இவனுகள நம்பி வந்தேன். தீந்து போச்சுன்னு வெறுஞ்சட்டிய காட்டிட்டானுக... இதுக்குத்தே எவனையும் எதிர்பாக்கக் கூடாதுங்கறது" ரொம்பவும் சலித்துப் போய் சீட்டை நச்செனப் போட்டான் சோமு.

"அட ஓம் பாட்ட நிறுத்தப்பா ஒரு விசேசத்துக்கு வந்தம்னா திங்கறதத்தாம் பாக்குறதா" பிச்சைமுத்து.

"ஆமாமா. நீயெல்லா மொய் எழுதிட்டு மொகட்ட பாத்துட்டுதான போவ... போடாய் போடா... எடுத்த சீட்ட போடு மொதல்ல,"

பிச்சைமுத்து சொருகிய சீட்டை உருவிவிட, ஆவலோடு அதை எடுத்த சுப்புராம். உதட்டைப் பிதுக்கி ஒதுக்கிவிட்டு வேறொன்றை எடுத்தான்.

"ஏன்டா செவனு, எங்கடா இன்னிக்கு நம்ம மேஸ்திரிய காணம்." என்றான் சோமு.

சிவனாண்டி ரம்மிகளைப் பிரித்து. ஜோடியை அதிகரிப்பதில் கவனமாய் இருந்தான். பிச்சைமுத்து பதில் சொன்னான். "இன்னவரைக்குமா வராம இருப்பாங்க. நேத்து சாயந்தரமே வந்துட்டாக. செகப்பு ஒண்ணு வாங்கி அடிச்சிட்டு சிப்ட்டு முடிஞ்சு வாரேன்னுருக்காப்ல."

"ஆரு தியாகராசனா பிச்ச."

"ஆமா ராசு. அவனும் அந்த குள்ளப்பய கந்தசாமியும்."

"திருட்டுப்பயக இதுக்கெல்லா தவற மாட்டானுக" என்றபடி சோமுவுக்கு ஒரு சீட்டை எடுத்துத் தந்தான் ராசு,

"ஏண்டா, யேய் ஏண்டா இப்பிடி கூறுகெட்டு போய் பேசுற, ஏற்கனவே அவென் ஓம்மேல காட்டமா இருக்கான் இப்படி பேசுனத எவனாச்சும் பத்தவச்சிட்டான்னா. பொழப்ப பாருடா" என்று தலையிலடித்தான் பிச்சைமுத்து.

"பிச்ச யாரும் குனியிற வரைக்கும் தா குதிர ஏறுவானுக நிமிந்துக்க சலாம் வப்பானுக. மிஞ்சிப்போனா எட்டுமணி நேரம் பிசுங்க வேல குடுப்பான் அம்புட்டுதான, அப்புறம் மாப்ள ரோட்டுக்கு வந்துதான ஆகணும்" என்று ராசுவுக்காக

பதில் அளித்த சிவனாண்டி, "அன்னிக்கி அப்பிடித்தே தாமர கொளத்துலருந்து ஒரு புதுப்பய வந்திருக்கான்ல அவெங்கிட்ட தான் தின்ன வடை டீக்கு காச குடுத்திருன்னுட்டு போய்ட்டான்."

"அடப்பாவியா. அப்புறம்."

"இந்த பேக்கூதி பேக் பேக்ன்னு மொசகுட்டி முழிச்ச மாதிரி முழிக்கிறான். என்னடான்னா, பஸ்சுக்கு அளவாத்தே காசிருக்குன்னு கண்ண கசக்குனான். அப்புறம் நாந்தே கை மாத்து குடுத்தேன்."

"ஏன் அவேன் இல்லிங்க வேண்டிதான" அப்துல் சீட்டைச் சேர்த்து மறுபடி விரித்துக் கொண்டு சொன்னான்,

"சொல்ல முடியாதுல்ல. ஏ... சிப்ட்ல தாண்டா நீ வரணும்னு மெரட்றானே. ராசு"

"ம் அவனெல்லா அசக்க ஆளில்லாம திரியுறானுக ராசு" என்றவன், "அல்லாரும் சீட்டப் போடுங்க. அடிச்சாச்சு,"

சிவனாண்டி ஜெயித்த சீட்டை பரத்தி பார்வைக்கு விட்டு விரல்கள் நெறித்து சொடக்கு போட்டான்,

"இந்தாப்பா சாமிகளா. அடிக்கணும் புடிக்கணும்ங்கற பேச்செல்லா அங்குட்டு போய்ப்பேசுங்க என்னைய வேற இந்த மாசத்துல இருந்து அவெங்கிட்டதா போட்ருக்காக, நாளக்கி நானும் இருந்துதா பேசினேன்னு இல்லாத பழியைத் தூக்கிப் போட்ருவானுக" அப்துல் அலறியபடி பாய்ண்ட்டை எண்ணினான்.

"ஏம்ப்பா இப்படி பயந்து சாவுற?"

"வேற என்னா பண்ணச் சொல்ற ராசு... நீ ஒண்டிக்கட்ட தைரியமா நிக்கலாம். நா புள்ளகுட்டிக்காரனப்பா. அதுமில்லாம மில்லுக்குள்ள பூராம் எட்டப்பெ ராச்சியமாத்தே இருக்கு. யாரையும் என்னா ஏதுன்னு வெசாரிச்சு தண்டன தாராகளா... அதுமில்ல, அன்னிக்குப் பாரு ராசேந்திரன கியரண்ட துடைக்கச் சொல்லி வேஸ்ட்ட அள்ளிக் குடுத்துருக்காக அது பல் சக்கரத்துல மாட்டிகிடுச்சு. நல்ல வேளையா கையகிய்ய தராம இருந்தான். அதுக்கு பல் சக்கரம் ஒடஞ்சு போச்சுன்னு பத்து நாள் சஸ்பெண்டு. நெலவரம் எப்பிடி இருக்குன்னு பாரும். எழுதிக்க முப்பத்தி ஆறு."

"ஏன் பிரஸ் இல்லியா? அத குடுத்தா நல்லபடியா தொடச்சிட்டுப் போறான். அதுக்கு வக்கில்லாம."

ஒரு பிரச்சனையை கோடி காட்டியதும் ஆளுக்கொன்றாய்ப் பேசலாயினர்.

"சரி சீட்டக் கலச்சு போடுங்கப்பா மேளந்தட்ற சத்தங் கேக்குது தாலிகட்றதயாச்சும் பாப்பம்."

“சீட்டக் கலைக்கச் சொல்லிட்டு அப்புறம் எங்க தாலி கட்றத பாக்கறது.” வேலப்பன் சொன்ன கருத்தில் சீட்டுப் போடுவதா வேண்டாமா என்று சர்ச்சை எழ,

அட போடுங்கப்பா புதுமையாவா தாலிகட்டப் போறான்? எல்லாம் பழமையா நடக்குறது தான. முடிஞ்சப்பறம் பாப்பம் சரியா கட்டுனானா இல்லியானான்னு. இதுவரை ஜெயிக்காத ஆதங்கம் ஆத்திரமாக சுப்புராமுக்கு வெளிப்பட அனைவரும் ஒருமனதாய் அமர்ந்தனர்,

சோமு சீட்டைக் கலைக்க அப்துல் வெட்டிக் கொடுத்தான். சீட்டு வாங்கிக்கொண்ட சுப்புராமன், “ஏன் ராசு மொய்யி ஆரு எழுதுறதுன்னு பாக்குறதான. காச குடுத்துப் போட்டாச்சும் ஒரு மனசா ஒக்காரலாம்.” என்றான்.

“ஏண்ணே நா ஒக்காந்திருக்கறது ஒனக்குப் புடிக்கலியா?”

“ச். சும்மாதானப்பா ஒக்காந்துருக்க.”

“ஏய். ராசு என்ன முந்தி மாதிரி வெறகு வெட்டிப்பயன்னு நெனச்சியா ஸ்பின்னிங் மில்லுல ஏழூருவா சம்பளகாரனாக்கும்” சீட்டு போட்டுக் கொண்டிருக்கும் போதே ராசுவை ஒரு இடிஇடித்துச் சொன்னான் சோமு.

“ஆமா. நீதா மெச்சிக்கணும். அதான் சம்பளங் கூடக்கூட வேலய ஏத்திக்கிட்டே போறாங்கள்ல. என்னா வேலண்ணே.”

“ம் உண்மதா. நாம பாக்குற வேலக்கி கோட்ஸ்ல முப்பத்தஞ்சி ரூவா சம்பளம். ஆனா நாமதே தீவாளிக்கு போனசு கூட இல்லாம ஒழைக்கிறோமே... ம். பாப்பம். எப்பத்தா நம்ம ‘மக்கள்’ முழிக்கிறாகன்னு,”

“இனி எங்க முழிப்பு. பேசாம இன்னம் அஞ்சு வர்சத்துல பஞ் சத்தின்னுட்டு சாக வேண்டிதே.”

“ஹூம்... என்னமோப்பா... ஒருபக்கம் நெனச்சா பயம்மாத்தே இருக்கு” பதிமூணாவது சீட்டை எங்கு செருகுவதென தடுமாறிக் கொண்டே சொன்னான் சிவனாண்டி.

“எல்லாரும் பயந்துகிட்டே இருங்க. கொஞ்சமாச்சும் தைரியமா நில்லுங்கப்பா ஒரு ஸ்டெடிக்கு கொண்டு வந்திருச்சுன்னா ஒர்க் லோடு சம்பளம்னு வாங்கிட்டா ஓரளவு சரிப்பட்டும்.”

“அந்த விருத்தம் நம்ம மில்லுல விழுகும்னு நெனக்கிறீகளா வேலண்ணே. எல்லாம் பகல் கனாதே...”

“நிச்சயமா ஆகும் சுந்தரம் எல்லா தொழிலாளிக கையிலதா இருக்கு.”

“ஏய் பேச்சுலயே நேரம் போகுதப்பா சீட்ட விடுங்க” பிச்சமுத்து ஏதோ ஒரு வேகம் வந்தவனைப் போலக் கத்த,

“என்ன ராசண்ணே, இங்கயா ஒக்காந்திருக்க. நா கோயில் பூரா ராவிட்டேன்” என்றபடி நெற்றியில் எண்ணெய் பளபளப்பு மினுங்க வந்து நின்றான் அப்பத்தேவன்.

“அங்குட்டுதே நின்னுகிட்ருந்தே நம்மாளுகள பாத்ததும் வந்து ஒக்காத்தாச்சு... நீயும் ஒக்காரு...”

“என்னா தோஸ்து தேடி வந்தாச்சா... அதான என்னடா சோடி இல்லாம் வந்துட்டாப்லயேன்னு பாத்தேன்” ஒரு கண் சோமுவின் சீட்டிலிருக்க பேசினான் சிவனாண்டி.

“எண்டா அப்பு திருப்பூட்டிட்டாகளா ?” ராஜாவை வீசிவிட்டு சுப்புராம் கேட்டான்.

“ம் எல்லாம் முடிஞ்சு துன்னுரு வாங்குறாக.”

“ஏம்பா. சாப்புட்டுட்டு வந்து வெளாடலாமே. எந்திரிங்க நீளமான துண்டு தோளில் சரியச் சரிய மாப்பிள்ளையின் தகப்பனார் வந்து உசுப்பினார்.

“ம். இந்தா வர்றம்யா... போங்க.”

ராசுவும் அப்புவும் பந்திக்கு நடக்க, ஆட்டம் ஜரூரானது.

தபால்காரர் போன சிறிது நேரத்தில் அப்பத்தேவனின் வீட்டுக்குள் நுழைந்தாள் கண்ணம்மா.

“ஊர்லருந்து காய்தம் வந்திருக்கா அப்பு?”

உட்கார்ந்திருந்தவன் எழுந்து பாக்கெட்டிலிருந்து எடுத்து காண்பித்தான். ஆமாம்மா, இப்பதே வந்துச்சு.”

“ம் எல்லாம் சொகந்தான?”

“ம் தம்பிய இந்த வாரந்தே ஆஸ்டல்ல சேத்திருக்காங்க” சொன்னவன், உட்காரச் சொன்னான்.

“இருக்கட்டும்ப்பா” என மறுத்தவள். “வீட்ல அண்ணே சாப்பிட்டுகிட்டு இருக்கான். “ஆமா ஆஸ்டல்னா தங்கி படிக்கிறதுதான?”

“ஆமாம்மா.”

“உள்ளூர்ல படிக்க முடியாதா?”

“அடங்காத பயம்மா... கழுத மாதிரித் திரிவான். அதுக்குத்தே ஆஸ்டல்ல சேத்து விட்ருக்கு.”

சண்டைக்கே வந்து விட்டாள்.

“நல்லாருக்குப்பா நீ சொல்றது. பிள்ள அடங்கலேங்கறதுக்காக அடிச்சா கொன்னு போடுவாங்க? என்னாதேன்னாலும் அப்பிடி பிரிச்சு வக்கெ குடாதுப்பா புள்ள, ஏங்கிச் செத்துருவான்” சொல்லிவிட்டு கதவில் சாய்ந்து நின்றாள்.

“சரி... படிக்கணும்ல...”

“என்னத்த படிப்பு? பெரிய படிப்பு. நீயுந்தே படிச்சிருக்க. இப்ப எங்கருந்து எங்க வந்து நத்துல் படுற? நிய்யும் அந்த சம்பளந்தே வாங்குற ரேக கீற்றவனும் ஓஞ்சம்பளந்தே வாங்குறான். எல்லாரும் என்னத்த கிழிச்சிக” மில் வந்தபிறகு படிப்பு கூட இரண்டாம் பட்சமாக ஆகிவிட்டதோ என எண்ணினான் அப்பத்தேவன்.

“இதுக்கு நாம என்னம்மா பண்றது. படிக்கிறவனல்லா ஆபிசர் உத்தியோகம் பாக்கணும்னா, மத்த வேலைகளச் செய்ய ஆள் கிடைக்காதே...” மனசுக்குள் பத்தாம் வகுப்பு பாஸ் பண்ணியும், ஒரு சூட் போடும் வேலை கிடைக்கவில்லையே என்ற ஆதங்கம் இருந்தாலும் மெப்பணையாய் வேஷம் போட்டான்.

“இது சரியில்லப்பா... பெத்த தாய் தகப்பெ மலபோல இருக்கப்ப இந்த வயசுலயே அப்படி அநாதையா விட்ருக்கக் கூடாது. படிப்புங்கறது தானா வரணும். அதது வாங்கிவந்த வரத்துக்கு தக்கபடிதா எல்லா அமையும்” என்றவள் “வேற என்னா எழுதீருக்காக” என்றாள்.

“கொஞ்சங் காசு அனுப்பச் சொல்லீருந்தேன். சொல்லும் போதே முகத்தில் வாட்டம் தென்பட்டது.

“நெலம, அங்கெயும் சிக்கல்தேம் போல. இங்க நாங்களும் அப்பா ஒருத்தர் சம்பாத்தியத்த வச்சுத்தா சமாளிக்க வேண்டி இருக்கு நீ கொஞ்சம் கைகுடுப்பன்னு எதிர்பாத்தம். ஒன்னோட நேர காலமும் அப்படி இருக்கு ஆனாலும் இப்ப பணமில்ல கூடிய சீக்கிரம் எங்கிட்டாச்சும் பாத்து அனுப்பி வக்கிறேன்னு எழுதீருக்காங்க” மொத்த கடிதத்தின் சாரத்தை வாசித்துவிட்டு முகத்தை எப்படி வைத்துக் கொள்வதெனத் தெரியாமல் தத்தளித்தான். மௌனமாய்த் தலையாட்டிக் கொண்டிருந்த கண்ணம்மா சில வினாடிக்குப் பின் மெல்லத் துவங்கினாள்.

“நாயந்தான அப்பு மூத்தவென் நீ கைகுடுத்தா பாரம் கொஞ்சம் லேசாகும். ஆனா ஒஞ்சம்பாத்தியம் இப்பிடி இருக்கு. இதுல ஆர குத்தஞ் சொல்றதுன்னே தெரியல.”

ச். சேந்து ரெண்டு வருஷமும் ஓடிப்போச்சு அம்பது காசும் ஓர் ரூவாயுமாத்தான சம்பளங் கூட்றாக. கடக்குன்னு ஏறுச்சுன்னா ஒரு வழியாகும், எங்க? ஊரிலிருந்து வந்த கடிதம் அவன் நெஞ்சை பாதித்து வாய்வழியே பெருமூச்சாய் உஸ்சென வெளிப்பட்டது. இன்னமும் சுவரில் நெருக்கி சாய்ந்துகொண்டான்.

“சரி... கழுதய விடு. ஒனக்கு மட்டுமா ஏத்த மாட்டேங்கிறாக.” என்றவள், “அதேன் வீட்ல பொங்கி சாப்பிடுப்பான்னா கேக்கமாட்டேங்கிற. ஒஞ்சம்பளத்துக்கும் ஓட்டல் சாப்பாட்டுக்கும் காணுமா?”

“அதெல்லா நொண்டம் புடுச்ச வேலம்மா எட்டு மணி நேரம் நாயா இசிபட்டு வந்தா, ஒடனே படுக்கத்தாஞ் சொல்லுதே ஒழிய. அந்த வேலயெல்லாம் முடியாதும்மா... கொஞ்ச நா போகட்டும் அம்மாவக் கூட்டியாந்து வச்சுக்சு வேண்டிதே” அம்மா தங்கச்சிகளைப் பற்றிப் பேசும்போதே மனசுக்கு சுகமாய் இருந்தது. அம்மா வந்தால் அதோடு ஊர்க்கதை பேசவும், தங்கச்சிகளோடு சண்டை போடவும்.

“ஆமா நீயும் வந்த நாள்லருந்து சொல்லிட்டுதா இருக்க. அது என்னிக்கு நடக்க நீ எப்ப வீட்டுச்சோத்த திங்க.” நீட்டி முழங்கிய கண்ணம்மா இடை இடையே தன் வீட்டை எட்டிப் பார்த்துக் கொண்டாள்.

“அதான் அடிக்கடி. நம்ம வீட்ல சாப்புடுறேன்ல” என்றவன் “வீட்ல ஆருமில்லியாம்மா” என்றான்.

“ராசு இருக்கான். வெளிய ஆக்குபானைல சோத்து சட்டி இருக்கு நாய் பூந்தாலுந் தெரியாது. ஆமா, ஒங்க ஊர்லயெல்லா மலக்கி போயிருக்கியா?”

“அங்க ஏதும்மா மல. இங்க வந்துதா மல ஏறவே பழகிக்கிட்டேன் என்றான் லேசாய்ச் சிரித்து, இந்த ஊருக்கு வந்ததுக்கு அது ஒண்ணுதான் உருப்படியா செஞ்சிருக்கேம் போல.”

“நல்லாப் பழகுன பழக்கம். எந்த செம்மத்துல செஞ்ச பாவமோ. இந்த செம்மத்துல வெறகு சொமக்க போட்ருக்கு.”

ஏதோ அரவங்கேட்டு இருவரும் வாசல்பக்கமாய்த் திரும்ப. வேர்த்து விறுவிறுத்து உடம்பை மேல்துண்டால் துடைத்தபடி ஜவானாக நின்றிருந்தார் பட்டாளம்.

இவர்கள் தன்னை கவனிப்பதைக் கண்டதும் சிரித்தபடி படியேறி வந்தார், “ஒண்ணுமில்ல... சும்மா அப்படியே வந்தனா தங்கச்சி சத்தங் கேட்டுச்சு.” கண்ணம்மாவின் ஒதுங்கலில் உள்ளே நுழைந்தவர், நெஞ்சுப் பனியனை கொடியில் போட்டுவிட்டு நன்றாய்த் துடைத்துக் கொண்டார். “திய்யாவுல்ல இருக்கு” என்று வெயிலை சபித்தவர் “மருமகனக் காணம்” என்றார்.

“வீட்ல சாப்புடுறான். அப்பு வீட்லருந்து காய்தம் வந்திருந்துச்சு விசாரிச்சுட்டுப் போலாம்னு வந்தேன்.” சொல்லிக்கொண்டே கதவு மூலையில் நிறுத்தியிருந்த பாயை உதறிப் போட்டாள்.

ஒரு காலை மடித்தும், இன்னொன்றை குத்திட்டும் வைத்து சுவரில் சாய்ந்து கொண்டவர்; துண்டை விசிறிமடிப்பாய்ப் பிடித்து வீசிக்கொண்டார்.

"அப்பா அம்மால்லா சொகந்தான." இங்க கூட்டி வரணும்னா என்னா சொல்றாக."

"அவங்க ரெடிதே நம்ம நெலமை சீருல்லில்ல..."

"அது வரைக்கும் பொங்கி சாப்பிடுப்பான்னே முடியாதுங்கறாப்ல."

தலையை நன்றாக ஆட்டிக் கொண்டார்;

"அது செரமந்தே..." என்றவர் "எந்தங்கச்சி. இப்படி செஞ்சா என்ன? ரெம்ப நாளாவே நானும் சொல்லனும்ன்ட்டே இருந்தே. மறந்து போகுது. நம்ம வீட்லயே கூட சாப்பிட சொல்ல வேண்டிதான ஓட்டலுக்கு தர்ற காச இங்க தந்துட்டுப் போகட்டும்." பதிலுக்காக ஏறிட்டுப் பார்த்தார்.

"காசா பெரிசு. நானும் நெனச்சேன்ல. ஆனா நம்ம வீட்ல பலசோறு ஆக்குவம் அதும் ஒரு நாளக்கி இருக்கும் இருக்காது. அப்பிடி இருக்கப்ப நம்மனால இந்தப் புள்ள செரமப்படக்குடாதுல்ல..." இப்போதும் தலையாட்டினார். சுவரில் சாய்ந்திருந்தது தலையாட்ட நல்ல தோதாய் இருந்தது.

"ம்.ம். செரமந்தே. ஏன் அப்பு? நீங்களாப் போயி நெலமயச் சொல்லிக் கூட்டிக்கேக்க வேண்டிதான."

"என்னது? சம்பளம் பத்தியா நீங்க வேற ஒண்ணுக்கு போக அஞ்சு நிமிசம் வெளிக்கு போக ஏழு நிமிசம். இதுல ஒரு நிமிசம் முன்ன பின்ன ஆகிட்டாலே சமாதானஞ் சொல்ல முடில சம்பளங் கேக்குறதா ஹஹ." பைத்தியக்காரத்தனம் என்பதைப் போல சிரித்தான்.

"அதுக்காக... இந்த இரண்டு ரூவா சம்பளத்துலயே இருந்துடுறதாக்கும். இன்னிக்கி நீயிங்கப் போயி சரியாய் போச்சு. ஒரு புள்ளகுட்டிகாரனெல்லா என்ன பண்றதாம்..." வரிந்து கட்டிக்கொண்டு வந்தாள் கண்ணம்மா.

"வாஸ்தவந்தாம்மா. இப்ப அவெவென் வேலய காப்பாத்திக்கறதே பெரிய காரியமாவுல்ல இருக்கு. நானு ராசண்ணேல்லா இன்னமும் ஒரு ரிப்போட்ல கூட சிக்காம இருக்கம்னா சாதாரணமா? மிசினுக்குள்ள நொழஞ்சாச்சுன்னா நாங்களும் மிசின்தே."

"அது சரி. எப்ப மனுசனா மாறப்போறீங்க..."

"அதுக்கொரு காலம் வரும்ல."

"இப்ப இல்லியாக்கும்."

அவர்களுடைய பேச்சு கண்ணம்மாவுக்குப் புரியவில்லை.

"என்ன அப்பு. மாமா சத்தத்துல சோத்தக்கூட திங்க முடில." ஈர்க்குச்சியால் கடவாய்ப் பல்லைக் குத்திக் கொண்டும். பல் இடுக்குகளை நாக்கால் விரிவிர் என உறிஞ்சிக் கொண்டும் வந்தான் ராசு.

"ஆமாமா. சொல்லிக்கிட்டாக. அடுப்புல அரப்படியரிசி சோத்தக் காணாம்னு." என்று மருமகனைப் பார்த்துச் சிரித்தவர்,

"என்னா இன்னிக்கு ஆட்டுக்கு மேல்பதவி குடுத்தாச்சாக்கும்." அவரது பூடகமான கேள்வி மூவரையும் புன்னகைக்க வைத்தது.

"ம். மாமா முன்னால பல் குத்தக்கூடாது போல... ஒடனே ஆடா கோழியான்னுருவார். கடிச்சிக்க வெஞ்சனமில்லாம தேங்காச்சில்ல மென்டது பல்லுக்குள்ள சிக்கிக்கிடுச்சுன்னு கெடக்கேன்..." என்றவன் மெல்ல கண்ணைச் சிமிட்டி, "என்னத்தியோ அளந்துகிட்டிருந்தீங்க" என்றான்.

வழுக்கையைத் தடவிக்கொண்டே, "எல்லா மருமகன் பத்திதே" என்றார்.

"ஏனாம். பொண்ணுகிண்ணு பெத்துட்டீகளா?"

"இனிமே நா பெத்து எதுக்கு வீணா? அதா நீங்களே பொண்ணு பாத்தாச்சாம்ல..." தலையைக் கவிழ்த்துக்கொண்டு சிரித்தார்.

திடுக்கிட்டுப் போன ராசு, "அம்மா நிக்கிது... நீங்க பாட்டுக்கு எதியாச்சும் இழுத்து விடாதீக." என்று அவரருகே அமர்ந்து இடுப்பை நிமிண்டினான்.

"ஏண்டா திண்ட வட்டிய கழுவி ஊத்துனியா..." எது எப்படி நடந்தாலும் தன் வேலையில் கவனம் காட்டினாள் அம்மா...

"அய்யய்யோ ஆவுகமில்லாம, அப்படியே விட்டு வந்துட்டேன்" என்று கையை உதற, பதறினாள் அம்மா.

"அறிவு கெட்டபய திங்கெமட்டுந் தெரியுது. ஆவுகமா கழுவத் தெரியல வட்டித்தண்ணி நீந்து போகக் கூடாதுடா முணுமுணுத்துக் கொண்டே அவசர அவசரமாய் நடந்தாள்.

"ஆமா நீங்க எப்டி இந்தப் பக்கம்.? நீ ஏண்டா கெழவெம் மாதிரி சரிஞ்சு கெடக்க நிமிந்து ஒக்கார்றா."

ராசுவின் பேச்சுக்கு சரிந்து கிடந்த உடலை நிமிர்த்தி உட்கார்ந்தான் அப்பு.

"ப்ச்... சும்மா இந்தப் பள்ளிக்கொடத்துப் பக்கம் வந்தே... என்னமோ சத்துணவுன்னு ஒண்ணு போடுறாகளாம்ல... அதத்தே பாத்திட்டு போலாம்னு."

“ஏன் நீங்களும் சாப்டவா.”

“ஆமா அதையுஞ் சாப்ட்டாலும்” கழுத்தை நொடித்து சிலுப்பினார்.

“அதையும் திங்கிறாங்கள்லய்யா.”

“வேற வழி? ஏழபாழைங்க தின்னுதான ஆக வேண்டி இருக்கு. கொஞ்சம் மிஞ்சுன வீடுகள்ல நாயி கோழிகளுக்கு கொண்டாட்டம்.”

“சரி அதுக்கு நீங்க என்னத்துக்கு வந்தீங்க.”

“இதச் சொல்லத்தே. போயி வாத்திமாரு டீச்சருகள ரெண்டுகிழி கிழிச்சேன். என்னத்தடா சோத்தப் போட்டு அவியிறீங்கன்னு.”

“ம்...”

“அவங்க அய்யோ அப்பாங்கறாக... நாங்க என்ன செய்வம் மேல இருக்கவங்க சொல்றத போடுறம்னு அலர்றானுக. அப்புறம் வர்றதவாச்சும் ஒழுங்கா போட்டுத் தொலைங்கன்னு வந்தேன்.”

ஆரம்பத்தில் சுருதிகூட்டி.., புஸ்சென முடித்தார்.

“ம்... கேட்டு வந்துட்டார்ல... நாளைக்கிப் பாரு அப்பு, ஊர்பூராம் முட்டையும் பாலுமாத்தே போடப் போறாங்க நீங்க வேற புள்ளையாரே புடுங்கி திங்கிறப்ப பெருச்சாளிக்கு புத்தி சொல்லறீகளே. மேலருந்து மாத்தணும்.”

“என்னத்தியோ மனுசப்பய கடம செஞ்சாச்சு. ஆகறது ஆகட்டும்.” என்றவர், “அத விடு மருமகனே... வார தையில ஆனந்தெ தங்கச்சிய முடிச்சிருவமா? ரெம்ப ஸ்பீடா போறாப்ல தெரியுது..... சொல்லிவிட்டு வாயைப் பொத்திக்கொண்டு சிரித்தார்.

“மாமோவ். என்னா, பேச்சு எங்குட்டோ சுத்தி எங்கியோ திரும்புது. வந்தா வம்பு இழுக்காம இருக்க மாட்டீகளோ...”

வாசலில் நின்று தலையை மட்டும் வீட்டுக்குள் நீட்டிப் பார்த்தான் ராசு, வலதுபுறம் அடுப்படியிலிருந்து புகை, கங்கு கணக்கில்லாமல் வந்து கொண்டிருந்தது. ‘ப்ஊ ப்ஊ’

“ஆரது வீட்டுக்குள்ள?”

உள்ளே போக இன்னமும் தயக்கமாக இருந்தது. அடுப்பில் வெளிச்சம் பரவியது. தொடர்ந்து ஊதுகுழாயைக் கீழே வைக்கும் சத்தமும், கமறலில் உள்ளே இருப்பவரின் இருமலும் தொடர்ந்தது.

“சொந்தக்காரருதே...” என்று முந்தானையால் கண்களைத் துடைத்தபடி நாகு வெளியில் வந்தாள்.

ராசு உதடு விரிய உள்ளே போனான்.

"வாசல்ல நின்னு உசார் படுத்திகிட்டெத்தே உள்ள வரணுமோ..?" அவனது முகத்தைப் பார்த்தாள்.

"ம்... ஓங்கண்ணன தேடி வந்தே..."

கஷ்டமாக முகத்தைத் திருப்பியபோது காம்ரா ரூமுக்குள் பருத்தி கொட்டி வைத்திருந்தது தெரிந்தது. அதை ஒட்டியிருந்த உள் ரூமுக்குள் யாரோ படுத்திருந்தார்.

"எங்கண்ணே... சத்தந்தா கேக்கலியே... போயிருக்கலாம்ல."

"இருந்தாலும் உள்ள வந்து கேட்டுட்டு போகலாம்னுதா..."

"கேட்டாச்சுல, இனி போகலாமே..."

உதட்டைக் குவித்துச் சிரித்த நாகுவின் முகத்தில் அடுப்பு புகையும் முன்முடியும் விழுந்து கசகசப்பை உண்டாக்கின. முடிகளை ஒவ்வொன்றாக எடுத்து காதோரம் சொருகி விட்டாள்.

"ம் இவ்வளவு தூரத்துக்குப் பேசுவேன்னு நா எதிர்பாக்கல..." ஆச்சரியம் பொங்க அவளைப் பார்த்தான் ராசு.

"பின்ன எப்படி இருப்பேன்னு நெனச்ச? தலையைச் சாய்த்துக் கொண்டு கேட்டாள். அதுவும் இவனுக்கு அழகாகத் தெரிந்தது.

"ஆரம்பத்தில் இதே மாதிரி ஓங்கண்ணனத் தேடி வந்தப்ப வெடுக் வெடுக்குன்னு என்னமோ கடிச்சுப் போடப் போற மாதிரி பேசிட்டுருந்தவ, இன்னிக்கு இம்புட்டுக் கேலி பண்றளவுக்கு மாறிட்டியே."

"நீ கூடத்தா அப்ப பயந்து பயந்து பேசுன."

"நானா..? எப்பயும் போலத்தாம் பேசுறே. அன்னைக்கி கொஞ்சம் அளந்து பேசியிருப்பேன். இப்ப தாராளமா பேசுறேன்."

"பேசுவ பேசுவ... ஏம் பேசமாட்ட..? கேக்கறதுக்கு நா இருக்கேன்ல" அவள் சிரித்தபோது தெற்றுப்பல் வெளிக்காட்டி கவர்ச்சி கூட்டியது.

"வீட்டுக்கு வாரவகள ஒக்காரச் சொல்றதில்லயாக்கும்?"

"ம் நின்னதுனால தப்புல்ல... காலுக்கு பெலந்தே."

"அப்ப சரி என் வீட்டுக்கு வா ஒன்னய நிக்க வச்சே பலமாக்குறேன்" என்றவன் ஏதோ வாடை வர மூக்கை உறிஞ்சி ஆராய்ந்தான். "ஏன் நாகு ஏதோ தீயிற வாட வருதே..."

"அய்யய்யோ... போச்சு போ... ஓங்கூட பேசிக்கிட்டே சோத்த மறந்துட்டே.... அடிப்புடிக்கிது போல. இன்னிக்கி எங்காத்தா கிட்ட நல்லா வாங்கிக் கட்டிக்கிட்டேன்."

விடுவிடுவென அடுப்படிக்குள் ஓடியவள் திப்பையில் சொருகியிருந்த கரண்டியை எடுத்து சரட் சரட் என சோற்றை கிண்டிவிட்டு தீயை இழுத்து விட்டாள்.

அங்கே சுவரை ஒட்டிப் போட்டிருந்த திருகையில் உட்கார்ந்து இவன் போட்டோக்களை மேலே பார்த்தான். "ஏன் நாகு, நம்ம விசயம் எல்லோருக்கும் தெரிஞ்சு போச்சா?" சத்தமாய் கேட்டான்.

"ஏன் திடீர்னு கேக்குற?"

"இல்ல... இன்னிக்கு நம்ம பட்டாளத்துக்கார்ரு இருக்கார்ல. அவரு பாட்டுக்கு வந்து திடும்னு குட்ட ஒடச்சுக்கிட்டு இருந்தாரு. எனக்குன்னா பகீர்னு போச்சு. நல்ல வேளயா அம்மா இல்ல."

"நாம என்னா காணாமயா பேசுறோம்? தெரியாம போக. பாக்குறவங்க அவங்களா எனச்சுக்க வேண்டிதா. கொஞ்சம் பொறு இந்தா சோத்த வடிச்சுட்டு வந்துர்றேன்."

கண்வைத்த சிப்பிள்தட்டை சட்டியில் வைத்து, கீழே குண்டாஞ் சட்டியில் கவித்தி விட்டாள். அவள் மனசுள் இருந்த சந்தோசம் போல வடிதண்ணி சர்ரெனக் கொட்டியது.

எப்படி ரெண்டு வேரும் இவ்வளவு தூரம் பேசினோம் பழகினோம்? ராசுவுக்கு ஆச்சரியமாக இருந்தது. தன்னிடமும் ஒரு நேச பாவமா! மில்லில் ஆனந்தனும் ராசுவும் ஒரே சிப்டில் வேலை பார்ப்பதால் அடிக்கடி வீட்டிற்கு வந்தபோது, சாதாரணமாய் ஏற்பட்ட பழக்கம். இப்போதெல்லாம் இரண்டு மூன்று நாட்கள் சேர்ந்தாற்போல் பார்க்காமல் இருக்க முடியவில்லை.

தோட்டத்துப் பக்கம் போவதையோ ஆத்துக்குப் போவதையோ சாக்காகக்கொண்டு சந்திப்பது. இல்லையானால் இப்படி எதையாவது சொல்லிக்கொண்டு வீட்டுக்கே வந்து பார்ப்பதுண்டு.

அடுப்படியிலிருந்து சோத்துச் சட்டியைத் தூக்கிக்கொண்டு போய் உள்வீட்டில் வைத்தாள் நாகு. அப்போது புரண்டு படுத்த பெரியண்ணன் ஆளரவம் கேட்டு, "ஆரம்மா நாகு, வெளிய." என்று எழுந்து இரண்டு கைகளையும் பரபரவென தேய்த்து முகத்தைத் துடைத்துக் கொண்டார்.

விசுக்கென போய்விட்டது நாகுவுக்கு, அய்யா எழுந்திருப்பார் என்று நினைக்கவில்லை. இல்லையானால் சட்டியை அடுப்பிலேயே வைத்திருக்கலாம்.

"ம்..? அதா நம்ம கண்ணம்மா அத்த மகென் சின்னது" என்றாள்.

"ராசுவா?"

இடுப்பு வேட்டியை இறுக்கிக்கொண்டு, தொண்டையைச் செருமி காறலுடன் வந்தார்.

“வா மாப்ளே” கேட்டுக் கொண்டே எச்சிலை வெளியே துப்பினார்.

“வரேன் மாமா” உட்கார்ந்திருந்தவன் எழுந்து நின்றான்.

“ஒக்காரு. சும்மா ஒக்காருய்யா... நாகு கொஞ்சந் தண்ணி கொண்டாம்மா. வீட்ல நல்லாருக்காங்களா மாப்ள.”

மகள் கொண்டுவந்த நீரால் முகம் கழுவினார்.

“அதெல்லா நல்லாருக்காங்க மாமா.”

“எப்ப வந்தாப்ல.” முக்காலியை எடுத்துப் போட்டு உட்கார்ந்தார்.

“இப்பத்தே. ஆனந்தே இருக்காப்லயான்னு பாக்க வந்தே.”

“அவனும் அவுக ஆத்தாளும் தோட்டத்துக்குப் போயிருக்காக. இன்னிக்கி பருத்தி எடுக்குறாங்க காலம்பற ஆளுங்களக் கூட்டிவிட்டு நா வந்தே... இனி சாப்பிட்டு போகணும் வா கொஞ்சம் சாப்பிடலாம்.”

“இல்ல மாமா அதெல்லா அப்போதேயே ஆயிடுச்சு. நீங்க சாப்புடுறதுன்னா சாப்புடுங்க” தப்பித்துக் கொள்ளும் அவசரத்தோடு சொன்னான்.

“சரி சரி அதுனால என்னா? இன்னிக்கு என்னா வேல?”

வந்தவரைக் கட்டாயப்படுத்தி சாப்பிடச் சொல்லாமலிருக்கும் அய்யா மீது நாகுவுக்குக் கோபம் கோபமாய் வந்தது.

“நைட் சிப்டு வேல. இப்பத்தா தூங்கி எந்திரிச்சு சாப்புட்டு வாரேன். இனி கொஞ்ச நேரம் லாத்திட்டு போய் படுத்தா வேலக்கிப்போக சரியா இருக்கும்.”

“ஆமா, ஆனந்தேங்கூட தூங்லேன்னான்யா... போய் மோட்டார் ரூம்ல படுடா நா வந்ததும் வீட்டுக்கு வந்து ஒறங்குடான்னே. என்ன செஞ்சு கெடக்கறானோ?”

“பருத்தி அடஞ்சு வச்சிருக்காப்ல போல. நல்ல வெளச்சலா...?” காம்ரா ரூமைப் பார்த்து ராசு கேட்டான்.

“என்னத்த அடஞ்சிருக்கு மிஞ்சி வந்தா நாலு குண்டால் தேரும். என்னத்தியோ போட்ட காசுக்கு பழுதுல்லாம வந்தாப் போதும்னு ஆயிருச்சு நெலம. மருந்து ஒரம்னு ஏகப்பட்ட செலவு இழுத்துப் போடுது. ஆனா பருத்தி மட்டும் நாலஞ்சு வருசமா ஒரே வெலயிலதா நிக்கிது. ப்சு... என்னா பொழப்பு. ஆமா ஒங்க மில்லு நூல் வெலயெல்லா எப்படி?”

“அத பேப்பர்ல பாக்கலாமே. நூல் மார்க்கட்டுன்னு ஒரு எடத்துல வால் நீளத்துல போட்டுருப்பாங்க. அதுல எங்க மில்

பேரும் போட்டுருக்கும். வெலயும் பாக்கலாமே, இந்த வாரம் கிலோவுக்கு மூணு ரூவா ஏறி இருக்கு.”

“அப்படியா? அதெல்லா ஆரு மெனக்கிட்டுப் பாக்குறா. அப்புறம் எப்பிடி வேலயெல்லா நல்லா செய்றீகளா. நாகேஸ்வரி ஒரு செம்பு தண்ணி கொண்டு வாம்மா குடிக்க.”

வளையல் கலகலக்க மண் பானையிலிருந்து நீர் கொண்டு வந்தாள். பாதி குடித்துவிட்டு ராசுவிடம் நீட்டிய போது மறுப்பின்றி வாங்கிக் குடித்துவிட்டு நாகுவிடம் செம்பை நீட்டினான். அவன் விரலைத் தொட்டுவிட்டு மின்னல் வேகத்தில் உள்ளே போய் உட்கார்ந்து கொண்டாள்.

“வேல தான. என்னமோ பாத்துகிட்டிருக்கம்.”

“அட, நா அதக்கேக்கலிய்யா, அடிக்கடி இப்ப நோட்டீசு சஸ்பென்டுன்னு ரொம்ப கெடுபிடியாம்ல.”

‘‘அதுவா? சம்பளங் கூட்டி இருக்காங்கள்ல. எல்லாம் பண்ணதா செய்வாங்க.”

“என்னத்த பெரிய்ய தொள்ளாயிரத்து தொன்னூத்தொம்போது ரூவா குடுத்துட்டானுக. ஆயிரத்துக்கு ஒண்ணுங் கம்மி, கெடுபிடி பண்றதுக்கு.”

“ஒங்களுக்குத் தெரியுது, அவங்களுக்கு அந்த ஏழு ரூவாயே பெரிய மலமாதிரி தோணுது. அதனால் பழைய ஆளுகள வெலக்கிட்டு புதுசா ஆள்சேத்தா சம்பளங் குடுக்காம வேல வாங்கலாமே.”

“ஓகோ, அப்பபடியா சமாச்சாரம், மத்த மில்லுகள்ல யெல்லா இந்தமாதிரி நடக்குறதாத் தெரியலியே. ஒங்க மொதலாளியும் பெரிய கடோத்கஜனாத்தே இருப்பாம் போல.”

“இல்ல மாமா எல்லா மில்லுலயுமே இருக்கு. இது புது மில்லுங்கறதுனால, இதுகளுக்கு கவர்மெண்டுலருந்தே கொஞ்சம் சலுகை தர்றாக. ஒரு நாலஞ்சு வருசத்துக்கு ஒண்ணு கேக்காது போல, அத சாக்கா வச்சு என்னன்ன தில்லுமுல்லு திரிகோசு செஞ்சு சம்பாதிக்க முடியுமோ சம்பாதிக்க வேண்டிதான?”

எல்லாமே அவருக்குப் புதுப்புது விவரங்களாய் இருந்தன. இப்பிடி பட்டவர்த்தனமா கொள்ளையடிக்கிறானுக அதும் கவர்மண்டு சம்மதத்தோட ஆனா தோட்டத்து வேலக்கி கால் ரூவா கம்மியா குடுத்தம்னா பொம்பளைக எகிறியடிச்சுல்ல வாராக. சிந்தனை வேறுபக்கம் திரும்ப, மீண்டும் மில்லுக்கே வந்தார்.

“ஏம் மாப்ள, என்னா அநியாயம்னு பாருய்யா. இங்க எங்களப்போல வெவசாயிங்ககிட்ட பருத்திய வகுத்துல

அடிக்கிறாப்ல வெல வச்சு வாங்குறான். சரி, எங்களத்தாம் மோசம் பண்ணுனாலும் அவனுக்கு ஓழச்சு கொட்ற ஓங்களுக்காச்சும் கூலி கூட்டித் தரணும்ல. எங்க கிட்டயும் மென்னியப் புடிச்சு ஓங்களையும் வகுத்துல அடிக்கிறான்னா என்னா ஒரு அநியாயம்?"

"ம்... நெசந்தே மாமா. எனக்கும் இப்பத்தே புடிபடுது."

"ஆமா நாலு நாளைக்கி முன்னால நம்ம கீழ்ப்பட்டில இருந்து நம்ம பய ஒருத்தன் வாரானே... ஏதோ ஆய்லரோ என்னமோ... அவன சஸ்பெண்டு பண்ணிட்டாங்களாம்ல?"

கொஞ்சம்நேரம் யாரென்று யோசித்தான் ராசு,

"ஸ்... அவனா..? ஆய்லருதேன். அதெல்லா அநியாயம் மாமா. அவென் வேல என்னன்னா மிசினுக்கு எண்ணை போடுவான் நாடா அந்துபோச்சுன்னா தச்சுப் போடுவான். அன்னிக்கி ஸ்பின்னிங் சைடருகிட்ட ஏதோ கேட்டுக்கிட்டு இருந்திருக்கான். அந்த சமயம் பாத்து மாஸ்டரு வந்துருக்காரு, எப்படிப் பேசலாம்னு மூணுநாள் ரெண்டு வேரையுமே சஸ்பெண்டு பண்ணிட்டாக."

"இவென் எதுக்கு அந்தாளு வாரப்ப பேசணும்."

"என்னத்த மில்லவா வெல தெகச்சுக் கிட்டிருக்கப் போறானுக. ஏதாச்சும் நாடா அந்து கெடக்கான்னு கேட்டுருப்பான். அந்த நேரம் இந்த ஆளு வந்திருக்காரு என்னா கோவமோ இவனுக மேல காட்டியிருக்காரு."

"கொடுமயா இருக்கு. இதெல்லாம் ஏன் என்னா எப்பிடின்னு வெசாரண பண்ண மாட்டாங்களா?.

"செய்ய மாட்டாக. அப்படிச் செஞ்சா நிர்வாகத்து மேல இருக்க பயம் விட்டுப்போகுமாம்."

"அடப் பாவிகளா. கொல செஞ்சவனயே ஏன் என்னான்னு வெசாரிச்சுதா தீர்ப்பே சொல்றாக, இவகமட்டும் என்ன கடவுளா? வீட்டுக்குள்ளய பக்தியோட இருக்க. வேல செய்யிறாக, சம்பளந்தர்றாக. சரி சரி ஆரு எப்பிடிப் போனாலும் நீங்க சூதானமா இருந்துக்கங்கப்பா."

அதெல்லாம் நம்ம கோஷ்டி. எப்படியும் சுதாரிப்பாத்தா இருக்கும்."

நெற்றியைச் சுருக்கி கொஞ்சநேரம் யோசித்தார் மாமா. அந்தநேரம் இவன் உள்ளே திரும்பிப் பார்த்தான். நாகு இவனைப் பார்த்துச் சிரித்துக் கொண்டிருந்தாள். இவனும் பதிலுக்குச் சிரிக்கப் போனான்,

"ஆமா இப்படியே போய்க்கிட்டே இருந்தா என்னதேம் பண்ண போறீங்க?"

செய்யணும் மாமா, நமக்குன்னு பரிஞ்சு பேச எதுனாச்சும் பண்ணித்தா ஆகணும்." சிரிப்பை மாற்றி பதில் சொன்னான்.

"சரி எதையாச்சும் நல்லபடியா செய்யிங்க. சாப்புடச் சொன்னா மாட்டேங்கிற ஆனந்தன வரச் சொல்லணுமா? முக்கியமான சோலியா?"

"இல்ல இல்ல. சும்மா நேரம் போக்கறதுக்காகப் பாக்க வந்தே. அப்ப வாரேன்" மீண்டும் 'வரேன்' என்று உரக்க கூறினான். அடுப்படியிலிருந்து நாகு எட்டிப் பார்த்தாள்.

வெளியிலிருந்து வந்த மருதமலைக்குக் களைப்பாக இருந்தது. வீட்டுக்குள் நுழையுமுன், கூரையில் நீட்டிக் கொண்டிருந்த கழையில் நெற்றி முட்டி விடாமலிருக்க குனிந்தபடி வந்தான்,

"நாளைக்காச்சும் இத வெட்டிவிடணும். மறந்து மறந்து போயிடுது. நேரங்கெட்ட நேரத்துல தெரியாம இடிச்சிருச்சுன்னா கண்ணுகிண்ணு போயிரும்."

உள்ளே கடைசிப் பையன் அடம்பிடித்துக் கொண்டிருந்தான். சுவரில் மாட்டி இருந்த கண்ணாடிகூட சரியாகத் துடைக்காமல் புகை ஏறி இருந்தது.

"ஏந் தேவகி, என்னா அழுவுறான்."

தேவகியின் கண்களிலும் நீர் வராத குறையாய் சமாதானப்படுத்திக் கொண்டிருந்தாள்.

"இவனுக்கு காப்பி வேணுமாங்க."

"காப்பியா...?" மகனை வாங்கி கையில் வைத்துக் கொண்டான். ஆனாலும் 'கே' என்ற அழுகை விடவில்லை. கண்களிலும் மூக்கிலும் நீர் வடிந்து கொண்டிருந்தது.

"என்னம்மா முத்துக் கண்ணா. ஏன் அழுற?"

"அப்பா... அப்பா... ஆப்பி ஆப்பி."

தேம்பித் தேம்பி அழுதான். ரொம்ப நேரம் அழுதிருப்பான் போலிருந்தது.

"என்னா தேவகி... இவந்தான் அடிக்கடி. காப்பி குடிக்கிறவந்தான, காப்பித்தூள் இருந்தா இம்புட்டு போட்டு குடுக்க வேண்டிதான. அழுகாதய்யா, அழுகாத அம்மாவ அடிச்சுப்போடுவம்."

உடுத்தியிருந்த வேஷ்டியில் மகனின் முகம் துடைத்துவிட்டு மூக்கைச் சிந்தி சுவரில் இழுத்தான்.

"இருந்தா நான் என்னா போட்டுக் குடுக்கவா மாட்டேன்? நேத்து பத்துகாசுக்கு காப்பித்தூள் வாங்குனது, மத்தியானம் வரைக்கும் இருந்துச்சு. இனி காலம்பறதா வாங்கணும்," இன்னமும்

எதையோ சொல்லவந்து கஷ்டப்பட்டு அடக்கிக் கொண்டாள்.

அவன் அதை கவனித்ததாகத் தெரியவில்லை. சிம்னியை இன்னும் கொஞ்சம் தூண்டிவிட்டு கேட்டான், “வேற என்னமும் சாப்புட்டானா?”

“இல்ல” வெளிச்சத்தில் முகம் காட்டாமல் திருப்பிக்கொண்டு சொன்னாள்.

வெடுக்கென திரும்பிய மருதமலை, “கொஞ்சங்கூட ஒரு இது இல்லாமப் பேசறியே. ராத்திரி தூங்கப் போற புள்ள வெறும் வகுத்திலயா தூங்குவான்? சோத்தவாச்சும் கொஞ்சத்த ஊட்டலாம்ல... இல்ல... காப்பியாச்சும் தரணும். எதுமில்லேன்னா?”

கேள்விக்குப் பதில் இல்லாததால் அவள் முகத்தை ஏறிட்டுப் பார்த்தவன் திடுக்கிட்டான். அவள் கண்களிலிருந்து பொல பொலவென அருவியாய் நீர் கொட்டிக் கொண்டிருந்தது.

“தேவகீ. இப்ப நா என்னா சொல்லிட்டேன். ஏன் அழுகுற?”

“பின்ன என்னங்க வேற யார் பேசுனாலுங் கூட சரிங்கலாம். நான் என்னா வச்சுக்கிட்டா போட மாட்டேங்கிறேன். என்னா இருக்கு காச்சி ஊத்த, இருந்த சட்டி பானையெல்லாங் கூட மில்லுல சேந்த ரெண்டு வருசத்துல காலியாயிருச்சு. மோந்து குடிக்க செம்பு இல்ல. காதுல கழுத்துலயாச்சும் எதுங் கெடக்கான்னா அதுவுமில்ல. என்னமோ நா இருந்த இருப்புக்கு வெறுங்காதா இருந்தா என் ஆளுகளுக்கு எகத்தாளமா போயிரும்னு கில்ட்டு தோடு மூக்குத்தி போட்டுருக்கே வேற என்ன ஒங்களுக்குத் தெரியாம இருக்கு. வேலைக்கி போய்க்கிட்டிருந்தே. இப்ப ரெண்டு நாளா அட மழ வேற எங்கயும் போக முடியல. நீங்க சம்பளம் வாங்கவும் அஞ்சாறு நா கெடக்கு. இப்பிடி நெலமயில நா என்னத்தங்க வாங்கி எம்புள்ளக்கிப் போடுவேன்.”

சொல்லக் கூடாததைச் சொல்லிவிட்டது போல் அடுப்பருகில் போய் குமைந்து அழுதாள். மருதமலைக்கும் நெஞ்சு எரிந்தது. அந்தக் காலமெல்லாம் நினைப்பில் வந்து போனது. கிணறுவெட்டப் போகும்போது கூட இப்பிடி இல்லையே... செழிப்பாக இல்லாவிட்டாலும் இவ்வளவு கஷ்டமில்லையே. அப்போது இரண்டு பிள்ளைகள் இருந்தாலும் மாதம் ஒரு முறையாவது கறி எடுப்பான். பிள்ளைகளுக்கு, சமயத்தில் பலகாரம் வாங்கி விடுவதும் உண்டு. தீபாவளி நாளில் மூத்தவனுக்குப் பிடிக்கும் என்று வீட்டிலேயே அதிரசம் கூட செய்வதுண்டு.

அப்படி தின்றுத்திரிந்த பிள்ளைகள் இப்போது வெறுஞ் சோத்துக்குக் கூட அப்பாவை மட்டுமில்லாமல் அம்மாவையும் எதிர்பார்க்க வேண்டி இருக்கிறதே... ஓவென தானும் அழவேணும் போல இருந்தது மருதமலைக்கு.

குழந்தை இன்னமும் தேம்பிக் கொண்டிருந்தான்.

“என்னா வேல மயிரு வேல. மில்லு வேல மில்லு வேலன்னு அடிச்சுக்கிட்டது தான் மிச்சம்.” சட்டை சேப்பைத் தடவிப் பார்த்தான், டீ சாப்பிட்டே மூணு நாளாகிறது. பைசா கூட கிடையாது. இந்நேரத்துக்கு மேலக் கடைல கடனுந் தரமாட்டான், லைட்டு போட்டாச்சும்பான். திடீரென ஒரு யோசனை வந்தது. “தேவகி, தேவகீ கருப்பட்டி இருக்கா?”

ஒரு வேள அதுமில்லயோ?

முகத்தைத் துடைத்துவிட்டு மூக்கை உறிஞ்சியபின் சொன்னாள். “ம் கொஞ்சூண்டு இருந்துச்சு,”

“அப்ப... தண்ணிய கொஞ்சம் சுட வச்சு... அதுல கருப்பட்டியப் போட்டுக் குடு” சொல்லும் போதே தொண்டை கம்மியது.

அவளுக்கும் சரியென்று படவே, காகிதங்களை எடுத்து அடுப்பு பற்ற வைத்து நீரை சுடவைத்தாள். அடுப்பில் தீ எரிவது கண்டு குழந்தை மனம் தேறினான். அப்பா தோளில் சாய்ந்தபடி சட்டியையே பார்த்துக் கொண்டிருந்தான்.

அந்தநேர இறுக்கமான மௌனம் மருதமலையைக் கொன்றது. அதைக் கலைத்தால்தான் நிம்மதி... வெளியே ‘ஹே’ என்ற குழந்தைகளின் சத்தம் உரக்கக் கேட்டது. கள்ளன் போலீஸ் விளையாட்டு விளையாடுகிறார்கள் போலிருக்கிறது. போலீஸ் கள்ளனைப் பிடித்துவிட ஒரே சத்தம். அதைக் கேட்டதும் தனது மற்றக் குழந்தைகளின் நினைவு வந்தது. ‘காணோமே..?’

“யேந் தேவகி. பெருசுக ரெண்டும் சாப்டுருச்சா,”

“இன்ன இல்ல வெளாட போயிருக்குக. அரக்கிலோ கப்பக் கெழங்கு வாங்கி அவுச்சு வச்சிருக்கேன். தின்னுட்டு படுத்துகிரும்...”

மில்லில் சேந்த சில காலத்திற்குள் தன் பிள்ளைகள் எவ்வளவு சாதுர்யமாய் வறுமைக்கு அடிபணிந்து போயின. சாதாரணமாய்ச் சொல்லுகிறாளே.

தண்ணீரை இறக்கி கருப்பட்டியைக் கலந்து கொடுத்தனர். ஆவலோடு ஒருவாய் குடித்தவன் வேண்டாமென ஒதுக்கிவிட்டு அழுதான்.

“ஆப்பி. ஆப்பி.”

6

மில்லில் கூட்டம் ஜேஜேவென இருந்தது. முகங்கள் மலர்ச்சியாகவும் பேயறைந்தும், இஞ்சிதின்ற குரங்கு போலும், பல வண்ணங்களில் வகைகளில், உள்ளே வருவதும் போவதுமாய் இருந்தனர்.

சம்பள நாள்.

மில் எப்போதும் போல் ஓடிக்கொண்டே இருந்தது. இரண்டு வருசத்தில் உண்டான மாறுதல்களில் நாள் சம்பளக்காரர்கள் குறைந்து போனதும் ஒன்று. அவர்கள் வாரச் சம்பளத்திற்கும் வாரச் சம்பளக்காரர்கள் மாதச் சம்பளத்திற்கும் ‘பதவி’ உயர்ந்திருந்தனர்.

பெரிய கேட்டுக்கு வெளியே, சம்பளம் வாங்குபவர்களைவிட கடன்காரர்களே அதிகம் பேர் நின்று கொண்டிருந்தனர். காபிக்கடை, பெட்டிக்கடை, பல சரக்குக் கடை, வட்டிக் கடை, சீட்டுக் கம்பெனி; இப்படி ஆளுக்கொரு சைக்கிளைப் பிடித்துக் கொண்டு, அங்கே ஒரு குட்டி பஜாரே நின்று கொண்டிருந்தது. இவைதவிர கைமாத்து கால் மாத்து வேறு தனி.

இந்தச் சமயத்தில் விடாப்பிடியாய் வசூலித்தால்தான் ஆச்சு. இல்லையானால் அடுத்த சம்பளந்தான்.

“என்னா மலயாண்டியண்ணே இங்கன நிக்கிறீக...” ரோட்டின் மேற்கே தெற்குப்புறமிருந்த டீ கடையின் முன்னால் நின்றிருந்த சீட்டுக்கம்பெனி ஆள், அடுத்த கடையிலிருந்த மலையாண்டியை பேச்சுக்கிழுத்தார். தனது ஆள் வரும்வரை ஏதாவது செய்ய வேண்டுமே.

“நம்ம பொழப்புதே இப்படி ஆயிபோச்சுல்ல. ஒரு ரெண்டு பயக பாக்கி தரணும். அதத்தே செத்த நின்னு வசூல் பண்ணிட்டு போலாம்னு வந்தே.”

“பாருங்க நம்ம தலயெழுத்த, திங்கிறதும் தின்னு போடுறானுக ம். ஒக்காந்து குடுத்து, அலஞ்சுவாங்க வேண்டி இருக்கு. இன்னக்கு விட்டுட்டம்னா, அப்புறம் இன்னொரு தேதிக்கித்தே.”

அடுத்து இருந்த பெட்டிக்கடையில், கடைக்காரர் மில் வாசலில் ஒரு கண்ணும் இவர்கள்மீது ஒரு கண்ணுமாக இருந்தார். தம் கஷ்டத்தை வெளிப்படுத்த இவர்கள் இருக்கிறார்களே என்றபடி.

“என்ன பண்றதுயா. சம்பளத்த வாங்கிட்டு வந்த ஒடனேயே ஆளுக்குக் கொஞ்சமா பிச்சுக்குவானுக. மீதி அஞ்சோ பத்தோ

வீட்டுக்குப் போகும். அங்கபோயி என்னத்த வாங்க முடியும். அதுக்குத்தா நேரத்த பாக்காம வந்துர்றது.”

“டீ போடட்டுங்களா?”

எங்கே அடுத்த கடைக்காரன் போணி பண்ணி விடுவானே என்ற அவசரத்தில் நான்காவது முறையாகக் கேட்டான். டீ சாப்பிடுகிற சமயத்தில் தனது ஆட்கள் டேக்கா கொடுத்து விடுவார்களோ என்ற பயம் இவர்களுக்கு, போகும்போது சாப்பிட்டுக் கொள்வதாக இருவரும் வாக்குறுதி கொடுத்துவிட்டு மீண்டும் மில்வாசலைப் பார்த்தபடி பேச்சைத் துவங்கினார்கள்.

“நெசந்தா மலயாண்டியண்ணே. அவனும் என்னா செய்வான்? ஒருமாசம் முப்பது நாளுமா, பைசா வருமான மிருக்காது. உப்புல இருந்து தண்ணி வரைக்கும் வெலக்கி வாங்க வேண்டி இருக்கு இங்க சம்பளம் ரொம்ப கம்மி.”

உள்ளிருந்து வந்த ஒருவன் தனது ஆள்போலத் தெரிய சடக்கென பேச்சை நிறுத்தினான். ஆனால் அது வேறு ஆள்.

“அதுக்காக. அளவோட தான்ய்யா வாங்கணும். மில்லுல வேல செய்யிறானேன்னு நம்மளும் நம்பிக்கையா கடங் குடுக்குறோம். ஆனா அங்கபாத்தா இதப்போல நூறு எடத்துல வாங்கி இருப்பாம் போல. அத்தன பயலும் மொச்சுக்கிடத்தான் செய்வாங்க. இனிமே இந்த மில்லுக்காரனுகளுக்கே கடந்தாரதில்லன்னு முடிவு பண்ணியாச்சு. அதுக்கு சம்சாரி வேல பாக்குறவனுக பரவால்ல போலிருக்கே. கடன் வெக்காம இருக்கானுக, அப்படியே வச்சாலும் நாலு நாள்ல டாண்னு குடுத்துர்ராகளே...”

மலையாண்டி அளவில்லாமல் அளக்கத் தொடங்கினார்.

“அந்தப் பிரச்சனை வேறண்ணே... நமக்கு கடந்தரணுங்கறதுக்காக ஓரேயடியா கீழ்ரேட்டா பேசலாமா?”

“சரி சரி மீதியப் பெறகு பேசுவம். நம்ம கையி வருதுடே.... சாமி ஐயா இந்தா இருக்கனப்பா” தனது ஆளைக் குறிவைத்துப் பிடிக்கப் பாய்ந்தார் பலசரக்குக் கடை மலையாண்டி. அவரைப் போலவே இன்னும் பலர். ஆட்கள் வெளியே வரவர சூழ்ந்து கொண்டனர்.

மில்லின் வெளியே மட்டுமல்லாமல் உள்ளுக்குள்ளும் வட்டிக்குக் கொடுப்பவர்கள் உண்டு. பத்து வட்டி அவசரத் தேவைக்கு வெளியில் அலைந்து, கடைசியில் வட்டி எவ்வளவு ஆனாலும் வேறு வழியில்லை என்று பத்து வட்டிக்கு வாங்குவதுண்டு. அவர்கள் சம்பளம் போடுமிடத்திலேயே நகர விடாமல் சிண்டைப் பிடித்து வசூலித்துக் கொண்டிருந்தனர்.

“ஏம்ப்பா குருநாதா... என்னா நீ அசல தரவே மாட்டேங்குற?” வட்டிக்கு விட்ட செல்வம் ரொம்பவும் வருத்தமாகக் கேட்டான்.

“அசலுக்கு இப்ப என்னவாம். அதா வட்டி தந்துகிட்டு இருக்கேன்ல, அசல பின்னால பாப்பம்” குருநாதனுக்குத் தெரியும் எல்லாமே ஒரு பேச்சுக்குத்தான் என்று. வட்டியே அசலை மிஞ்சி விடும். அதனால் அசலுக்கு அவசரமென்ன? வட்டி ஒழுங்காக வருவதற்கு இது ஒரு பயமுறுத்தல்.

“யேய் மூக்கையா. மூக்கையா கூப்புடுறே எங்க ஓடற. ஆவுகமில்லையா?” குருநாதனிடம் பணத்தை எண்ணிக் கொண்டிருக்கும் போதே ஓரக்கண்ணால் மூக்கையாவை கவனித்துப் பிடித்தான்.

“என்னா செல்வம். கொஞ்சம் பொறு இந்தா வந்திர்றேன்.”

மூக்கையாவிற்கு நாற்பது வயதிருக்கும். ஆனாலும் இருபத்தைந்து வயதுக்காரனிடம் வாய்யா, போய்யா என்று கேட்டாக வேண்டி இருக்கு. மில் வாழ்க்கையில் இதெல்லாம் சகஜம். ஒரே இடத்தில் வேலை செய்வதாலும், சம்பளமும் ஒரே மாதிரியாக வாங்குவதாலும் பழக்கம் அன்யோன்யப்பட்டுவிட வயதுக்கு அங்கே மதிப்பில்லை. போதாக்குறைக்கு கடன் பட்டிருப்பதாலும் கேட்கத்தான் வேண்டி இருக்கு.

“அட இங்க வாய்யா. எங்கபோற வீட்டுக்குத்தான” என்றவன் பதில் பேச விடாமல், “எங்க போனாலுஞ் சரி காசக் குடுத்துட்டுப் போ” என்றான்.

“இல்ல வந்து தந்துர்றே செல்வம்” நில்லாமல் நடந்தார், விட்டுவிடுவான் என்ற நினைப்பில்.

“இங்க பார்ரா சொல்லச் சொல்ல ஓடுறத... யேய் நில்லுப்பான்னா” அய்யா அப்பாவாக மாறியது. ஆனாலும் செல்வம், ஆபிசின் வாசலைவிட்டு அடி எடுத்து வைக்கவில்லை. அசந்த நேரம் எவனாவது தப்பி விடுவானே...

பரிதாபமாகத் திரும்பினார் மூக்கையா.

“இந்த மாசம் கொஞ்சம் சிக்கலா இருக்கு செல்வம். கொஞ்சஞ் சமாளிச்சுக்க. அடுத்த மாசம் சேத்து தந்திர்றேன்.”

“ம்ஹூம் இதுக்குத்தே வீட்டுக்குப் போய்ட்டு வாரேன்னு சொன்னயா? மொதல்ல காச எடுத்து வச்சிட்டுப் போ.”

“அட என்னப்பா... ஒரேடியா பிடிவாதம் பிடிக்கிற. எப்பவாச்சும் சாக்கு சொல்லிருக்கனா, அடுத்த மாசந் தந்திர்றேன்,” மூக்கையா சொல்லிக் கொண்டிருக்கும் போதே குருநாதன் செல்வத்தை அவசரப் படுத்தினான், ‘சரி குருநாதா... நீ போய்ட்டுவா’ அவனுக்கு விடை கொடுத்தான்.

“அப்ப அடுத்த மாசம் ஒரு எரநூறு ரூவா குடுக்கறியா?”

“எங்கப்பா... இந்த மாதிரி சாவுகெராக்கிய வச்சிக்கிட்டு தொழில் பண்ணுனா எப்பிடி இருக்கும்? போ... பாப்பம்... சீக்கிரமா குடு மூக்கையா அடுத்தவன பாக்கணும்.”

குருநாதன் போய் விட்டான்.

“இல்ல செல்வம். சொல்றதக் கேளு அடுத்த மாசம் நிச்சயமா வாங்கிக்க. இந்தத் தடவ செலவு கூடுதலா இருக்கு” சொல்லிக் கொண்டே மூக்கையா அவனை ஒதுக்கி நகர்ந்த போது,

“குடுடா, வெங்காயம்... காசக் குடுத்திட்டு போடாண்ணா... நீ சொல்றத நாங் கேக்கணுமாம்.” எட்டிப்போய் சட்டையைப் பிடித்தான்.

“ஏய் சட்டய விடுப்பா, மரியாதை இல்லாம பேசாத.”

“காசைக் குடு மொதல்ல... மரியாதயெல்லா அப்புறம்.”

பிடித்த பிடியை விடவில்லை. அதற்குள் நாலைந்து பேர் கூடி விட்டனர். அப்போதுதான் உள்ளே நுழைந்த ஆனந்தனும் ராசுவும் கும்பலைக் கண்டு ஓடி வந்தனர். பார்த்த உடன் ராசு புரிந்து கொண்டான்.

“ஏய் என்னப்பா நீ. கடங் குடுத்தேங்கறதுக்காக வாய்க்கு வந்த மாதிரியெல்லா பேசிடுறதா. பெரிய மனுசேன்னு மரியாத குடுத்துப் பேசப்பா” கூட்டத்திலிருந்து ஒருவர் கூற,

“யார்ராவெ வக்காலத்து வாங்கிட்டு வாரது. நீ வேணா துட்ட கட்டு, விட்டுடுறே.”

“விடப்பா செல்வம். கூட வேலைபாக்குற மனுசங்கிட்ட இப்பிடியா அடாவடியா நடந்துக்கறது. சட்டய விடப்பா” ராசு தலையிட்டான்,

“இது யாரு... ராசுவா... இந்த வெசயத்துல எல்லாம் தலயிடாத. அவனுக்கு சொன்ன பதில்தா ஒனக்கும்” கண்களை உருட்டிக் கொண்டு பார்த்தான்.

“என்னங்கடாது. எல்லாரையும் அதட்டி அதட்டி வெக்கிறான். கடங் குடுத்துட்டம்ங்கறதுக்காக ஓரேடியாத்தே பேசாத...”

இன்னொருத்தன் எகிறிப் பாய, அவனை நோக்கி முறைத்த செல்வம்,

“அவெ அவெ இதப் பொத்திகிட்டுப் போங்கடா. எனக்குத் தெரியும் எப்பிடி எப்பிடி பேசணும்னு” என்றான்.

“ஏம் மூக்கையாண்ணே, காச எறிஞ்சிட வேண்டிதான. இப்படியா அசிங்கப்படுறது?”

“இல்ல ஆனந்தா. இந்த மாதச் சம்பளம் நூத்தி எம்பத்தஞ்சு ரூவாதா வந்திச்சு. நாளன்னிக்கு எந்தங்கச்சி மவளுக்கு சடங்கு வச்சிருக்காக. இந்த மாசத்துக்கு சாப்பாட்டுக்கும் இதுலதா வாங்கணும் நா என்ன செய்ய முடியும்? அதுதே அடுத்த மாசந் தாரேன்னே...” அழாத குறையாக ஒப்பித்தார்.

“பின்ன என்னா மயித்துக்குய்யா கடன வாங்குற..?”

“ஏய் என்னப்பா. கொஞ்சங் கூட மனுசத்தன்ம இல்லாம பேசுற?” ஆனந்தன் சமரசப்படுத்திக் கொண்டிருந்தபோது உள்பகுதி வாட்சுமேன் ஓடி வந்தார்.

“என்னஙகப்பா இங்க சண்ட.... போங்க போங்க, வெளில போய் சண்ட போடுங்க” சுற்றி நின்ற கூட்டம் கலைந்தது.

“யோவ் வாட்சுமேனு, என்னத்த சண்டையைக் கண்டுட்ட குடுத்த பணத்தத்தா வசூல் பண்ணிட்டிருக்கன்” செல்வத்தின் அதிகாரம் அங்கேயும் பேசியது.

“ஆரு செல்வமா? வசூல் பண்றியா செய்யி செய்யி, நாங்கூட வேற ஆரோன்னு நெனச்சேன்” சொல்லிவிட்டு, நின்றால் தன் கடனைக் கேட்டுவிடுவானோ அல்லது தனது மாமூல் பாதிக்குமோ என்று அடுத்த பகுதிக்கு ஓடினார் வாட்சுமேன்.

இன்னமும் ஆட்கள் சம்பளம் வாங்கவும், வாங்கிக் கொண்டும் போனார்கள்.

டோக்கன் எடுக்கப்போன பெருமாள், தீயை மிதித்தவர் போல, போன சில வினாடியில் டைம்ஆபீஸ் கதவைத் திறந்துகொண்டு வேகமாய்த் திரும்பினார்.

பண்டலிங் டேபிளில் டோக்கன்களை வீசிவிட்டு, நாலாபுறமும் யாரையோ தேடியவர் சடாரென ஜெனரல் ஆபீசுக்கு விறுவிறுவென நடந்தார்.

சிப்ட் முடித்துவிட்டு டோக்கனுக்காகக் காத்திருந்த தொழிலாளர்கள் அவரது அந்தச் செய்கையின் விபரம் புரியாமல் விழித்தார்கள். ஏனிந்த பரபரப்பு என்று யாருக்கும் புரியவில்லை. டேபிளில் விழுந்த தத்தமது டோக்கண்களை எடுத்துக் கொண்டு சிலர் புறப்பட, ஒரு சிலர் என்ன செய்தி என அறிந்துகொள்ளக் காத்திருந்தனர்.

பெருமாள் போன இரண்டு நிமிடத்திற்கெல்லாம், முகம், கை கால்களை கழுவிக்கொண்டு பாண்டிலிருந்த பஞ்சுத் தூசை நீவிநீவி எடுத்துக்கொண்டே வந்தார் சிப்ட் மேஸ்திரி தியாகராஜன்.

“டோக்கன் வந்திருச்சா” நின்றிருந்த தனது சிப்ட் ஆளைப் பார்த்துக் கேட்டதும், வேலப்பன், டேபிளில் கிடந்த அவரது

டோக்கனை எடுத்து நீட்டியபோது பெருமாளும் உள்ளே நுழைந்தார்.

தியாகராஜனைக் கண்டதும் தாயைக் கண்ட சேய்போல் "என்னா மேஸ்திரிண்ணே" என்று பரபரவென ஓடி வந்தார்.

"என்னா..?" டோக்கனை பர்சில் வைத்து ஜேபியில் திணித்தபடி அலட்சியமாய் நின்றார் மேஸ்திரி.

"நோட்டீஸ் எழுதீருக்காக எனக்கு..."

"நோட்டீசா... ஒனக்கா?" ஏதும் அறியாதவர் போல் விழித்தார். எஞ்சிய தொழிலாளர்கள் இவர்களைச் சுற்றிக் குழுமி விட்டனர்.

"என்னண்ணே" என்ற பெருமாளுக்கு அதிர்ச்சி தாள முடியவில்லை. அவருக்கு மட்டுமல்ல அத்தனை தொழிலாளிகளுக்கும் தான். எந்த ஒரு சிறு பிரச்சனையும் மேஸ்திரியை மீறி எழும்பாது. இங்கோ ஆண்டிப்பண்டாரமாய் கதை விடுகிறாரே தியாகராஜன்,

"டோக்கன் வாங்க போனப்ப சிப்ட் கிளர்க்கு கையெழுத்து போடுன்னு சொல்லி மறு உத்தரவு நோட்டீச நீட்றார்..." ஏமாற்றம், பயம், கவலை அத்தனை உணர்ச்சிக் கலவையின் பதிப்பாயிருந்தது முகம்.

"வா" டைம் ஆபிசுக்குள் இருவரும் நுழைந்தனர்.

வெளியிலிருந்த ஸ்பின்னிங் தொழிலாளர்களுக்கு கேள்விக்குறியாய் இருந்தது. எட்டுமணி நேரமும் நம்மோடு திரிந்த பெருமாளண்ணனுக்கு என்ன காரணத்திற்காசு நோட்டீஸ். அதுவும் மறு உத்தரவு..? வர வர மில்லின் போக்கே யாருக்கும் பிடிபடவில்லை, என்னதான் செய்யச் சொல்கிறார்கள் என்பதும் விளங்கவில்லை. எப்படித்தான் வேலை பார்த்தாலும் கடைசியில் புகாரும் நோட்டீசுமே மிச்சம் என்றால்?"

இடதுகாலை லேசாய் விந்தியபடி நைட் சிப்ட் சூப்பர்வைசர் உள்ளே நுழைந்தார். முகத்தில் பவுடர் பூச்சு, இரவெல்லாம் மாடாய்ப் பாடுபடுகிற தொழிலாளிக்கு முகம் கழுவக்கூட நேரம் கிடைப்பதில்லை. 'இதுகள்' ஆளறியாமல் ஒறக்கமும் போட்டுவிட்டு சிப்ட் முடியும் போது ஜில்லென மாப்பிள்ளைபோல வெளியேறி விடுவார்கள்.

"என்னய்யா... டோக்கன் வரலியா..." தலையை ஒருபுறமாய்ச் சாய்த்துக் கண்களைச் சுருக்கிக் கொண்டு, நின்றிருந்தவர்களைப் பார்த்துக் கேட்டார்.

"வந்திருச்சு சார்." சொல்லிக்கொண்டே துஷ்டனைக் கண்டதுபோல் சிலர் வெளியேறினர்.

“பின்ன ஏன் நிக்கிறீக கௌம்பு கௌம்பு மொதலாளி வர்றேன்னு சொல்லி இருக்கார். வந்தா சத்தம் போடப் போறார்” சொல்லிவிட்டு ‘ஜினுக் ஜினுக்’ கென சிம்ப்ளக்ஸ் பக்கமாய் நடந்தார்.

வேலப்பனும் ராசுவும் மட்டுமே எஞ்சி நின்றனர். உடன் இரண்டு புதிய நபர்கள். டோக்கன் வரவில்லையாம். இனி மேஸ்திரியை பார்த்துதான் விவரம் கேட்க வேண்டும். சூப்பர்வைசரிடம் பேசுமளவிற்கு இன்னும் பழகாத நபர்கள்.

“அப்பிடி பின்னால ஜன்னலோரமா நின்னுகிருவோம்ணே, இன்னொர்க்கா வந்தா கத்துவாங்க” என்ற ராசு வேலப்பனை அழைத்துக் கொண்டு டிபாட்மெண்ட் சுவரின் மறுபுறம் சென்றான். இவர்கள் கூடவே வந்தனர்.

“நீங்கபோய் மேஸ்திரிட்ட அட்டை (டோக்கன்) கேக்க வேண்டிதான... வெட்டியா ஏன் நிக்கிறீக.” வேலப்பன் அவர்களைப் பார்த்துக் கூறியபோதே. ஒருவேளை ஆள் பற்றாமல் ஓவர்டைம் ஆக நிறுத்தப்பட்டிருக்கலாமோ? என்ற சந்தேகமும் எழுந்தது. எதையும் உறுதி தெரியாமல் அவர்களைச் சங்கடத்தில் விடுவானேன் என்று அத்தோடு நிறுத்திக் கொண்டார்.

“மேஸ்திரி ஆபிஸ் ரூமுக்குள்ள இருக்காரே. இப்பபோய்க் கேக்கலாமா?” கேள்வியில் மேஸ்திரி பயம் இருந்தது.

“ஆபிஸ்லதான அட்டையும் இருக்கும். சும்மா கேளுங்க.”

சொல்லிவிட்டு டைம் ஆபிசைப் பார்த்தார். மேஸ்திரியிடம் கிளார்க் ஏதோ சொல்லிக் கொண்டிருப்பதும், பெருமாள் இரைஞ் சுகிற மாதிரி நிற்பதும் கண்ணாடி வழியே தெரிந்தது.

என்ன தப்பு செஞ்சிருப்பாரு இரவு சிப்ட் ஆரம்பித்த பதினோரு மணிமுதல் நடந்த நிகழ்ச்சிகளை கோர்வைப்படுத்திப் பார்த்தார். எதுவும் தெரியவில்லை. ராசுவிடம் கேட்டார் “ஓம் பார்வைல எதும் காரணந் தெரிதா. தப்பு பண்ணாரா?”

“அதத்தாண்ணே நானும் யோசிச்சுக்கிட்டிருக்கே... என்றவன் வந்ததுல இருந்து அவனும் யோசித்தான். “மொதல்ல மிசினுக்கு ஆயில் விட்டாரு. அப்புறம்? ஆய்லர் வரலைன்னு நாடா தச்சாரு ஒருவேளை அதுல எதாச்சும். டின்ரோல் ஒடஞ்சு கிடஞ்சு போச்சோ... அப்படின்னாலும் சொல்லிருப்பாரே.”

இவர்கள் இப்படி இங்கே காரணத்தை ஆராய்ந்து, கொண்டிருந்தபோது உள்ளே,

மேஸ்திரியை சாட்சிக்கு இழுத்துவைத்து ஒப்பித்துக் கொண்டிருந்தார் பெருமாள்.

102 / ம.காமுத்துரை

"நா என்னத்தப்பா சொல்றது" என்று சலித்த மேஸ்திரி. "வீணா என்னயப் புடிச்சுல்ல தொங்கிக்கிட்டிருக்க, நீயே பேசு. என்று நழுவிக் கொண்டிருந்தார்.

"என்னாண்ணே. ஓங்க கூடத்தான சுத்திக்கிட்டிருந்தேன் ஒறங்குனேன்னு ரிப்போர்ட் எழுதி இருந்தா எப்பிடின்னே."

எழுதப்பட்ட நோட்டீசைக் காண்பித்து தன் நிலையை விடாமல் விவரித்தார்.

"அய்யோ நாந்தே ஓம் மேல ரிப்போட் குடுத்த மாதிரில்ல பேசுற. கிளர்க்கே போய் எழுதுனேன்னு சொல்றப்ப என்ன பண்றது."

அதுதான் பெருமாளுக்கும் புரியாத காரணம். பொதுவாக நைட் சிப்டில் எந்த கிளர்க்கும் இருக்கும் இடத்தை விட்டு நகர மாட்டார்கள். அதிலும் இந்த ரவி சாரோ நாற்காலியே கெதி என்று கிடக்கக்கூடிய மனுசன். இரவில் பசித்தால் மட்டுமே ஜெனரல் ஆபிசுக்குப் போய் சாப்பிட்டு வருவார். உறக்கம் வந்தால்கூட சேரில் இருந்தபடியேதான் உறங்குவார். அப்படிப்பட்டவர் வந்துதான் உறங்கிக் கொண்டிருப்பதைப் பார்த்திருக்கிறார் என்றால். அதுவும் சாப்பாட்டு நேரத்தில் சாப்பிடும் போது தூங்கவே இல்லையே.

திடீரென்று பெருமாளின் முகத்தில் பிரகாசம் வந்தது. மேஸ்திரியை உலுப்பினார். "நா ஒறங்கலங்கறதுக்கு சாட்சியா ரெண்டு பேர் இருக்காங்கண்ணே" என்றார்.

தியாகராஜன் முகம் அருவெருப்பைக் கண்டது போல கொஞ்சம் சுருங்கியது. "சாட்சியா யாரு?"

பெயரைச் சொன்னார்.

மீண்டும் கிளர்க் அருகே வந்த மேஸ்திரி, "பெருமாளு தூங்கலேன்னதுக்கு யாரோ ரெண்டு பேர் சாச்சி இருக்காகளாம் சார்." ஏதோ கோர்ட் குமாஸ்தா தஸ்தாவேஜ் வாசிப்பது போல சொன்னார்.

பெருமாளுக்கு உயிரே போய்விட்டது. ஒரு க்ளூ கொடுத்தால் அதைத் தனக்கு சாதகமாகப் பயன்படுத்தி தன்னை விடுவிப்பார் என்ற நம்பிக்கையில் விசயத்தை எடுத்துக் கொடுத்தால், ஏதோ ஒண்ணுந் தெரியாத பாமரன் மாதிரி பேசுறாரே. வேண்டா வெறுப்பாகச் செய்றாரோ?

ஏதோ எழுதிக் கொண்டிருந்த கிளார்க் சற்று வேகமாக முகத்தை நிமிர்த்தினார். "என்னய்யா சாட்சி. யாரு?" என்றார்.

மேஸ்திரி பெயர்களைச் சொன்னார். அவர் சொல்லி முடித்ததும் சடாரென குறுக்கிட்ட பெருமாள், "சாட்சின்னு இல்ல சார்" என இழுத்தார். ஒருவேளை சாட்சி என்பதை கிளர்க் வேறு ஒரு

கோணத்தில் பார்த்துவிட்டு, 'அப்ப நான் பார்த்தத பொய்யின்னு சொல்றியா. எனக்கு அறிவில்லன்னு சொல்றியா? என எப்படி எப்படியோ விஷயங்களைக் கோர்த்துக் கொள்வாரோ என்ற பயம் வந்தபடியால்,

"நாங்க மூணுபேருமே ஒண்ணாத்தான் சார் சாப்பிடப் போனம்" என்றார். அதில் என்னோடு வந்தவர்களைக்கூட விசாரியுங்கள் என்பதும் மூணுபேர்ல நா மட்டும் உறங்க சான்சே இல்லை என்பதும் உள்ளீடாய் நின்றது.

இவ்வளவு ஆழமாய் கிளார்க் கிரகித்தாரோ என்னவோ மடமடவென காகிதங்களைப் புரட்டினார். "பேரு என்னா சொன்னீங்க." என்று மீண்டும் கேட்க,

இப்போது பெருமாள் பெயர்களைச் சொன்னார்.

"ம். இந்தா அவங்களுக்கும் சேத்துத்தாய்யா நோட்டீசு" என்று காண்பித்த கிளர்க், அவங்கெ டோக்கன எடுத்துட்டு போய்ட்டானுகளா" என்று பரபரத்தார். போய்விட்டால் எழுதிய நோட்டீசை ஏன் தரவில்லை என்று மேலிடம் பிடிக்குமே.

நல்ல வேளையாக அவை மேஜைமேல் கிடந்தன. "அவங்க இருக்காகளா" எனக் கேட்டதும். கண்ணாடி வழியே எட்டிப்பார்த்த மேஸ்திரி வேலப்பன் ராசுவோடு இருப்பதைக் காண்பித்தார்.

கூப்பிட்டுவரச் சொன்னார்.

கதவைத் திறந்து மேஸ்திரி போனதும், நம்மால அவகளுக்கும் துன்பமா போச்சே என்று வருத்தப்பட்ட பெருமாள், சாப்பாட்டு வேளையில் எந்தநேரம் தூங்கினோம் என நினைவுபடுத்திப் பார்த்தார்.

இரவு இரண்டுமணிக்கு மேல் ஸ்பின்னிங் ஃபிரேம் பூராவும் நூலாக மாற வேண்டிய இழைகள் பஞ்சாய்த் துப்பின. கட்ரோலில் பூராவும் சுற்றிக்கொண்டு பந்து பந்தாய் உருண்டன. பனிக்காற்று தடுப்பாக ஜன்னல்களைப் பூராவும் சாத்தியும், கதவுகளை அடைத்தும் போதாக்குறைக்கு சாக்குத்திரை போட்டும் மறைத்தனர். உருண்டுபோன மெசின்களை ஆளும் பேருமாய்ச் சேர்ந்து 'தேத்திவிட வேண்டியிருந்ததால் தைக்க வேண்டிய நாடாக்களைக் கூட ஒத்தி வைத்துவிட்டு சைடர்களோடு சேர்ந்து வேலைபார்த்தார்.

அதே ஜோரில் ஆட்களைப் பூராவும் சாப்பாட்டுக்கு அனுப்பி முடிக்க நேரம் மூணரையைத் தாண்டிவிட்டது. இதற்கப்புறமும் கொண்டு வந்த சாப்பாடு 'தனக' பொறுக்காது என மேஸ்திரியிடம் சொல்லிவிட்டு சாப்பிடப்போனபோது, 'கண்டு' நனைத்துக்கொண்டு இருக்கும் புது நபர்களையும் கூட்டிப்

போகச் சொன்னார். மூன்றுபேருமாய்ப் போனார்கள்.

வழக்கம்போல கெஸ்ட் அவுஸில் தான் சாப்பிட்டது... அப்புறம். பேசினில் கைகழுவிவிட்டு எஞ்சிய பத்து நிமிடம் காலையில் பார்த்த சினிமாவைப் பற்றி பேசிக் கொண்டிருந்தார்கள்... ஒருவேளை சரிந்து உட்கார்ந்து பேசியபோது கிளர்க் வந்து எட்டிப் பார்த்திருப்பாரோ? அந்தக் கோலத்தைத்தான் தூங்குவதாக நினைத்துவிட்டாரோ? ஆனாலும் ரவி சார் எப்பவும் பக்கத்தில் வந்து உறுதிப்படுத்தாமல் போக மாட்டாரே ஒன்றும் பிடிபடவில்லை பெருமாளுக்கு.

டோக்கன் தரத்தான் தங்களை அழைப்பதாக ஆவலோடு டைம் ஆபிசுக்குள் வந்த புதியநபர் இருவரும் நோட்டீசில் கையெழுத்துப்போடச் சொன்னதும் விதிர்விதிர்த்துப் போயினர். போடவா வேண்டமா என்பது போல பெருமாளைப் பார்த்தனர்.

அந்தநேரம் சட்டென இன்னொரு யோசனையும் தோன்றியது பெருமாளுக்கு, அதையும் இப்போது போல ஏடாகூடமாய்ச் சொல்லி திசைதிருப்பி விடுவாரோ என்று பயமாயும் இருந்தது. ஆனாலும் தானே நேரில் பேசமுடியாது. அந்த அளவுக்கு தொழிலாளிக்கு சுதந்திரம் இன்னும் இங்கே வரவில்லை. தான் முன்பு வேலைபார்த்த மில்லானால் வாதிடக்கூட செய்யலாம்.

வேறு வழியில்லாமல், இதையாச்சும் புரிஞ்சு மூணுபேரையும் காப்பாத்துவார்னு நம்பலாம் என்றபடி தியாகராஜனின் கையைச் சுரண்டினார் பெருமாள்.

ஏதோ ஒரு கணக்கைப் பார்த்துக்கொண்டிருந்த மேஸ்திரி "என்னப்பா... டக்குன்னு முடி வீட்டுக்குப் போகணும்ல' என்று எரிந்து விழுந்தார்.

கொஞ்சம் தடுமாறியபடி விஷயத்தைக் காதில் சொன்னார்.

அவ்வளவுதான் "நல்ல சோலியா போச்சா" என்று எகத்தாளமாய்த் தலையசைத்த மேஸ்திரி "அந்த மாதிரியெல்லாம் நம்மளால பேச முடியாதப்பா... ஏதோ... அரியா மேஸ்திரி யாச்சேன்னுதே இம்புட்டுதூரம் வந்தது. வந்தா ரெம்பத்தே இடிக்கப்பாக்குற"

ருத்திர தாண்டவம் போல ஆடினார் மேஸ்திரி, தப்பிக்க நினைத்து தலையாரி வீட்டில் புகுந்தமாதிரி ஆகிவிட்டது பெருமாளுக்கு.

"யோவ் என்னய்யா லவலவன்னு கத்துறீக. நோட்டீச வாங்க முடியுமா முடியாதா. வேற வேல இல்லியா எங்களுக்கு." கிளார்க் சத்தம் போட,

“சாரி... சாப்பாட்டு நேரங்கறது ரெஸ்ட்டு டயந்தான. அதுல தப்பு நடந்துருந்துச்சுன்னா அனுசரிச்சுப் போங்கன்னு ஓங்ககிட்ட நா சொல்லணுமாம்... எப்பிடிக் கத?” என்று கிளார்க்கிடம் ஒப்பித்தவர் பெருமாள் பக்கம் அதேவேகத்தில் திரும்பி, “அம்புட்டு தூரத்துக்கு நா ஆளில்ல சாமீ. நீயே பாத்துக்க.” என்று வெளியேற முனைந்தபோது, இறுதிச் சுற்றாக அனைத்து டிபாட்மெண்டையும் சுற்றிவிட்டு டைம் ஆபிசுக்குள் சார்ஜ் ஒப்படைக்க நுழைந்தார் சூப்பரைசர். மேஸ்திரியின் சத்தம் கதவைத் திறந்ததும் சடாரென செவியில் அறைந்தமாதிரி விழ எரிச்சல் வந்தது அவருக்கு.

“யோவ். என்னய்யா வெவகாரம். காச்பூச்சுனு கத்துற. எப்பவும் மெல்லப் பேசி பழகு.” என்று அதட்டி தனது இருக்கையில் அமர்ந்தார்.

அதுதான் சமயமென நோட்டீஸ் விவகாரத்தை அவரது மேஜைக்குத் தள்ளிவிட்டார் கிளார்க். எடுத்துப் பார்த்த சூப்பர்வைசர், “என்னா...” என்றதும்,

வெளியே போவது நிச்சயமாகிவிட்டது எனத் தெரிந்தது பெருமாளுக்கு. நடந்ததையாச்சும் சொல்லிட்டுப் போயிடலாம். “ஆனா அந்தமடம் ஆகாட்டி சந்தமடம்” என்ற கணக்கில் சூப்பர்வைசரிடம் மடமடவென இரவு இரண்டு மணி நிலவரம், தான் தேத்திவிட்டது, நாலு மணிக்குச் சாப்பிடப்போனது அத்தனை விவரத்தையும் கொட்டிவிட்டார்.

“தூங்கவே இல்ல சார்” என்று பெருமாள் முடித்ததும். மேஸ்திரிக்கு மூச்சு வாங்கியது இம்புட்டு பேசிட்டானே... தியாகராஜன் பதிலுக்கு வாய் திறக்குமுன் கிளர்க் குறுக்கிட்டார்.

“சார். நா மட்டும் பாக்கல. மேஸ்திரிதான் இந்தாளு தூங்கிகிட்டிருக்கார்னு சொல்லி என்ன அழச்சுப் போய்க் காட்டினாரு. எம் பார்வைக்கும் அப்படித்தாம் பட்டது. மேஸ்திரியே நேர்ல காமிச்ச பெறகும் ரிப்போட் எழுதாம இருக்க முடியாதுல்ல சார். எழுதுனேன். நீங்க மறு உத்தரவுக்கு ஆடர் போட்டுங்க,”

பட்டவர்த்தமாய் கிளர்க் உடைத்ததும், தியாகராஜன் முகம் கிழிபட்ட அவஸ்தையில் அசடு வழிந்தான். அதற்கொரு நியாயத்தை வழங்க வாயெடுத்த சமயம், நோட்டீசை பெற்றுக்கொண்டதாகக் கையெழுத்திட்டு, வாங்கி வெளியே வந்தார்.

ராசுவும் வேலப்பனும் நின்றிருந்தனர். கொதிப்பின் விளிம்பில் ராசு இருந்தான்.

“அப்படி என்ன கோவம் ஒம்மேல..”

“வேற என்ன வேலு. எனக்கு நோட்டீசுன்னதும் நீங்கெல்லாம் மொத்தமா நின்னீகள்ல. அந்த கமொரம்தான்.”

"ஏன் அந்தக் கூதியா, தொழிலாளிய தொழிலாளியா மதிச்சு நடந்தா நிக்கமாட்டாகளா?"

"எத்தன நாள்?" நோட்டீசைக் கையில் வாங்கினார் வேலப்பன் "பொறுப்பான நீரே இம்மாதிரி நடந்தமையால் உம்மை மறுஉத்தரவு வரும்வரை தாற்காலிக வேலை நீக்கம்:"

"அநியாயமா இருக்கே..." வேலப்பனுக்கே அதிர்ச்சியாயிருந்தது.

"அதுதே பொறுப்பான உத்தியோகம்ல" விரக்தியாய்ச் சிரித்த பெருமாள், "அந்தளவுல கூட இருந்த ரெண்டுபேர்க்கு மூணு நாளோட தப்பிச்சுகிட்டாக" என்றார்.

"ம். சரிண்ணே. ஆனது ஆச்சு மில்லுன்னு இருந்தா இதெல்லா சகஜந்தான. ஒங்களுக்குச் சொல்ல வேண்டியதில்ல... ஒரு நாலஞ்சு நாள் ரெஸ்ட்டு கெடச்ச மாதிரி இருங்க. என்னத்த டெய்லி வேலபாத்து அள்ளிக் குமிக்க போறம்" நடந்தபடி ஆறுதலாய் ராசு சொன்னபோது.

கடகடவெனச் சிரித்த பெருமாள், "இனி வேற வேல தேட வேண்டிதே ராசு. ஒரு நாள் ரெண்டு நாள் சஸ்பெண்டவே கெடு முடிஞ்சும் மாஸ்டர் பாரு, மொதலாளியப் பாருன்னு இழுத்தடிக்கிறாக. நம்மள அனுசுல விடுவாகளா. நீங்களாச்சும் நேக்கா இருந்துக்கங்க." என்றார்.

"ஆனாலும் இது இப்பிடியே போனா... வேலப்பன் கேள்வி எழுப்பியதும் டீக்கடைகளைக் கடந்து ஊருக்குள் காலடி வைக்கும்வரை ஆளுக்கொரு திசையில் யோசித்துக் கொண்டிருந்தனர். சண்முகா டூரிங்கை நெருங்கும் தருணம், ஒண்ணு செஞ்சா என்னா" என ஆரம்பித்தான் ராசு.

"ஆட்டகடிச்சு மாட்டகடிச்சு பெருமாள்ணே வரைக்கும் வந்தாச்சு. அதால நம்ம பட்டாளத்து மாமா மூலமா ஊர்ப்பொதுவா ரெண்டுபேர அனுப்பிச்சு மாஸ்டரப் பாத்துப் பேசச் சொன்னா?,"

"பைத்தியம் பிடிச்சுடுச்சா ராசு,"

"என்னா வேலண்ணே நெசமாத்தே சொல்றே,"

"இதெல்லா மில்லுகள்ல சங்கம்னு ஒண்ணு இருந்து அவங்கதானப்பா பேச முடியும்."

"அது வாரப்ப வரட்டும். இப்பதக்கீ. இழுத்துப் பாப்பமே வந்தா மல, போனா மசுரு" விடாமல் பேசினான்,

இருவரும் பதில் சொல்ல முடியவில்லை. அவர்களின் மௌனத்தையே சம்மதமெனக் கொண்ட ராசு, மாமாக்கிட்ட சொல்லி இதுக்கு ஏற்பாடு செய்யணும் என்று தனக்குள் சொல்லிக்கொண்டு தன் பாதை வர பிரிந்தான்.

“என்னப்பா ராசு, ஓம் மிசின் எப்பிடி, பருத்தியா வெடிக்குதா. இல்ல நூல் உற்பத்தி பண்ணுதா..?”

சிறுநீர் அறையில் நின்று சுழித்துக்கொண்டிருந்த ராசு, தலையைத் திருப்பிப் பார்த்தான். கழிப்பறை சுற்றுச்சுவரில் சாய்ந்து குத்துக்காலிட்டு உட்கார்ந்திருத்தான் சிவனாண்டி. விரலிடுக்கில் பாதி எரிந்த பீடி. கழிப்பிடத்திற்கும் அந்தச் சுவருக்குமிடையே மூன்றடி இடைவெளிதான்.

‘இந்தா வாரேன்’ ‘பணியைத் துரிதப்படுத்த முனைந்தான். கக்கூஸ் நாத்தம் குடலைப் பிடுங்கியது. போதாக்குறைக்கு இன்று குழாயில் தண்ணீர் எடுத்து விடவில்லை. எட்டுமணி நேர இரட்டையர்கள் தவத்திற்கு ஐந்தோ பத்தோ நிமிட ஓய்வு கொடுக்கும் இடமல்லவா? அதைக் கைவிட்டுப் போகவும் மனசு இடந்தராது.

முடித்துவிட்டு சிவனாண்டி பக்கமாய் அமர்ந்த ராசு, “ரெண்டு... சேந்துதே வருது. பஞ்சு சரியில்ல பட்டுபட்டுன்னு ஓவரா எழ அல்லுது.

காறித்துப்பிய சளி சிதறல்கள் செதில் செதிலாய் துண்டு பீடிகளோடு கலந்து காலருகே. ஈமொய்த்துக் கொண்டிருந்தன. நேரே பார்த்தால் குமட்டும் என்பதற்காக பார்வையைத் திருப்பிக் கொண்டனர்.

“எம் மிசினு சுத்தமோசம்ப்பா... மனுசன ஒரு எடத்துல நிக்க விடமாட்டேங்கிது... ச்சே... ஒரு எழ அந்துச்சுன்னா தொடர்ந்து படபடன்னு தீப்புடிச்சாப்ல ஓடி ஒரு சைடாவே காலி பண்ணிடுது.”

“ரொம்ப மோசமாப் போச்சுன்னா ஒருஆள் கேக்க வேண்டிதான.”

“இந்த மேஸ்திரிட்டயா. சொன்ன ஒடனே ஆள்விட்டு தேத்திட்டுதே மறுவேல பாப்பான்... நீ வேற... காலைலருந்து கெஞ்சிப் பாத்துட்டே நாமதே சக்கரங்கணக்கா சுத்த வேண்டிருக்கு அசந்தாத்தே பருத்திக்காடா... ஆ... பஞ்சு பூத்துடும். அப்பறம் கைகாட்டி மரங்கணக்கா டாப் ஆர்ம் தூக்கி விட்டு நிக்க வேண்டிதா.”

“கோட்ஸ் மில்ல எல்லாம் பாத்தீகன்னா ஒரு தூசி பறக்காது” அவர்களைத் தொடர்ந்து அமர்ந்திருந்த மூன்று பேரில் நடுத்தர வயதுள்ள ஒருவர் சொன்னார். ஏதோ ஒரு மில்லில் முன்பு வேலை பார்த்தவராம்.

“நல்ல மிசினா வச்சிருப்பாக”

"அது மட்டுமில்ல ஏ.சி. போட்டு குளுகுளுப்பு தூசி அமுக்கீடும். பெரிய புளோயர விட்டடத்துல வச்சிடுவாங்க ஒரு தூசி விடாம உறிஞ்சீடும்..."

"இம்புட்டு வெக்கெ இருக்காதுல்ல..." ஆவென வாய்பார்த்த இருவரில் ஒருத்தன் தலைநீட்டி கேட்டான்.

"இருக்காது வெப்பக் காலத்துல கீழவேற தண்ணீ ஊத்தி கொதிப்படக்குவாங்க."

"ஹூம். இதெல்லா நம்மமில்லுல எங்க விழுகப் போவுது. ஓங்களப்போல பழைய ஆளுக பாத்து ஏதாச்சும் செய்யக்கூடாதா. சுவாசிக்கிறது திங்கிறது எல்லாத்திலியுமே பஞ்சு கலக்காம செய்யமுடியலியே."

"மத்த மில்லுகள்ல சங்கம் அதுஇதுன்னு வச்சிருக்கு. இங்க அநாதப்பய மக்களாத்தான இருக்கும்."

"ஏன் நீங்க ஏற்பாடு பண்ணலாம்ல..."

"ம். கல்யாணம் முடிக்கலியான்னு கேட்டா, பொண்ணு தர்ரயான்னு கேட்ட கதயால்ல இருக்கு... ஒண்ணுக்குப் போறதுக்கே டோக்கன் தர்ற மில்ல இங்கதேம் பாக்குறே."

"மறந்துட்டா அதுக்கொரு நோட்டீஸ். சே. பேப்பர் வெல கூடுனது இவனாலதேம் போல... கொஞ்சங்கூட ஈவு எரக்கமிருக்காது போல." ராசுவுக்குச் சொல்லும்போதே நெஞ்சுக்குள் கமறியது.

"சத்தமா பேசாதண்ணே." பக்கத்திருந்தவன் உஷார்ப் படுத்துகிற மாதிரி சட்டெனச் சொன்னான்.

"உண்மதேன்... எது பேசுனாலும் ஒடனே தந்தி மாதிரில்ல மேனேஜ்மெண்டுக்குப் போயிருது. ஒருவேள சுவத்துல ரேடியோகீடியோ வச்சிருக்காங்களோ என்ன எழவோ... சரி நாம் போறனப்பா டயமாயிருக்கும்." "டவுசரைப் பின்பக்கம் தட்டிவிட்டுக் கொண்டு கழுத்திலிருந்த கர்சிப்பை உதறி மூக்கையும் வாயையும் சேர்த்துக் கட்டிக்கொண்டு சிவனாண்டி வெளியேற, அவனைத் தொடர்ந்து மூவரும் கிளம்பினர். புதிதாய் ஒருத்தன் நுழைந்தான்.

பையிலிருந்த சீப்பெடுத்து தலைவாரி பஞ்சை எடுத்த ராசு, "ஓம் பேரு வீராச்சாமிதானே... கொஞ்ச நாளா ஆளக்காணாம்? சிப்ட்டு மாத்திட்டாகளா என்று அந்த நபரைக் கேட்டான்.

"நமக்கு என்னாண்ணே சிப்ட்டு கணக்கு? வரவேண்டியது, சொல்ற எடத்துல வேல பாக்க வேண்டியது. போன்னா வீட்டுக்குப் போக வேண்டிதான்" ரெம்பவும் அனுபவஸ்தனாய்ப் பேசினான்.

"அட்ட தரலியா?"

“ம்ஹூம்” உதட்டைப் பிதுக்கி தலையை நீளமாய் ஆட்டினான்.

“பேராச்சும் குடுக்கறீகளா”

“எச்சோலியும் கெடையாது. அவகளா எதும் எழுதிக்கிறாகளான்னு தெரில சம்பளமா தரப்போறாங்க” விரக்தியோடு பேசியவன் தொடர்ந்து, ஆனா... வீட்ல... ம்! மகென் மில்லுவேலைக்குப் போரான்னு பெருசா சோத்தக்கட்டி செலவுக்குக் காசும் குடுத்து விட்டுடுறாங்க. இங்க வந்தாவுல்ல உள்ளது புரியும். இந்த வள்ளல்ல ஒருநாள் வீட்ல இருந்திட்டம்னு வய்யிங்க. நீயெல்லா எந்த வேலைக்கிம் லாயக்கில்லன்னு ஊரே கேக்கிறாப்ல சவுண்டு விட்ருவாங்க.”

வீராச்சாமியின் அந்த யதார்த்தமான பேச்சு, முன்பு தன்னுடைய அம்மாவை ஞாபகப்படுத்தியது. ராசுவுக்கு ஒருநாள் ஏதோ ஒரு எரிச்சலில் வேலைக்குப் போகாமல் இருந்துவிட பட்டாளத்து மாமாவை அழைத்து வந்துவிட்டது. பஞ்சாயத்துக்கு கடைசியில், “நீ எல்லா எங்கடா உருப்படப் போற” என்ற சாபம் வேறு.

உடனே சிரித்து விட்டான். “வெளில பெருமையா பேசுவாங்களே.”

“அதுக்கெல்லா கொறச்சலா என்னமோ நாம பளிங்கு மாளிகைல மெதந்து வெளாடுற மாதிரி நெனச்சுக்கறது. ஒரு நாளக்கி நம்மள இந்த டவுசர் பனியனோட பஞ்சுத் தூசில பாத்தாக. எவனும் பக்கத்தில வரமாட்டான்.”

சொல்லிவிட்டு இருவரும் கெக்கெக்கென சிரித்தனர்.

“இன்னிக்கு கக்கூசு ரெம்ப வீசுதுண்ணே. கழுவுறவென் சரியா கழுவ மாட்டாம் போலருக்கு. வீட்ல சோறு திங்கும்போதுகூட இந்த வாட வந்துருதுண்ணே.”

அவன் எரிச்சலோடு சொல்லும்போதே நேரமாயிருக்குமோ என்ற எண்ணம் தோன்றியது ராசுவுக்கு. “ம். இதவிட்டாலும் காலாத்த எங்கபோக, எங்க நின்னாலும் ஏண்டா நிக்கிறேன்னு கேப்பாக.”

“நீங்க பரவால்லண்ணே கஷ்டமிருந்தாலும் சம்பளம் போட்டுட்டாக. நாங்கதே என்னமோ, கோயிலுக்கு வந்த மாதிரி வேலயச் செஞ்சிட்டு வெறுங்கைய வீசிட்டுப்போக வேண்டிருக்கு” இவ்வளவு நேரம் உற்சாகமாய்ப் பேசியவன் திடுமென களையிழந்தான்.

“அதே வீராச்சாமி ஒண்ணும் புரியல. எதுக்காக இத்தன பேர எடுத்துக்கிட்டிருக்காக... வதவதன்னு ஊர்ச்சனமே மில்லுக்குள்ளதா கெடக்கு”

“சம்பளமா தர்றாக... இத்தன பேர் இருக்காகளேன்னு கவலப்பட! ஆள் கூடக்கூட லாவந்தான எல்லா வேலயும் முடிச்சுக்கிரலாம்ல;”

அதுமட்டுமா நீங்க வந்ததுனால எங்களப்போல சம்பளம் வாங்கற ஆளுகளுக்கு ஏகப்பட்ட கெடுபிடில்ல.”

வீராச்சாமி புரியாமல் முழித்தான்.

“ஆமா. எங்கள வெளியேத்திட்டாத்தான் எங்க வேலய ஓசிலயே செஞ்சுகுடுக்க நீங்க இருக்கீங்கல்ல.”

“ஆமா அப்ப மொதலாளிக்கு ரெண்டு பக்கம் ஆதாயம்” அப்போதுதான் வீராச்சாமி யோசித்தான்.

அப்போது “விர்ர்ரீ” என்ற விசில்சத்தம் கேட்டது.

“மேஸ்திரி விசில்தான்ண்ணே.”

“ஆமாமா... என்னா கமுதக்கி விசிலடிக்கிறான். அதா கையில் நாய்ச்சங்கிலிபோல டோக்கன குடுத்து விட்ருக்கானுகள்ல, நேரத்துக்கு வரமாட்டமா...” சொல்லிக்கொண்டே எழுந்தான்.

“ஒருவேள என்னையக் கூப்புடுருரோ என்னமோ” என்று வீராச்சாமியும் எழுந்து ராசுவை முந்திக்கொண்டு ஓடினான்.

தன்னைத் தாண்டிக்கொண்டு ஓடிய வீராச்சாமி, ஸ்பின்னிங் டிபாட்மென்ட்டுக்குள் நிலவிய ஓயாத இரைச்சல்களுக்கும், மிதமிதஞ்சிய வெக்கைக்கும் ஊடே புகுந்து இரண்டறக் கலந்துவிட்டது போலத் தெரிந்தது ராசுவுக்கு.

உள்ளே இன்னமும் ட்யூப் லைட்டை அணைக்காமலிருந்தனர். வேலை மும்முரத்தில் கவனிக்காமலிருந்திருக்கலாம் அல்லது வெளிச்சம் தேவையிருக்கலாம். ஆஸ்பெஸ்டாஸ் கூரைக்குக் கீழே ஆங்கிலில் பார் விளையாடும் சர்க்கஸ் வித்தைக்காரர்போல கிடையாய்த் தொங்கிக்கொண்டிருந்தன. குறைந்தபட்சம் முன்னூறு விளக்குகளாவது இருக்கும். இல்லாவிட்டால் எந்நேரமும் சூரிய வெளிச்சமாய்த் திரியமுடியாதே. வெளியிலிருந்து பார்க்கும் போது சரஞ்சரமாய்த் தொங்கும் அவற்றின் வரிசையே தனி அழகைக் கொடுத்தது. இரவில் இன்னும் சோபித்துத் தெரியும். உள்ளே நுழைந்தால், வேலை வாங்குவோன், செய்வோன் என்ற பேதமில்லாமல் அத்தனைபேரின் குரலையும் ஒடுக்கி தற்காலிக ஊமைகளாக்கி சைகை மூலமே பேச வைக்கும் பேரிரைச்சல். நீள நீளமாய் ஸ்பின்னிங்மெசின், நாலு விரல்கடைக்கு ஒரு நூலாய் இறங்கும் நூற்றுக்கணக்கான இழை வரிசைகள். அவை இரவுநேர லைட் வெளிச்சத்தில் சரிவாய் இறங்கிவரும் பொழுது பார்க்க வேண்டும். புராணப் படங்களில் வரும் காட்சி ஒன்றை நினைவுபடுத்தும்.

மேலும் இரண்டு மெசின்களுக்கு இடையேயுள்ள சிறிய இடைவெளி ஆரம்பநாளில் நுழையவே பயமாயிருந்தது. நடக்கிறபோதே ஏதாவது ஒருபுறம் இடித்து விடுவோமோ இருபுறமும் ஓடுகிற மெசின் இழுத்துக்கொண்டு விடுமோ என்ற அச்சம் நிறைந்திருந்தது. இப்போது சடுகுடு விளையாடலாம். போல வசப்பட்டுப் போனது.

எண்ணங்கள் சரமாரியாய் விழ, கையிலிருந்து ரீசர்ஸ் டோக்கனை கிளர்க்கிடம் தந்துவிட்டு வந்தநேரத்தைக் குறித்துக்கொள்ளும்படிச் சொல்லிவிட்டு தண்ணீர் குடித்துக் கொண்டிருக்கும்போது,

"என்ன ராசு இங்க நிக்கற அங்க மேஸ்திரியும் சிவனாண்டியும் சண்ட போட்டுக்கிட்டுருக்கா" என்று ஒருவன் சொல்லிவிட்டு கிளாசை வாங்கியபோது, குடித்த நீர் தலைக்கேறியது ராசுவுக்கு.

வாயைத் துடைத்துக்கொண்டு விடுவிடு என்று ஓடினான். சிவனாண்டியின் சைடுக்குள்தான் ஆவேசமாக இருவரும் கையைக்காலை ஆட்டிக் கொண்டு சத்தம் போட்டுக் கொண்டிருந்தனர். அவனது பிரேமில் அரியா இறக்கி இருந்தனர். நிரம்பிய நூல் கண்டுகள் எடுக்கப்பட்டு காலி பம்பு பொருத்தி இழைவிட்டுக் கொண்டிருந்தனர். யாரும் அவர்களது சண்டையை லட்சியம் செய்யவில்லை. அடுத்தொரு மிசின் அரியா இறங்க தயார் நிலையில் இருப்பதாக அரியா மேஸ்திரி விரட்டிக் கொண்டிருந்தார்.

ஓடிவந்த ராசு அவர்களை விலக்கிவிட முயன்ற போது, தன் மிசின் நிலையினைத் தெரிந்துகொள்ளத் துடித்தான். இருந்தாலும் சண்டைக்கு முக்கியத்துவம் தந்து சைடுக்குள் ஓடிவந்தான்.

அதற்குள் முற்றிவிட்டது போலும் ஓடிக் கொண்டிருந்த ஸ்பிண்டல் ஊசியை உருவி சிப்ட் மேஸ்திரி தியாகராசனைக் குத்துவதற்குப் பாய்ந்து விட்டான் சிவனாண்டி. வந்த வேகத்தில் அந்த விபத்தைத் தவிர்த்த ராசு இருவரையும் பிரித்துத் தள்ளிவிட்டான்.

ஊசியைப் பார்த்த அதிர்ச்சியில் நிலைகுலைந்திருந்த தியாகராசன், ராசுவைக் கண்டதும் வீரத்திருமகனாகத் திமிறினான்.

"குத்தீருவியாடா சும்மா குத்தீருவியா இங்கென்னா அல்லாப் பயலையும் தெருவுல பெத்துப் போட்டுருக்குன்னு நெனச்சியா" மேல்மூச்சு வாங்க அப்படியும் இப்படியுமாய் ஆடினான்.

"பொறுங்க மேஸ்திரி என்ன விசயம்" இரண்டு பேருக்கும் நடுவில் நின்றுகொண்டான் ராசு.

"நீ வெலகுடா ராசு. தயாளி அவன என்னா பண்றேம் பாருடா என்னா வார்த்த சொல்றாங்கிற." திமிறிக்கொண்டு வந்தான் சிவனாண்டி

“யேய்.” தனது குச்சிக்கையை நீட்டி எச்சரித்த தியாகராஜன், “ஜாக்ரத இப்பிடியே போயி மாஸ்டர்கிட்ட ரிப்போர்ட் பண்ணினேன்னா என்னா நடக்கும் தெரியுமில்ல” என்றான்.

போ போய் ரிப்போர்ட் பண்ணுயா... போ... நானுங்கூட வாரே பொட்டப்பய.”

“ஆரப்பாத்து பொட்டப்பயங்குற. வாரயா... ஒண்டிக்கொண்டி” முண்டா தட்டினான்.

“கௌம்புடா போவம்... நீ விடு ராசு...” ராசுவை விலக்கிவிட்டுச் சண்டைக்குத் தயாரானான் சிவணாண்டி”

“ஏய் நில்றா. வெங்காயம்” இழுத்து நிறுத்திய ராசு, “சும்மா குதிப்பான்... என்னாண்ணே விசயம்? வெட்டியா சண்ட போடுறீகளே?”

“ஒண்ணுமில்லப்பா... உப்புக்காகாத விஷயம். ஆள் கம்மியா இருக்கு. கொஞ்சம் வந்து எழவிடப்பா ஆளும் பேருமா ஓட்டலாம்னு சொன்னேன்... அதுக்கு அவெ சைடராம், எழயெல்லா விடமாட்டானாம்... குதிக்கிறான். ஊசிய எடுத்துக் குத்தவர்ரான்”

“ஏண்டா சரித்தேன்னு ரெண்டு எழவிட்டுட்டு வந்தாத்தே எண்ணவாம்... என்னத்துக்கு வீண் பகையச் சம்பாதிக்கிற...”

“அவெ... சொன்னத அப்பிடியே நம்பீட்டியா?” வேகம் மாறவில்லை.

“இந்தா பாரப்பா ஓம் முன்னாடியே அவென் இவென்கிறது.”

“சரி என்னாதேன்னு சொல்ற.”

“ஒண்ணுக்குப் போய்ட்டு வந்ததும் ஒரு மிசின்ல சைடு பூராம் உருண்டு கெடந்துச்சு. அடுத்த மிசின் அரியா எறங்குச்சு. சரி அது ரெடியாகுங்குள்ள இத தேத்தி வச்சிருவம்னு வேகமா கட்டிக்கிருந்தே... அப்ப இங்கவந்து அரிய புடுங்குன்னாப்ல நா விசயத்தச் சொன்னே. பெறகும் போயி எழவிட்டேன். பாதி எழவிட்டுகிட்டிருக்கும் போதே இந்தப்பக்கம் வான்னாப்ல இதெல்லா மப்புதான. அங்குத்தே ஆளிருக்காகல்லப்பான்னா. வந்து ங்கோத்தா ங்கொம்மா ங்கிறான்... பெறக்கி தின்னிப்பய அவனுக்கு வடகாப்பி வாங்கித் தரலைன்னா கோவமப்பா” பெறக்கி தின்னிப்பயல் என்றதும் தியாகராஜனுக்கு எப்போதும் இல்லாத கோபம் நிஜமாகவே வந்துவிட்டது.

“ஏய் ஒன்னப் போல கஞ்சிக்கி செத்தபயன்னு நெனச்சயா... ஒன்னவிட அஞ்சுரூவா கூடுதல் சம்பளம் வாங்குறேன். ஓம்மாதிரி பயகிட்ட டீயும், வடையும் வாங்கித் தின்னுதா ஒடம்ப வளக்கணுமோ?

“கஞ்சிக்குச் செத்தது ஆரு? மில்லுல சேர்ரத்துக்கு முந்தி பெறக்கி தின்னதெல்லா மறந்து போச்சாக்கும்?

“அட விஷயத்த சட்டுன்னு முடிடா.”

மெசின்களையும் இரைச்சல்களையும் மீறி கத்தினான் ராசு இழைவிட்ட டாபர்கள் அடுத்த மிசினுக்கு ஓடினார்கள்.

ராசு சிவனாண்டியை ஒதுக்கிவிட்டான்.

“இரு இப்பவே போயி ரிப்போட் பண்ணி. ஒன்னய...” அவன் ஒதுங்கின சமயம் மேஸ்திரி தன் பவரைக் காண்பிக்க, திரும்பிவந்தான் சிவனாண்டி “யோவ்... இந்தா, போய்ச் சொல்லுய்யா ஓனக்குத் தெரிஞ்சத நீ செய்யி, எனக்குத் தெரிஞ்சத நா... செய்யிறேன்.”

“அட போடான்னா” என்று இழுத்துக்கொண்டு போய் விட்டுவந்த ராசு, “விடுங்கண்ணே... நம்மக்குள்ள ஒத்துப் போவோம். காலம்பற மில்லுக்கு வந்தா ஒருத்தர் மூஞ்சில ஒருத்தர் முழிச்சுத்தா ஆகணும்.”

“என்னா பேச்சு பேசுற... ஈசியா விட்ருன்னு சொல்றியே, கொஞ்சம் அசந்திருந்தா ஆளயே குளோஸ் பண்ணீருப்பானே. இன்னிக்கு...”

ராசுவோடு மல்லுக்குத் தயாரானது போல வந்தான் மேஸ்திரி,

“வேண்டாம்ணே... நீங்க ஏதாச்சும் செய்ய, அப்புறம் அவென் எதுனாச்சும் பிரச்சனையக் கொண்டுவர ஒருதரம் விட்ருங்க.

“சீக்கிரமாகத் தன் மெசினுக்குப் போகவேண்டும் என்ற அவதியில் இருந்தான். அது என்ன நிலவரத்தில் இருக்கிறதோ... மேஸ்திரி சாமானியமாய் விடுவதாகத் தெரியவில்லை.

“இல்ல... அவென் என்னா செஞ்சாலு... சரி. யார்மேல குற்றம் இருக்குன்னு மாஸ்டரே சொல்லட்டும்.

“என்னாண்ணே. அப்படிப் பாத்தானாலும் ஒங்க மேலயும் தப்பு இருக்குல்ல. சைடரபோயி எழவிடச் சொல்லலாமா.”

பகிரங்கமாக அத்தனை மெசின்களுக்கு மத்தியில் தன்னைக் குற்றம் சாட்டிவிட்டான் என்றதும், அந்தக் குச்சியான தேகம் கூட ஒரு ஆட்டம் ஆடி நின்றது.

“இதபார் நாஞ் சொல்றதுதே வேல அதத்தே எல்லா மயிராண்டியு செய்யணும்” என்றவன், “நெலமய பாத்தா நீயும் சேந்துதே சொல்லிக்குடுத்திருப்பபோல. அடிக்கிறமாதிரி அடி. நா வெலக்குற மாதிரி வாரேன்னு...” கட்சி திசை மாறுவது கண்டு மேலும் பேச்சை வளர்ப்பதைத் தவிர்த்தான்.

"நீங்க எதயோ குறிவச்சுப் பேசுறீங்க. ஒரு எடத்துல வேல பாக்குற நமக்குள்ள வீம்புக எதுக்குன்னுதே சொன்னேன். இனிநான் என்னத்த சொல்ல... அவென் ஒரு மொரட்டுப்பய. ஊரத்தாண்டித்தான போகணும்னு வேற சொல்லிருக்கான். என்னத்துக்கு அந்த வில்லங்கம்னு சொன்னேன். அப்பறம் ஒங்க இஷ்டம்."

"மேஸ்திரிக்கு முகம் வெளிறியது, இருந்தாலும் "ஓகோ அப்ப..." என்று ஆரம்பிக்கும் போது ஒரு சைடர் இடுப்புப் பையில் ரெண்டு கிலோ பஞ்சோடு ஓடிவந்தான்.

"அண்ணாச்சி பதினெட்டுல வீல் கட்டாயிருச்சு" என்று கூறவும் ராசுவை முறைத்துப் பார்த்துவிட்டு வந்தவன் பின்னால் நடக்க, ராசுவும் தன் சைடு எப்படி இருக்கிறதோ என்ற தவிப்போடு தன் இடம் நோக்கி விரைந்தான்.'

7

அதுனால, இதுக்கு எதுனாச்சும் ஒருவழியப் பாத்து சொல்லுங்க." நாட்டாமை தன் விசாரணையை முடித்துக் கொண்டு, இதற்குமேல் உங்கள்பாடு என்பதுபோல் ஒதுங்கினார். தொடர்ந்து கூட்டத்தில் நெடிய மௌனம்.

"இனி இதுக்கொருத்தரு, அதுக்கொருத்தரா?" விசாரிச்ச நீங்களே உண்டான முடிவையும் சொல்லிரலாம்ல" மௌனத்தின் நீளம் கருதியோ என்னவோ ஒருத்தன் தன் கருத்தைச் சொன்னான்.

எக்குத்தப்பாய் மாட்டிக்கொண்ட அவனைப் பிடிபிடியென பிடித்துக் கொண்டார் நாட்டாமை, "யார்ரா அவென், கூறு கெட்ட முட்டாப்பயலா இருக்கான். நானே வெசாரிச்சு, நானே பைசல் பண்றதுன்னா நீங்கள்லா எதுக்கு ஒக்காந்துருக்கீங்க?. இதுக்கு எதுக்கு ஊர்க்கூட்டம்னு ஒரு பேரு.

கேட்டவன் விதிர்விதிர்த்துப் போனான்.

"சரி சரி வாலண்டிரிப் பயதான. ஏதோ ஒரு வேகத்துல தெரியாம சொல்லிட்டான். நாட்டாம இதுக்கெல்லாங் கோச்சுக்கக் கூடாது."

"என்னய்யா வேகம் வேண்டிக் கெடக்கு பொல்லாத வேகம். எதுனாச்சும் சினிமா சினிமாக்கு அவசரம்னா போய்த் தொலைக்க வேண்டிதானே. இங்க என்ன மயித்துக்கு வந்து சட்டாம்பிள்ள வேலைபாக்கணும்?"

"அட விடுங்கன்னா..? ஊர்க் கூட்டத்துல இதெல்லா சகசந்தான, அல்லாத்தையும் அனுசரிச்சுத்தேம் போகணும். இன்னமும் உங்களுக்கு அந்த முங்கோவம் போகலியா" பெரியதனம் தொடையில் தட்டி சமாதானப்படுத்தினார்.

"பின்ன..."

'"அத்தோட பிரச்சனய விடுய்யா... முன்ன பின்னன்னுக்கிட்டு ஆக வேண்டிய பதில சொன்னா சட்டுன்னு காரியம் முடியுமில்ல. இனி ஒங்களுக்குப் பஞ்சாயத்து தீக்க இன்னொருத்தர கூட்டி வரணும்போல." கூட்டத்தின் முன் பகுதியிலிருந்து பட்டாளத்தார் கணீரென குரல் விடுத்தார்.

"அது சரித்தே... பட்டாளத்தாரு சொன்னமாதிரி வளவளன்னு இழுக்காம படக்குன்னு முடிங்க;" பெட்டிக்கடை நாயக்கரும் ஒத்துப் பாடினார்.

“அதத்தாய்யா ஆராச்சும் என்ன பண்ணலாம்னு ஓசன சொல்லுங்கங்குறாரு நாட்டாம.” பெரியதனம் மகாலிங்கம் கூறினார்.

மீண்டும் கூட்டத்தில் ஆளுக்கொன்றாய் கசமுசாவென பேசிக் கொண்டது கூட்டம் கூடியிருந்த அய்யனார் கோயிலின் வராண்டா முகட்டில்மோதி எதிரொலித்தது. குற்றம் சாட்டப்பட்ட வாதி, பிரதிவாதிகள் எதிரெதிரே கைகட்டி நின்றுகொண்டிருந்தனர்.

அவர்களுக்கு எதிர்ப்பில் உள்பிரகாரத்தில் கையில் வேலோடு வீரப்பஅய்யனார் சாமி நின்றுகொண்டு பஞ்சாயத்தைக் கேட்டுக் கொண்டிருந்தார்.

“ம்.ம் கொஞ்சம் சத்தத்த நிறுத்துங்கப்பா ஓட்டச் சட்டிக் குள்ள நண்ட விட்டாப்ல” ஒரு கிழட்டுக்குரல் அமைதிப் படுத்தியது.

“அப்ப என்ன பண்ணலாம். நாக்யரு என்ன சொல்றாரு” ஒவ்வொருவராகக் கிளப்பிவிட ஆரம்பித்தார் நாட்டாமை.

“இதுல என்னத்தங்க பண்ண வேண்டிக் கெடக்கு, சின்னப் புள்ளைக சண்டைக்கெல்லா பஞ்சாயத்துக்கினு வந்துகிட்டிருந்தா. அப்பறம் பஞ்சாயத்து பொழுதுக்கும் கூட்டுனமானக்கி இருக்க வேண்டிதா. அங்கனயே சமராசியா போயிருக்கணும் அதவிட்டுப்புட்டு அவையவெ கண்ணு காத பிச்சுக்கிட்டு வந்துநின்னா என்னத்தச் சொல்றது” இப்பிடியுமில்லாமல் அப்பிடியுமில்லாமல் சொன்னார்.

“வந்துட்டாங்கள்ல நாக்யரே?”

நாயக்கர் யோசித்துக் கொண்டிருருக்கும் போது சேவுக்கார மீனாட்சி சுந்தரம் பதில் சொன்னார்.

“சின்னப் புள்ளைக சண்டைய இம்புட்டு தூரம் பெருசா எடுத்துக் கிட்டதுனால ரெண்டு வேருக்கும் அவராதத்த தீட்டிப் புடணும். நாள பின்ன எவனும் இதுமாதிரி நடக்காம இருக்கும்படியா செய்யணும்.”

“ம்ம் சொல்லுங்க சொல்லுங்க. அப்பறம்”

எப்பிடியோ வழக்கு பைசலானால் சரி என்று தலையாட்டி கேட்டுக்கொண்டிருந்தார். அடுத்து பட்டாளம் எழுந்தார். இடுப்பு வேட்டியை இறுகக் கட்டினார்.

“ஒக்காரு மச்சா, ஒக்காந்தே சொல்லுங்க.”

“அதில்ல மாப்ள. இந்தா வந்திர்றேன். அப்போத புடிச்சு தாங்க முடியல. க்காள்ளி எத அடக்குனாலும் இத அடக்க முடியாதுன்னு சும்மாவா சொன்னாக.”

“கூத்துக்கார மனுசேய்யா.”

“எங்குட்டுத்தாம் பழகுனாரோ. இருக்க எடத்த பூராம் சிரிக்க வச்சிர்றாரே.”

நாட்டாமை பட்டாளத்துக்கு சர்டிபிகேட் தரும்போது மீண்டும் உள்ளே வந்து தனது இடத்தில் அமர்ந்து கொண்டவர், செருமினார்.

“அதாவது வந்துங்க. இப்ப இது ஒண்ணும் பெரிய விசயமில்ல. சாதாரண சண்டதா, இதையெல்லா சபைக்கு கொண்டு வந்திருக்கப்படாது. அங்கனயே தீத்து இருக்கணும்... ஆனா வந்திருச்சு. அதனால, இதுல ஆருமொதல்ல சண்ட புடிச்சான்னு துருவிப் பாத்து அவனுக்கு அவராதம் போட்டுத் தண்டிக்கறதவிட. என்னக் கேட்டா ராசி பண்ணி வச்சிருவோம்னுதா சொல்லுவேன், ஏன்னா... அவராதம் போடுறது ஒன்னும் பெரிசில்ல. அவனும் கட்டிட்டுப் போயிருவான். ஆனா ரெண்டு பயகளும் பங்காளிக. நாளப் பின்ன மொகங்குடுத்து பேசுவானுகளா? பஞ்சாயத்துல நிப்பாட்டி அவராதங் கட்ட வச்சிட்டானேன்ற கோவம் எப்படியுந் தீராது. தப்பு செஞ்சவனுக்கு தண்டன தரவேண்டிதே... நாவேணாங்கல. ஆனா ஒரு சின்னச் சண்டைய நாமளே பெருசாக்கிடக் கூடாது. அதுனால சமாதானந்தா மனுசப்பய வாழ்க்கைக்கு எப்பவும் நல்லதும்பேன்.”

அவர் பேசி முடித்ததும் கூட்டம் மௌனமாகி தலைமட்டும் அசைத்தது. கூட்டத்தின் மௌனத்தைப் பார்த்த வாதி “நல்ல தீர்ப்பா சொல்லுங்க” ஓங்கி குரல் கொடுத்தான்.

வந்தது முதல் ஏதோ எரிச்சலில் இருந்த நாட்டாமை அவன்மூலம் தீர்த்துக்கொள்வது போல,

“அமுக்கிட்டு சும்மார்றா... வெங்காயம் அண்ணந் தம்பிக்குள்ள சின்னப்பயக சண்டைக்கு அனுசரிச்சுப் போக மாட்டாம, மெனக்கிட்டு சண்டையும் போட்டு இங்கவந்து நல்லதீர்ப்பு சொல்லவாம்... நல்ல தீர்ப்பு. அதுல என்னா கருப்பட்டியா தடவீருக்கும்?”

கேட்டவன் கமுக்கமாகினான். மீண்டும் நாட்டாமையே தொடர்ந்தார்.

“அப்புறம்..... பட்டாளத்துகார்ரு சொன்னதுல மாத்தபிப்பிராயம் இருக்கா?”

“என்னாதே இருந்தாலும் பஞ்சாயத்துன்னு வந்துட்டா தப்பு செஞ்சவன கண்டுபிடிச்சு செமத்தியா ஒருபுடி புடிச்சாத்தான நாளப்பின்ன செய்ய மாட்டாங்க. இப்பிடிச் சமாதானங்கறது...”

மேலத்தெரு சின்னப்ப கவுண்டர் தன் அரிப்பை வெளியிட்டார்.

“சரிதாங் கவுண்டரே... இங்க என்ன களவு பண்ணீருக்காங்களா, இல்ல கொல பண்ணீட்டாங்களா?... சின்னப்புள்ளைக ரெண்டுபேரு அடிச்சுக் கிட்டதுக்கு ஒருத்தங்கூட தாந்து போகாம உறுமிக்கிட்டு வந்திருக்கானுகளே. இதுல ஆருக்குத் தீர்ப்பு ‘புடிக்கிறது? என்னாதே சொன்னாலும் ரெண்டு பேருமே செஞ்சது தப்புத்தே. இவனும் சடார்னு சண்டைக்குப் போயிருக்கக் கூடாது. அவனும் அதுக்கு வீம்பாப்பேசி, வாய் குடுத்திருக்கப் படாது. அதா சொன்னே. ஒங்களுக்குத் தப்புண்ணா வேற சொல்லுங்க...”

கொஞ்ச நேர கசபுசலில் சின்னப்ப கவுண்டரும் அடங்கிப் போனார். “சரி சரி, செய்யுங்க... ஊர்கூடிச் சொன்னா சரித்தே.”

ஒட்டு மொத்தமாக ராசி பண்ணுவதற்கு ஆதரவு கூடியது.

“சரி, அப்ப. ரெண்டு பேரும் பஞ்சாயத்துக்கு கட்ட வேண்டியத கட்டிப்புட்டு ராசியாய்கிங்கப்பா வெத்தலபாக்கு எங்கப்பா கொண்டா.”

தலையாரி வெற்றிலை தர,

“இந்தாப்பா நீ அவனுக்குக் குடு இத இவனுக்குக் குடுடா ம். வெத்தலய போடுங்க.

ராசி பண்ணி முடிந்ததும் கூட்டம் கலைய ஆரம்பித்தது.

“வாரமுங்க.” கும்பிட்டவர்களுக்குத் தலையை ஆட்டி பதில் கும்பிடு போட்டனர் நாட்டாமையும் பெரியதனமும்.

“நீ வரலியாண்ணே,”

“கொஞ்சஞ் சோலி இருக்கு பரமு நீ போறப்ப ஓம் மதினி கிட்ட சோத்துக்கு தண்ணி ஊத்திற வேணாம்னு சொல்லிரு. நா ரெண்டு நாழில வந்திர்றேன்.”

சின்னையா மகனிடம் வீட்டுக்குச் சொல்லிவிட்டார் நாட்டாமை. எப்பிடியோ அவனிடமிருந்து தப்பிவிட்ட நிம்மதி அவருக்கு.

“ம்... பட்டாளத்தை எங்கயா ஆளக் காணாம். அந்தாள் பாட்டுக்கு ஒக்காரச் சொல்லிட்டுப் போய்ட்டாரு”

“இந்தா இங்கதான் இருந்தாப்ல.”

கலைந்து கொண்டிருந்த கூட்டத்துக்குள். கண்களைத் துழாவிய நாட்டாமை, “இந்தாப்பா ராசு. ஓம் மாமன எங்க? கூப்பிடப்பா” என்றார்.

துண்டை விசிறிமடிப்பாக்கி விசிறிக்கொண்டே வந்தார் பட்டாளம்.

“செத்த காத்தாட வெளியே நின்னே... அதுங்குள்ள கூட்டமுங் கலையட்டுமேன்னு, ஒக்காரு மருமகனே. அப்பு, வேலு ஒக்காருங்க, எங்க செவனுவ காணாம்?”

“வாரேன்னு சொல்லிருந்தான். அவனையுங் காணாம். ஆனந்தனையுங் காணல,”

“சரி வரட்டும். அதே பழைய மில்லுல வேலைபாத்த பெருமாளு இருக்காப்லல்ல. இனி என்னா என்னா வேல.

நடுத்தர வயது வேலப்பனை எப்படிக் கூப்பிடுவது என்ற தடுமாற்றம் நாட்டாமையைக் கொஞ்சம் திணற வைத்தது.

வழுக்கையாகிக் கொண்டிருந்த தலையை அழுத்தித் துடைத்த வேலப்பன், லேசாகச் சிரித்தார், “என்னத்தங்க நாட்டாம, பழைய மில்லு, புது மில்லு, எல்லாத்துலயும் தனக்தனக்யும் இசிபடுறது ஒரு சனந்தான.”

“ஒரு சனந்தா, பின்ன மொதலாளியா வந்து கூட விழுவாப்ல, என்னத்தியோ தங்கூட இசிபட ஏற்கனவே ஒரு மில்ல வேல பாத்தாளா வாரார்னப்ப ஒரு தெம்புதான ராசுக்கு, அதச் சொல்றாரு நாட்டாம” பட்டாளம் விளக்கியதும் பெரியதனம் உட்பட அனைவரும் சிரித்தனர்.

“அப்ப, நாங்க படுற இம்சயெல்லா ஒங்களுக்குக் கேலி பண்றதுக்குத் தோதா இருக்குதாக்கும்?” அப்பத்தேவன் குரலெழுப்பினான்.

“ஆமா நாம் அளவுக்குமீறி மடங்கிப்போனா பாக்குறவங்களுக்குக் கேலிப் பொருளாத்தான தெரியும்.”

“சேச்சே. அப்பிடி இல்ல வேலு, சும்மா ஒரு தமாசுக்குப் பேசுனா”

“சரி தமாசெல்லா கோழி கூப்புட வச்சுக்குவம். இப்ப விசயத்துக்கு வாங்க. நேரமாச்சுன்னா வீட்ல எத எடுத்து வச்சிருப்பாளோ சொல்ல முடியாது. அப்பறம் அதத்தீக்க ஒருக்கா பஞ்சாயத்துக்கு வரணும்.” நாட்டாமை வளைசல் தெளிவோடு பேசியது சிரிப்பை மூட்டியது.

சிரிப்பலை ஓய்ந்தபிறகு கோயிலே பளிச்சென நிசப்தமாயிருந்தது. அனைவரும் போய்விட்டனர். நாட்டாமை. பட்டாளம், பெரியதனம் மற்றும் ராசு, அப்பத்தேவன், வேலப்பன் தவிர,

“அப்ப இவங்களுக்கு என்னா முடிவு சொல்ல.” பட்டாளம் முதல்நூலை உருவினார். ஒருத்தரை ஒருத்தர் பார்த்துக் கொண்டனர்.

"என்னத்தப் பண்றது. இது என்னமோ இதுவரைக்கும் ஆகாத புதுப்பழக்கமா இருக்கே!" நாடியைத் தட்டியபடி பெரியதனம் மகாலிங்கம் ஆரம்பித்துவைத்தார்.

"என்னருந்தாலும் நீ சொல்றது சரியில்ல மகாலிங்கம். இதுல என்னா புதுப்பழக்கம், பழைய பழக்கம்... ம்? நம்ம ஊர் சனங்க அடிபடுறப்ப அதுல என்னத்த நீ புதுப்பழக்கத்தக் கண்டு போட்ட."

"அட நா அதச் சொல்லல நாட்டாம், நாம இதுவரைக்கும் ஊருக்குள்ளதா பஞ்சாயத்து தீத்துருக்கம். இப்பபாரு ஊருக்கு வெளியே போகவேண்டிருக்கேன்னு ஓசிக்கறேன்... அது செல்லுமா செல்லாதாங்கறதுதாட கவல."

"பெரியதனம்... ஊருக்கு வெளிய என்ன, ஒலகத்துப் பஞ் சாயத்தவே தீக்கச் சொன்னாலும் போக வேண்டிதானே... செல்றது செல்லாததப் பெறகு பாப்பமே. அதுல ஜெயிச்சுட்டா நமக்குப் பெருமதானே" என்று எக்காளமாகக் கூறியபோது,

"அய்யா நா ஒண்ணு சொல்றேன். தப்பா எடுத்துக்கக் கூடாது" என்று சொல்லத் தயங்கி ஆரம்பித்த வேலப்பன் தொடர்ந்து, "எனக்கென்னாமோ பெரியதனம் சொன்னாங்களே அந்த வெசயத்த அல்லாரும் யோசிக்கணும் போல தெரியுதுங்க. நம்ம ஊரு பஞ்சாயத்து சொல்றத அவங்க கேப்பாங்களாங்கறது ரொம்ப சந்தேகந்தாங்க."

மிகவும் கஷ்டப்பட்டு திணறிச் சொன்னார் வேலப்பன். ராசு கோபித்துக்கொள்ளக் கூடாது என்ற பயம்.

"எப்பிடிச் சொல்ற வேலு?" "அதாவதுங்க பட்டாளத்தாரே நம்ம பஞ்சாயத்துல ரெண்டு தரப்பையும் விசாரிக்க நமக்கு முடியும், தீர்ப்பையும் சொல்லிறலாம். ஆனா அங்க எப்பிடிங்க முடியும். அதுமில்லாம அவங்களே ஒரு போட்சா ஒரு விசயத்த சொல்றாருங்க. இல்லாட்டா தங்களப்பத்தி ரொம்பவும் நாமளே உச்சுக் கொட்ற மாதிரி இம்புட்டு கஷ்டமிருக்கு ஆயிரக்கணக்குல சம்பளங் கொட்ட வேண்டிருக்குங்கிறாங்க. அப்ப நீங்க அவங்களுக்கு ஏதுவா ஏதாச்சும் வார்த்தையை விட்டுட்டம்னா... ஏஞ்சொல்றேன்னா அங்க அதுக்காக ஒங்கள ஏமாத்திருவாங்கன்னு சொல்லல. பெரியதனஞ் சொன்ன மாதிரி ஒரு அபிப்பிராயந்தா."

நாட்டாமை தலையைச் சொரிந்தார். பெரியதனம் தனது கட்சி பலப்படுவதில் சந்தோசப்பட்டார். பட்டாளம் நெற்றியைச் சுருக்கிக்கொண்டு, "சொல்றது வாஸ்தவந்தே வேலு, பெருமாளு கூட அன்னக்கி சொன்னாப்ல. ஆனாலும் நாம ஒரு மனுச அபிமானத்தோடதா எதையும் பாத்துப் பேசுறவங்க. அவ்வளவுக்கு ஏமாந்துட முடியாதுல்ல."

ராசுவும் அப்பத்தேவனும் கூட கொஞ்சம் யோசித்தனர். அப்பத்தேவன் கொசுகடித்த காலை சுரண்டியபடி சொன்னான்.

"இது பூமிவிட்டு பூமி போற காலம்யா... மனச அபிமானத்த வச்சு செயிக்க முடியுங்கிறீங்களா?"

"சரி... அப்ப என்னாதே... சொல்றீக?" நாட்டாமை கொஞ்சம் எரிச்சலோடு கேட்டார்.

"இல்ல. இதுல வேற ஒண்ணு... சொல்லல. நீங்கபோய் செய்றத செய்யிங்க ஆனாலும் அதுக்கெல்லா சங்கம்னு ஒண்ணு இருக்கு. அதுதா இந்த மாதிரி விசயத்துக்கெல்லா, அது மூலமா போனா எதயும் செய்ய முடியுங்கறேன்" சொல்லி முடிப்பதற்குள் வேர்த்துவிட்டது வேலப்பனுக்கு.

ராசு வந்து காலையில் விசயத்தை உறுதிப்படுத்திச் சொன்னதுமே ஊர்த் தலைமையைவிட தன் அனுபவத்திலும், இதற்குச் சரியானது சங்கம் வைப்பதுதான் என்று மனதில் தோன்றியது. ஆனாலும் அதனை இவனிடம் நேரடியாகக் கூறினால் விசயம் எதிர்மறையாக மாறிவிடுமோ என்ற எண்ணத்தில் சொல்லவேண்டிய நேரத்தில் சொல்லிக் கொள்ளலாம் என்றிருந்தார்.

"சங்கமா?" எதிர்பார்த்தது போலவே ஆவென வாயைப் பிளந்தான் ராசு. மற்ற நால்வரும் நிலைகுத்தி நின்றனர். அப்பத்தேவன் மட்டும் கொஞ்சம் அசைவுபட்டான்.

"வேலப்பண்ண சொல்றது சரிதேம்போல தெரியுது. ஏன்னா நானும் கொஞ்சம் அதுபத்தி கேட்டிருக்கேன். எல்லா மில்லுகள்லயும் சங்கமில்லாத எடமே கெடையாது. அவர் சொல்றதுலயும் தப்பில்லயே." சொல்லி முடிக்கவில்லை.

"எவண்டா... கேனப் பயலாருக்கான். கேக்குறதுக்கென்னமோ நல்லாத்தே இருக்கும். ஆனா அதவச்சு மேவுச்சு பாத்தாவுல்ல தெரியும்" என்று அப்பத்தேவனை வேகத்தோடு பேசிவிட்டு, வேலப்பன்பக்கம் திருப்பினான் ராசு.

"வேலப்பண்ணே மொதல்ல ஆகுறதப் பேசுவம். ஓங்கள மட்டந்தட்டுறேன்னு நெனைக்க வேணாம். இன்னைக்கு நெலமைல எது சுளுவாப் படுதோ அத முயற்சி பண்ணுவோம். சங்கம் சங்கம்கிறத பின்னால பாப்பம்ணே. இப்ப இந்தமாதிரி ஊர்க்கூட்டத்த ஏற்பாடு பண்றம்னு தெரிஞ்சாலே ஏதோ ஒரு குண்டுபோடத் தயாரா இருப்பாங்க. இது சங்கம்ங்கறதயெல்லா... சரி பின்னால பாப்பம்ணே..."

"அது சரித்தே ராசு நா இப்பவே சங்கம் வக்கெணும்னு சொல்லல. அந்தவகைல போனாத்தான் கொஞ்சம் பிடிகெடைக்கும்னு சொன்னே அவ்வளவுதான்." எப்பிடியோ

அப்பத்தேவனும் கொஞ்சம் உணர்ந்துவிட்டான் என்பதில் சிறிது சந்தோசமாயிருந்தது வேலப்பனுக்கு.

“மருமகெ... சொல்றதயும் பாக்கணும்ல வேலப்பா, நோட்டீசு சஸ்பெண்டு விசயத்துக்கே மேனேசுமெண்டப் பாக்க முடியலியாம்ல. தவங் கெடங்க வேண்டிருக்காம். இதுல இந்த மாதிரி சங்கம்ங்கறத ஓசிக்க வேண்டியதுதானே? அதுக்குத்தே இப்ப ஊர்மூலமா போயிபாப்பம் அஞ்சிக்கு ரெண்டு சிக்குனா வேணாங்குதா?”

‘’பட்டாளம்... இது மொத்தத்துல சாதாரணமானதா எனக்குத் தெரியலய்யா இருந்தாலும் ஒரு முன்முயற்சியா பாப்பம். ஒதவி செய்றோம்னு அவங்களுக்கு உபத்திரவமா ஆயிடாம பாத்துக்கணும். அதுனால நல்லா ஓசிச்சே முடிவெடுக்கணுமய்யாவ்.”

பெரியதனம் ரொம்பவும் தீவிரமாக மண்டையைக் குலுக்கினார், நாட்டாமை எதிலும் சிக்காமல் எல்லாரும் பேசுவதையே கவனித்துக்கொண்டிருந்தார்.

“உண்மதா மகாலிங்கம். எல்லா ஓசிச்சுதா செய்யப் போறம். போனதும், இத்தன ரூவா சம்பளத்த போடு. இன்னிமேலும் இம்ச படுத்தாதன்னு சொல்லிட்டா வந்துடப் போறம். இவங்களோட கொறய என்னான்னு கேட்டு அத எப்பிடி அவங்ககிட்ட எடுத்துச் சொல்றதுன்னு சைஸ் பண்ணித்தான செய்வோம்.”

“சரி, அப்ப என்னதே பண்ணுவம்:”

“நாட்டாமை இவங்களோட கொற என்னான்னு கேட்டுக்கணும். பெறகு அத நாமபேசி மில்லுல சொல்றவிதமா சொல்லிக்குவம். அதா மொத வேல. முக்கியமானத மட்டும் சொல்லு மருமகனே.”

“என்னத்த மாமா சொல்றது” என்று ஆரம்பித்து மொத்த நிலமைகளை விளக்கினான் ராசு.

“ம்... அன்னக்கி நம்ம செவனாண்டியக் கூட ஏதோ தகறாருன்னாங்க” மகாலிங்கம் கேட்டார்.

ஆமாங்க செவனாண்டியும் சும்மாருக்க மாட்டாம, ஊசிய எடுத்து குத்தவே போய்ட்டான்”

“கேள்விப்பட்டம் அப்புறம் அந்த மேஸ்திரி எதும் பண்ணாப்லயா?”

“சண்டய வெலக்கி வச்ச என்னயத்தா, நானுஞ் சேர்ந்துதா செஞ்சேன்னு தப்பர்த்தம் பண்ணிட்டான். அப்பருந்து எம்மேல் ஒரு கண்ணா இருக்கான்...”

“அதக் கேக்கல ராசு. செவனாண்டிய என்னமும் பண்ணாப்லயான்னு கேக்குறாக” வேலப்பன் விளக்கினான்.

“அவன வேற ஒண்ணும் பண்ணலீங்க. ஆனா மேஸ்திரிதா பயந்திட்டாம் போல், மறுநாள் அந்தாளு, செவங்கிட்ட வலியப்போயி சிரிச்சுப் பேசுறான். ஆனாலும் எப்பவாச்சும் எதுஞ் செஞ்சாலும் செய்யலாம்...”

“சரி. அப்ப முடிவு பண்ணுங்க வேற எதும் சொல்ல வேண்டிருக்கா மருமகனே.”

“ஏறக் கொறய அம்புட்டுத்தே மாமா நீங்கவேற எதுஞ் சொல்றீகளா வேலண்ணே!”

“வேற என்னா அவ்வளவுதே ராசு”

“அப்ப நாட்டாம” என்றவர், “என்னயா அப்பத புடிச்சு, இடிச்சுவச்ச புளியாட்டம் இருக்க என்னா முடிவு சொல்ற” பட்டாளம் அவரின் முதுகில் டமார் என்று தட்டினார்.

நாட்டாமை கொஞ்சம் உஷாரானார். கால்களை மடித்து சப்பணம் போட்டு நிமிர்ந்து உட்கார்ந்தார்.

“அப்ப பெரியதனம்... ஒரு ரெண்டுபேரு ஊருக்குப் பொதுவா போயி விசயத்த எடுத்துச்சொல்லுவம்னு நெனக்கிறேன். எப்பிடி?

“பேசுவோம் ஆராரு போறது?

“நாட்டாம போனார்னா அவங்களே ஒரு மாதிரியாத்தாம் பேசுவாங்க. ஏன்னா மில்லுகட்டவே அவருதான எடங்குடுத்தாரு”

“அதுஞ் சரித்தே அப்பறம் இன்னொருத்தரு?” என்றார் பட்டாளம்.

“ஏன் நீயே போய்ட்டு வாய்யா.?” நீதா கொஞ்சம் கலகலன்னு பேசுவாப்ல,

“ஏன்? நீங்களெல்லாம் பேசத் தெரியாதவங்களாக்கும்”

“அதில்ல பட்டாளம், நீங்க கொஞ்சம் பேச்சோட வேகமான ஆளு, நாட்டாம பல சச்சரவுகளத் தீத்து வச்சவரு, அதே பொருத்தமாயிருக்குமேங்கிறேன்.”

“சரி சரி முடிச்சிடு பட்டாளம். அப்ப நாளமூணாநாளு நல்லாருக்கு அன்னைக்கே போவமா?”

“அட யாருய்யா. இதுக்கெல்லாமா நாளுகெழம் பாப்பாக. நாளைக்கேகூட போகவேண்டிதுதான”

“இல்ல பெரிசு ரெண்டு நாளைக்குத் தோட்டத்துல வேல கெடக்கு. அத முடிச்சுடலாம்னு நெனச்சேன்”

“ஒடனே என்னய பெருசாக்கியாச்சா. அப்ப ஒண்ணு செய்வோம். நாள் ஒருநா விட்டுட்டு நாளன்னிக்குப் போங்க. எந்தவேல கெடந்தாலும் ஒதுக்கிவச்சிக்க. பெறகு பாப்பம்.

இத்தனை பேர் பெரச்சனைல ஓம் ஓராளு பெரச்சன பெரிசில்ல" என்று கூறி முடித்தார் பெரியதனம் மகாலிங்கம்.

அண்ணனின் பேச்சு இன்றைக்கும் வித்தியாசமாகத் தோன்றியது, ராசுவுக்கு. திண்ணையில் மாமா, பாயை மடித்துப்போட்டு உட்கார்ந்திருந்தார். சீமைஓட்டுக் கூரைக்கு முட்டுக் கொடுத்திருந்த காலில் அண்ணன் மணி சாய்ந்திருக்க, அவனுக்கு அடுத்தாற்போல் அம்மா உட்கார்ந்திருந்தது. தன்னைப்பற்றித்தான் பேசிக் கொண்டிருப்பார்கள் போலிருக்கிறது.

எப்போதும் போல வேலைவிட்டு, தூக்குச் சட்டியோடு தூரத்திலிருந்தே வீட்டைப் பார்த்தபோது மாமா உட்கார்ந்திருப்பது தெரிய, மனசுக்கு உற்சாகமாய் இருந்தது. ஆனால் வாசலுக்கு வந்து அவரைப் புன்சிரிப்பால் வரவேற்று, வீட்டுக்குள் காக்கி உடுப்புகளை மாற்றிக் கொண்டிருக்கும் போது அண்ணன் தொடங்கிய பேச்சுதான் வித்தியாசமாக இருந்தது.

"ஆரு மாமா நம்மள மதிக்கிறா? கட்டுன பொண்டாட்டியே சரியில்ல. கூடப் பொறந்தவனச் சொல்லமுடியுமா? அல்லாருமே ஒதுங்குறாங்க. நா அப்பிடி என்னாதே பிடிக்காம போய்ட்டே?"

ரொம்பவும் மனங்கசந்து பேசுவது போலிருந்தது. அதுதான் ராசுவுக்குப் பகீரென்றது. "நாம ஏதும் தப்பு பண்ணிட்டமா? என்னைக்கும் அண்ணே இப்பிடிப் பேசாதே?

உள்ளிருந்து வெளியே வரக்கூட அவனுக்குத் தயக்கமாக இருந்தது. அண்ணனைப் பற்றித் தெரியும். எப்பவும் தன்மேல் பாசம் அதிகம். எந்தத் தப்பு செய்தாலும் இதுவரை நேரில் கூப்பிட்டு விசாரித்ததில்லை. எதாவது மறைபொருளாகத்தான் சொல்லிவிடும். அதுபோல இப்பவும் தப்பு செஞ்சுட்டோமோ?

புரியவில்லை. ஆனால் அண்ணனின் புலம்பலில் ஏதோ இருப்பது போலவும் தோன்றியது.

"ஆமா... இவென் எப்பவுமே இப்பிடித்தே ஒரு சின்ன சமாச்சாரத்தக் கூட ஆ... ஊம்பான்..." அம்மாவின் பூடகமான பேச்சும் ஏதோ ஒருவகையில் தான் குற்றம் செய்திருப்பதைக் காட்டியது. அவனுக்கே தெரியாமல் அது நடந்திருக்கிறது. அவர்கள் முன்னால்போய் நிற்கக்கூட பயமாயிருந்தது. தொடர்ந்து பேச்சைக் கேட்டான்.

"ஆமாம்மா. என்னைக்கும் பேசாதவன் இன்னைக்கி பேசுனா ஆ, ஊன்னுதா தெரியும்."

"இப்ப என்னடா நடக்காதது நடந்து போச்சு? அப்பதே புடிச்சு பொலம்போ பொலம்புன்னு பொலம்பற."

“இதுக்குமேல என்னா நடக்கணுங்கிற? கூடப் பொறந்தவென் ஒருத்தே மலபோல இருக்க, ஊர்லபோயி ஒப்பிக்கிறான்னா, ஊர்ப்பயக என்னய என்ன நெனப்பானுக? அதுக்கு நா இருந்தா என்ன செத்தா என்ன?”

அண்ணனின் ஆவேசம் புதுசாகத் தெரிந்தது. இப்படியும்கூட அதுக்குப் பேசத்தெரியுமா? ஆனால் விசயம் இன்னமும் பிடிபடவில்லை.

“அர்த்தங்கெட்டதனமாப் பேசாதடா... ஏண்ணே நீங்களாச்சும் சொல்லுங்க. கம்முன்னு இருக்கீக...” அம்மா பேச்சோடு மாமாவையும் அதட்டியது.

“நீதே சொல்றியேம்மா இனி நா என்னத்த சொல்லப் போறேன்.”

“மருமகனே... இப்ப என்னா நடந்து போச்சுன்னு பொலம்புறீங்க. அப்பிடி என்னத்த ஒங்கதம்பி பெரிய தப்பு செஞ்சுட்டாப்ல” என்றார்.

“அப்ப நீங்களும் அதச் சரிங்கிறீங்களா?”

“நா அப்பிடிச் சொல்ல வரல. இதுவரைக்கும் எந்த விசயத்துலயாவது ஓங்கதம்பி ஓங்ககிட்ட மனசவிட்டுச் சொல்லி இருக்காப்லயா?”

“இல்லியே”

“ம்... அங்கதா புரிஞ்சுக்கணும்” என்றவர், “மருமகனே தங்கஷ்டம் தன்னோட போகட்டும். எதுக்கு வீணா மத்தவங்ககிட்ட சொல்லி அவங்களையும் சங்கடப்பட வெக்கணுங்கறது ஒருத்தரோட போக்கு, வெளில என்னா நடந்தாலும் அத, வீட்லவந்து அப்பிடியே சினிமாபுடிச்ச மாதிரி சொல்றது இன்னொர்த்தரு போக்கு, இப்பிடி ரெண்டு விதமான மனுசங்க இருக்காங்கள்ல, இதுல ஒங்கதம்பி மொதல். ரகம் எப்பவுமே சொல்லாம இருந்துபுட்டு இப்பமட்டும் சொல்லலையேங்கறது எப்படி நாயமாகும்... ம்... அதுமில்லாம அன்னிக்கிக்கூட அந்த விசயத்த மனது தெறந்து சொல்லல. பேச்சுவாக்குல, என்னையும் கண்டுசன் பண்றாங்கன்னுதா சொன்னாரு,”

“அந்தத எங்கிட்ட சொல்லியிருக்கலாம்ல? இப்பிடி ஒருத்தன் என்னய கிராஸ் பண்றான்னு”

“என்னா மருமகனே மில்லுல ஆயிரம் பிரச்சன இருக்கும். இதெல்லாம் போயி வீட்ல சொல்லிட்டுருக்க முடியுமா”

“இதென்ன சாதாரண பிரச்சனயா மாமா அவெம்பாட்டுக்கு எதுனாச்சும் ரிப்போட் பண்ணுனான்னு வச்சுக்குவோம். ஒரு நா ரெண்டுநா சசுபெண்டுனாத்தே ஆச்சு. நம்ம நேரங்காலத்துக்கு வேலய விட்டே நிப்பாட்டிட்டான்னா.”

விசயம் இப்போதுதான் தெளிவாகியது அவனுக்கு. ஊர்க்கூட்டத்தில் மேஸ்திரி தன்னைக் கண்வைப்பதாகச் சொன்னது இங்கே பெரிய பூகம்பத்தை ஏற்படுத்தி இருக்கிறது.

"வளச்சு வளச்சு பேசுனா ஒரேபேச்சு தாண்டா வரும்."

"நீ சும்மாருமா. எல்லாஞ் சேந்து அவனுக்குச் சப்பக்கட்டு கட்டுறீங்களா."

"ஆமாமா, மாவுகட்டு போடுறாக. நீங்க தெரிஞ்சுட்டது அம்புட்டுத்தே."

"ஒருத்தே வீம்புக்குச் செய்யிறப்ப அவன விட்டுடுறதா..." ஆவேசம் இன்னும் குறையவில்லை.

"அது சரித்தே ஆனா அவனோ இவருக்கு மேலான ஆளு, மேஸ்திரியா இருக்கானே. எதிர்த்துப் பேசினாலும் தொணைக்கு நிக்க ஆளில்ல. அப்ப ஒத்தையா என்ன செய்வாப்ல."

"ஹும்... அப்பிடியா? இருக்கட்டும். அவனுக்கென்னா கொம்பா மொளச்சிருக்கு?"

ராசு மெல்ல தலையைக் காட்டினான்.

"என்னா மில்லுகார்ரு குளிக்கலயா?

"மில்லுலயே குளிச்சிட்டுதா வந்தே மாமா."

"ஒக்கார்றது. பேச்சு ஒன்னப்பத்திதா போகுது"

"ம்"

பட்டாளம் கொஞ்சம் நகர்ந்துகொள்ள ராசு உட்கார்ந்தான்.

"ஆர்ரா அந்த மேஸ்திரிங்கிறவென்."

ராசுவைப் பார்க்காமலேயே சுவரைப் பார்த்தபடி கேட்டான் மணி. கேள்வி அதட்டலாய் இருந்தது.

"தியாகராசன்னு பேரு"

"உள்ளூரா?"

"இல்ல கீழப்பட்டி"

"கீழப்பட்டியா?... தாயளி அசலூர்லருந்து வந்துதே இங்க இம்புட்டு சண்டியர்தனம் பண்றானா?"

"ஏண்டா ராசு, வேற ஏதும் விடாதுடியா பேசுனானாடா?"

கண்ணம்மாளும் கேட்டாள்.

"நீ வேற சும்மாரும்மா அப்பிடியெல்லா ஒண்ணுமில்ல."

"என்னாடா ரெம்ப எரிச்சலாத்தே பதில் சொல்ற. கொஞ் சமாச்சும் பாசம் பந்தமின்னு இருந்தா ஆரயும் மதிக்காம ஊர்ல சொல்லுவியா?"

“ஏண்ணே அப்பதே புடிச்சு எதை எதையோ பேசிட்டு இருக்க. நா ஆர மதிக்கல? அன்னக்கிங்கொறய சொல்லவா கூட்டத்துக்குப் போனே? ஒட்டு மொத்தமாக இப்பிடி அநியாயம் நடக்குது கேக்க ஆளில்ல. ஊர்ல பொதுவுலயாச்சும் போயி கேளுங்கன்னுதே சொல்லப் போனம். அப்பத்தே, அல்லாரும் நோட்டீசு வாங்குறாகளே, ஒனக்கு எதுந்தரலயான்னு நாட்டாம கேட்டாரு. அதுக்குத்தா, இது இதுவரைக்கும் இல்ல, இனிமே வரலாம். அந்த செவனாண்டி விசயத்துல இருந்து மேஸ்திரி ஒரு கண்ணா இருக்கான்னு சொன்னே. இதுல நா ஆர மதிக்காமப் பேசிட்டே.

“இதெல்லா எங்கிட்ட சொல்லக் கூடாதா? நாளப்பின்ன எதுனாச்சும் ஆச்சுன்னா? வேலய விட்டே போக சொல்லிட்டா.”

“சரி சரி பேச்ச அத்தோட முடிங்க மருமகனே” என இடைமறித்த பட்டாளம் கண்ணம்மாவிடம் கேட்டார்.

“ஏந்தங்கச்சி, எங்க எம்மகள காணாம்?”

இறுகிப் போயிருந்த கண்ணம்மாவைச் சுதாரிக்கச் செய்தது. அவரின் கேள்வி.

“ம். அவளுக்கென்னா சீம்யா மகளுக்கு நெனச்சா, ஓடனே அப்பே வீட்டுக்குப் போயிருப்பா.”

தனக்கு அந்நியப்பட்ட விசயம் போல முகத்தை நொடித்துச் சொன்னாள்.

“மாமோவ், இப்பத்தா எங்க சண்டயத் தீத்து விட்டீங்க இப்ப புதுசா இன்னொண்ண ஆரம்பிச்சுறாதீக...”

பட்டாளமும், நாட்டாமையும் தேரிமேட்டில் கூடி மில்லுக்கு வந்தனர். மில் பெரியகேட்டில் வாட்சுமேனிடம் மில் நிர்வாகஸ்தரைப் பார்க்க வேண்டுமென்று சொல்ல, உள்ளே அனுமதிவாங்க ஆள் போயிருந்தான்,

கேட்டில் வெயிலடிக்குதென்று டீ கடையை ஒட்டி இருந்த புளியமர நிழலில் இருவரும் நின்றிருந்தனர்.

“ஏன் நாட்டாம, கேக்கணும்னே இருந்தே என்னா இன்னிக்குப் பேருக்கேத்த மாதிரி வெள்ளையுஞ் சொள்ளையுமா இருக்காப்ல?”

வெள்ளை சில்க் சட்டையையும் ஜண்டி வைத்த நீளத் துண்டையும் தொட்டுக்காட்டினார் பட்டாளம்.

“என்னாயாது... இத்தினி நாளும் அம்மனமாவா திரிஞ்சேன்?”

கடக்கென சிரித்த பட்டாளம் அதே வேகத்தோடு சொன்னார்,

“என்ன கழுதயோ எனக்கென்னா தெரியும்.?”

“ஏய்யா ஒரு எடத்துக்குப் போறம்னா வரிஞ்சு கட்டிகிட்டா போவாங்க கொஞ்சம் வெள்ளையா இருந்தா புடிக்காதே.”

“அட இப்ப என்னா சேத்த அள்ளியா பூசிட்டேன்”

“ஏன் அதயுங்கூட செய்ய வேண்டிதான.”

அப்போது அவர்களை கேட்டிலிருந்து வாட்ச்மேன் கைதட்டி கூப்பிட்டார்.

“ஓங்கள வரச்சொன்னாங்கு. உள்ளாற போங்க,” வாட்ச்மேன் சின்னகேட்டைத் திறந்துவிட உள்ளே புகுந்தனர்.

உள்ளே தார்ரோட்டின் இருபுறமும் தென்னை மரங்களும், பூச்செடிகளுமாக வனம் போலிருந்தது. அதன் குளுமை தந்த வரவேற்பில் கண்களை அகட்டி அகட்டி பார்த்தபடி நடந்தனர்.

“ஏம் பட்டாளம், நம்ம ஊர்ல மில்லு கட்டீருக்காங்க. இத்தன வருசமாச்சு, இதுவரைக்கும் உள்ளகூட வந்து நொழஞ்சதில்ல பாரு.”

“ஆமா, ஊரவே ஓனக்கும் எனக்குந்தா பட்டா போட்டுக் குடுத்துருக்காக, மில்ல வந்து பாக்காம இருக்கம். இங்க நம்மளுக்கு என்னா சோலி.”

கலகலவென சிறுவாய்க்கால் வழியாக தென்னைக்குத் தண்ணீர் பாய்ச்சிக் கொண்டிருந்த ஒருவன் இவர்களை நிமிர்ந்து பார்த்துவிட்டு மீண்டும் வேலையில் மூழ்கினான்,

“பாத்தயா... துட்டு இருக்கவென் துட்டு இருக்கவெந்தாய்யா, பாரு... எம்புட்டு சோரா பாதைய வச்சிருக்கான்னு, தார்ரோடு, ரெண்டு பக்கமும் செடி கொடி மரம். இதென்னா செடிய்யா? செடி பூராமே கலர் கலரா இருக்கு, எலகூட”

“இதுவா!. அது, இந்த என்னாமோ ஒரு செடின்னாக... சட்டுன்னு வாய்க்கி வரமாட்டேங்கிது.”

பாதையின் பரிபூரணங்கள் கண்களைக் கவர, குரோட்டன்ஸ் செடியின் பெயர் வாயில்நுழையாமல் துடித்தார் பட்டாளம். திடீரென நாட்டாமையின் பார்வை புதிதாக எழும்பிக் கொண்டிருந்த கட்டடத்தின்மேல் பாய்ந்தது.

“யே. யப்பா, என்னாய்யா இன்னமும் கட்டடங் கட்டிக் கிட்டுதா இருக்காங்க போல”

“ஆமா மூனு மாசத்துக்கு ஒரு கட்டடம் முடியுதாம்ல, அதுக்குத்தா இளிச்சாப் பயக புது ஆளுக இருக்கானுகள்ல.”

“ம். அவெவெ பிரிச்ச கூரய மேய முடியாம கெடக்க... இங்க பாத்தா பூராமும் சிமிண்டாவுல்ல கட்றாக?”

“ஊம்... ஓங்கிட்ட எவெ கூலிவாங்காம ஓசிவேல பாப்பானுக.

அதுசரித்தே குடுத்துவச்ச புண்ணியவானப்பா. ஓசிலயே மில்லக் கட்றானுக, மிசினு மாட்டித் தர்றானுக, பத்தாதுக்கு வேலையும் ஓசியாவே பாத்துடுறானுக, ஏம் பட்டாளம் மொதலாளி மச்சம் விழுந்த பயலா இருப்பானோ...?”

அந்த சின்னகேட்டில் ஒரு கதவு திறந்தே இருந்தது. உள்ளே புகுந்ததும் நேர் எதிரே நீள நீளமான கட்டடங்களாக நாலைந்து இருந்தன. கேட்டுக்கு வலப்புறம் ஆபீஸ் இருந்தது.

“இதேன் ஆபீசா? வக்காள்ளி பாருய்யா பூராமு கண்ணாடி கண்ணாடியா, கண்ணாடி மாளிய மாதிரி இருக்குதே. வெளியவே இப்பிடின்னா உள்ள எப்படியோ?” நாட்டாமையால் பேச்சை அடக்க முடியவில்லை.

“சரி சரி கம்முன்னு வாய்யா, ஆரோ உள்ளிருந்து வர்றாப்ல தெரியுது.”

ஆபிஸ் ரூமுக்குள்ளிருந்து வெள்ளைச் சீருடையில் ஒரு ஆள் வந்தான்.

“நீங்கதா ஊர்க்காரரங்களா?

அந்த ஆள் கேட்க,

ஆமாங்க.

“உள்ளாற வாங்க.”

மேல்பாதி கண்ணாடியும் கீழ்ப்பாதி மரமுமாயிருந்த கதவைத்திறந்து, வரவேற்பு அறையில் உட்காரச் சொன்னான்.

‘உஸ்’ என்றபடி தோளில் கிடந்த துண்டை எடுத்து விசிறத் தொடங்கினார் நாட்டாமை. உடனே அந்த ஆள் மின் விசிறியைச் சுழலவிட்டான். காற்று இவர்கள் இருவரையும் சுற்றிச் சுற்றி வந்தது. துண்டைத் தோளில் போட்டுக்கொண்டார்.

“அப்பா... இப்பதா கொஞ்ச நல்லாருக்கு.”

வெள்ளைச் சட்டைக்காரன் உள் ரூமுக்குள் போனதும், நாட்டாமை மேலேயும் கீழேயும் இடைவெளிவிட்டு நடுவில் மட்டுமிருந்த அரைக் கதவின் வழியாக எட்டிப் பார்த்தார். ஏழெட்டுப் பேர் வரிசையாக உட்கார்ந்து கணக்கெழுதிக் கொண்டும், டைப் அடித்துக் கொண்டுமிருந்தனர். அவர்களுக்கு எதிராக இன்னொரு ரூம் இருக்க வேண்டும். அங்கிருந்துதான் ‘கிர்ர்ர்...’ என்ற சத்தம் கேட்கிறது. என்ன சத்தமென்று தெரியவில்லை. பட்டாளத்திடம் கேட்டார்.

“என்னாயாது. வந்ததுலருந்து உள்ள என்னமோ கிர்ருன்னு சத்தங் கேக்குது?”

“ஸ்சு. சரியான நாட்டுக்கட்டையாவுல இருக்க” என்று குசு குசுத்தவர், “நல்லவேள வேற ஆருகிட்டயுங் கேக்காம போனயே. அது கூட என்னா ஏதுன்னு தெரியாம, பெருசா நாயம் பேச வந்துட்ட, அதுதா ஏ.சீங்றது. பசார்ல ஒரு சினிமா கொட்டா இருக்குல்ல, மூணுரூவா டிக்கெட் கொட்டா. அங்கமாதிரி இந்த ரூமுபூரா சில்லுன்னு வச்சிருப்பாங்க. ஈரப்பதமாக குளுகுளுன்னு இருக்கறதுக்காக.” சத்தமில்லாமல் மெதுவாகப் பேசினார்.

“அப்படியா? ஆருக்குத் தெரியும் இந்த எழவுகளல்லாம்...? நீ ஓம் மருமகெங்கிட்ட கேட்டுத் தெரிஞ்சிருப்ப” என்றவர், “ஆமா மருமகென்ன பெறகுதா ஆவுகம் வருது... அவங்கல்லா எங்க வேல பாக்குறாங்க?”

பட்டாளத்தார் சுட்டிக்காட்டிய கட்டடத்தைக் கழுத்தை ஒடித்து கண்களை மேலுயர்த்திப் பார்த்தார் நாட்டாமை. “இந்தா தெரியுதே டவுண் பஸ்சு மாதிரி நீள நீளமா அந்தக் கட்டடந்தானா.? போகும்போது பாத்துட்டுப் போவமா.?”

“பாக்கலாம்... கொஞ்சம் மெதுவா பேசுய்யா... வந்தவேல மொதல்ல முடியட்டும்.” அப்போது அந்தச் சின்னக் கதவைத் திறந்துகொண்டு சூட்டும் கோட்டுமாய் வந்த இரண்டு பேர், இவர்களை “வாங்க” என்று கைகூப்பி வரவேற்றனர். இவருவரும் எழுந்து பதிலுக்குக் கும்பிட்டனர்.

“ஒக்காருங்க.:”

நால்வரும் எதிரெதிர் சோபாவில் அமர்ந்தனர். மாஸ்டர் முதலில் பேசினார்.

“நாந்தா மில்லுக்கு மாஸ்டர். இவரு ஏ.ஓ நீங்க யார்னு தெரிஞ் சுக்கலாமா?”

பேச்சு கனிவா இருந்தது. ராசு, ஆனந்தேஞ் சொல்ற மாதிரி ராட்சசனா மாஸ்டர் தெரியல, பட்டாளத்தாருக்கு ஆச்சரியம்.

“ஹ்ஹ்ஹ்” என்று மெல்லச் சிரித்தார், “இதுக்கென்னாங்க, அதான முக்கியம், இவரு, ஊரு நாட்டாமங்க பரம்பரயா கௌரவ பதவிங்க. நானு, எம்பேரு...” என்று இழுத்தவர் பெயரைச் சொல்வதா, பட்டப்பெயரைச் சொல்வதா என்று முழித்தபோது நாட்டாமை முந்தினார்.

“அவரு பேரக் கேக்காதீங்க. பேரச் சொன்னா ஊர்ல் ஆருன்னே தெரியாது. பட்டாளத்துக்காரானு சொன்னாத்தாம் புரியும்.”

“ஐ ஸீ... ஆமா, வில்லேஜ்ல சொந்தப்பேரக் காட்டிலும் பட்டப்பேர்தான் அதிகம்” மாஸ்டர் ரொம்பவும் சகஜமாகிப் பேசினார்.

“அப்ப நீங்க ஆர்மில இருந்தீங்களா”

ஏ.ஓ கேட்டார்.

இல்லிங்க அது ஒரு பெரிய கதைங்க. உண்மை என்னான்னா நா பட்டாளத்தவே எட்டிக்கூட பாத்ததில்லிங்க"

"வாட்? ரொம்ப ஆச்சரியமா இருக்கே. அப்பறம் எப்பிடி. இந்தப் பேர் வந்தது?"

"சொன்னா பெரிய வெக்கக்கேடுங்க" ஆனாலும் சொன்னார்.

"சின்ன வயசுல கோச்சுகிட்டு வீட்டவிட்டுப் போய்ட்டேங்க, அந்தச் சமயம் திருச்சில பட்டாளத்துக்கு ஆளெடுக்கறதா கேள்விப்பட்டு அங்க போனேங்க. அப்ப நல்ல ஒடம்பு, போன ஓடனே எடுத்துகிட்டாங்க, மறுநா துணிமணியெல்லா எடுத்துகிட்டுவான்னாக. நாமதா வீட்ல கோச்சுக்கிட்டு வந்துட்டேனே. அதுனால கையில் இருந்த காசுக்கு ரெண்டு உடுப்பு எடுத்துகிட்டு அவங்ககூட ரெயிலேறிட்டே. பெங்களூர்ல எறக்குனாங்க. அங்கதா ட்ரெய்னிங்கு. போனா பயக சக்கையா புழிஞ்சுட்டானுக. பத்தேநாள் தாங்க. நம்மால தாங்க முடியல. சொல்லாம கொள்ளாம கள்ள ரயிலேறி வீட்டுக்கு ஓடியாந்துட்டேங்க" சொல்லி முடித்ததும் ஏ.ஓ உட்பட மூவரும் சிரித்தனர்.

"ஸோ, அன்னைலருந்து பட்டாளத்துக்காரர்னு நேம் வந்திருச்சாக்கும்."

"ஆமாங்க ஆரம்பத்துல கேலிக்காக கண்ட எடமெல்லாம் பட்டாளம் பட்டாளம்னாக. பின்னால அதுவே பேராப் போச்சுதுங்க."

"ரொம்ப வேடிக்கையா இருக்குதுங்க." மாஸ்டர் சொன்னபோது அந்த வெள்ளைச்சட்டைக்காரன் ஒரு தட்டில் சர்பத் கொண்டு வந்து கொடுத்தான்,

"எடுத்துக்கங்க." எ.ஓ. சொன்னார்,

"இதெல்லா எதுக்குங்க..." என்ற நாட்டாமையோடு அனைவரும் சர்பத்தை ருசி பார்த்தனர்.

காலிடம்ளரை வைத்து, வாயைத் துடைத்துக் கொண்ட நாட்டாமை,

"மில்லு எப்பிடிங்க ஓடுது" ஆரம்பித்து வைத்தார்.

"ஓயெஸ். அதெல்லா எல்லார் புண்ணியத்திலயும் நல்லாவே இருக்குங்க" மாஸ்டர் அவருக்குத் தோதாய்ப் பேசினார்.

"ம். அதானே வேணும். தொழில்ல மொடக்கடியே வரக் கூடாதுல்ல. ஏம் பட்டாளம்? பட்டாளம் தலையை ஆட்ட மாஸ்டரே திரும்பவும் பேசினார்.

“நம்ம மொதாளியோட கைராசிங்க. இப்பக்கூட மில் பர்ச்சேசிங்க்காக லாரிவாங்கி விட்ருக்காரு.”

“ம் அதுதெரிஞ்சுதானே அவருவந்து மில்கட்ட எடம் வேணும்ன ஒடனே நாங்க வாங்கிக் குடுத்தம். எப்படியோ பத்து ஆயிரம் பேருக்காச்சும் வேல கெடைக்கட்டும்னு.” நாட்டாமை தனது சரிகைத் துண்டை விரித்துவிட்டு அமர்க்களப்படுத்திக்கொண்டார்.

“ஸ்ஸ் ஓ இது ஒங்க எடம்ல ஐம் ஸாரி மறந்துட்டேன்.”

“அய்யய்யோ இதுல என்னங்க... அஞ்சு ஏக்கர்தா அம்மளுது மத்தது பல சம்சாரிங்ககிட்ட கேட்டு ஒரே வளசலா நாங்கதே வாங்கிக் குடுத்தம்!”

பேச்சு எங்கெங்கோ போய் நாட்டாமையின் சுயபுராணத்தில் நிற்பது கண்டு தவித்த பட்டாளம், எத்தினி பேருங்க வேலபாக்குறாங்க,” என்றார்.

“ஒரு சிக்ஸ் ஹண்ரடு அதாவது அறநூறுபேரு இருக்கும்.”

“புதுசா வர்றவங்களெல்லா சேத்துதானே”

“புது ஆளுங்களா? அவங்கள எந்த வகைல சேக்குறது. பூரா சேட்ட பண்ண ஆரம்பிச்சுட்டானுங்க. நாலு நாள் வேல பாக்குறானுக அப்பறம் ஓடிடுறாங்க... ப்ச் இதுக்காகத்தான் கொஞ்சநாள் புது ஆளே எடுக்காம இருந்தம். அப்றம் பழைய ஆளுங்களுக்கு உதவியா இருக்கட்டுமேன்னு இப்பதா எடுத்துகிட்டு வரோம்”

“அது சரித்தே. சம்பளமெல்லா எப்டிங்க.?” நாட்டாமையும் வந்த வேலையில் சேர்ந்தார்.

“சம்பளம். சேந்த ஒடனே மூணுரூவா தரோம். அப்பறம் அதிகபட்சமா பன்னண்டு வரைக்கும் போகுறோம்.”

“பன்னண்டா.” பட்டாளம் விழிக்க, நாட்டாமை திகைக்க. ‘பன்னண்டு ரூவா சம்பளங்கறத ராசுவோ வேற ஆருமே சொல்லவே இல்லியே ஏழு ரூவாய்க்கி மேல் கெடையாதுன்னாக... இவக எதும் பொய் சொல்றாகளோ...’ இருவருக்குமே விளங்கவில்லை. சில வினாடி தடுமாறிய பட்டாளம் மீண்டும் கேட்டார். ‘‘அல்லாருக்குமே.....

அதாவது பழைய ஆளுசு அல்லாருக்குமே பன்னண்டு ரூவாயாங்க. பரவால்லியே!”

“நோ நோ...” அவசரமாக மறுத்த மாஸ்டர், வேலைக்குத் தகுந்த சம்பளந்தரோம். மேஸ்திரி, பிட்டர் இந்த மாதிரி ஆளுங்களுக்கு பன்னண்டும், மூணுவருசம் சர்வீஸ் ஆனவங்களுக்கு ஏழும். இப்பிடி பலமாதிரி பிரிச்சிருக்கம்.”

“அப்ப... ஏழு ரூவாயும் அதுக்கு கீழயுந்தா ஜாஸ்தி” நாட்டாமை.

“எஸ். நூத்தம்பது பேருக்குமேல தர்ரோம்.”

“சொல்றேன்னு தப்பா எடுத்துக்கக் கூடாது” என்று பீடிகையோடு நாட்டாமை, “இன்னிக்கி வெலவாசில் ஏழு ரூவாய்ங்கறது எந்த மூலைக்கிங்காணும்.”

ஏதோ ஒன்றைக் கண்டுவிட்ட எ.ஓ. இதற்கான பதிலைச் சொன்னார்.

“எஸ்... பத்தாதுதான். ஒரு லட்சம் குடுத்துப் பாருங்க, அப்பவும் போதாது பைதபை இந்தச் சம்பளமே நிரந்தரம்னு சொல்லிறலையே... கொஞ்சங் கொஞ்சமா உயர்த்திட்டு வரோமே?”

மேலும் புது மில்லுதானங்க இது... கவர்மெண்ட் ரூல்சே அஞ்சு வருசம் பிரச்சனை பண்ணக் கூடாதுங்குது... இன்னமும் இங்க எவ்வளவோ செய்யவேண்டிய வேலைகள் இருக்கே... இன்னமும் கட்டடங் கட்டணும். மிசின் எரக்சன் இருக்கு... நூல் மார்க்கட் பிடிக்கணும்.” எ.ஓ.வை மாஸ்டர் தொடர்ந்தார்.

“ம்... ஹும் அப்பிடீன்னா அடுத்த மில்லுல முப்பது நாப்பது சம்பளந் தர்ராங்களே அது எப்பிடிங்க?” ஏதும் அறியாப் பிள்ளைபோல் பட்டாளம் கேட்டார்.

“அதத்தாங்க சொல்றேன். அதெல்லா பெரிய மில்லுங்க அவங்களுக்கின்னு ஒரு பார்ட்டி இருப்பாங்க..... மார்க்கட் இருக்கும். அதெல்லா ஒரு ரூட்டு, அதுமில்லாம நியாயப்படி பாத்தா அந்தச் சம்பளமெல்லாம் கட்டுபடியாகாதுங்க. இப்ப பாருங்க நாட்டுல எத்தனை மில்லுக மூடிக் கெடக்குன்னு.”

பள்ளிக்கூட ஆசிரியரைப் போல் பவ்யமாக எடுத்துச் சொன்னார். எ.ஓ. இப்பிடியே விட்டால் தன் குறைகளை, வேலப்பன் சொன்னது போல், நாமே உச்சுக்கொட்டும்படி ஆக்கி விடுவார்களோ என்ற எண்ணம் மேலோங்க பட்டாளம் குறுக்கே விழ எத்தனிக்கையில் நாட்டாமை முந்திக்கொண்டார்.

“நாயந்தாங்க... இப்பத்தே செலருக்கு சம்பளங்க கூட்டிருக்கீக போல. அப்பிடி எல்லாருக்கும் செய்யாமலா இருக்கப் போறீங்க? செய்வீங்க. ஒங்கள நம்பி வந்தவகள நட்டாத்துலயா விட்ருவீங்க.

நாட்டாமையின் ரெம்பவும் இளசலான பேச்சு எ.ஓ வை ஏதோ ஒரு இடத்தில் மீண்டும் சுண்டிவிட்டது. பட்டாளத்துக்கானால், இந்த மனுசன் இப்படி நெடுஞ்சாண் கிடையா விழுகிறாரே என்று எரிச்சலாய் இருந்தது. இந்த மனப்போரில் ஏது பேச்சைத் திருப்பி வெற்றி கண்டார்.

“அப்றம். என்ற விசயமா வந்தீக. காடு கரையெல்லா நல்ல வெளச்சலா?”

“இருக்குங்க. இப்பதா களையெடுப்பு நேரம்.”

நாட்டாமைக்குத் திடீரென தனது தோட்டத்து ஞாபகம் வந்துவிட்டது. ‘பன்னண்டு ஆள களையெடுக்க கூட்டிட்டுப் போயிருக்கா. பத்துப்பேரே போதும். ரெண்டு ஆள்க வீண்தே. இந்நேரம் பாதி வேலையாச்சும் முடிச்சாளுகளோ என்னமோ ? நாம செத்த அங்க இல்லேன்னா பூராம் படங்காமிப்பாளுகளே! நம்மநேரம் இங்கவந்து ஒக்கார வேண்டியதாச்சே!” முகம் மாறிப்போனது.

பட்டாளம் சுதாரித்துக்கொண்டார். “நம்ம ஊர்லருந்து கூட வேலைக்கு வாராக போல.”

“ம். எல்லா ஊர்லருந்தும் ஆட்கள் வர்ராங்க.”

“வேல கொஞ்சம் கடுசா கெடுபிடியா இருக்கும்போல”

“நீங்க சொல்றது புரியல. ஆனா மில்லு வேலைன்னா ஸ்டிரிக்ட்டாத்தான் இருக்கும். எட்டுமணி நேரந்தான. ஏங்க காட்டு வேலையப்போல பகல் முழுக்கவா வேலைச்செய்ய போறாங்க.”

“அதெல்லா பழைய கதைங்க… இப்ப தோட்ட வேலதா ஈசி. காலம்பற ஏழுமணிக்குப் போனா ஒரு மணி சங்கடிக்க கௌம்பிர்றாகளே…” ஆதங்கப்பட நாட்டாமைக்கு மீண்டும் ஒரு சந்தர்ப்பம்.

“அதில்லிங்க… ஆனா மத்த மில்லுகளவிட கொஞ்சம் கெடுபிடி ஜாஸ்தியாமே” பட்டாளம்.

“மத்த மில்லுன்னா எப்பிடிச் சொல்றீங்க. அங்கெல்லா போய்ப் பாத்து இருக்கீங்களா?

“இல்ல கேள்விதான என்னா பட்டாளம்” நாட்டாமையும் விசயத்துக்கு வந்தார். வேறு வழியில்லை. சீக்கிரம் முடித்துவிட்டுக் கிளம்ப வேண்டும்.

“அதெப்பிடிங்க கேள்விப்பட்டத வச்சு, நீங்க பஞ்சாயத்துல தீர்ப்பு சொல்வீங்களா?” உடும்பைப் பிடித்ததாய் ஏ.ஓவைப் பார்த்துப் புன்னகைத்தார் மாஸ்டர்,

“பஞ்சாயத்தும் இதும் ஒண்ணுங்கறீங்களா? பட்டாளமும் விடவில்லை.

“நாங்க சொல்லலை. நீங்கதா அப்பிடி நெனச்சு பேசறீங்க” ஏ.ஓ.வின் தோரணை பட்டாளத்தைத் தைத்தது. வந்த நோக்கத்தைப் புரிந்துகொண்டார்களோ?

“அப்றம்…” என்று ஆரம்பித்தார். அடுத்து என்ன சொல்வதென்று புரியாமல் தவித்தார்.

“பட்டாளத்துக்கார்ரு வந்ததுல இருந்து எதையோ சொல்லணும்னு நெனைக்கிறார்போல. எதுன்னாலும் தயங்காம சொல்லுங்க... ம்” மாஸ்டர் கட்டாயப்படுத்தவே, வேறு வழியில்லை. இதுவும் நல்லதுக்குத்தான். விசயத்தை உடைத்து விடலாம்.

“என்னத்தங்க சொல்லப் போறம்... நம்மஊர்ல வந்து மில்லு கட்டுனீக. நாங்களும் சந்தோசமா எல்லா வகைலயும் ஒத்துழைச்சம், நெறைய பேருக்கு வேலபோட்டுக் குடுத்தீங்க... உண்மையிலேயே சந்தோசம். வேலன்னு இருந்தா ஆயிரம் நெளிவு சுளிவு இருக்கும் இல்லைங்கல. ஆனா ரெம்பவும் கெடுபிடி பண்றதா தகவல்...” சொல்லிவிட்டு ஒரு முழி முழித்தார்.

“எப்பிடிச் சொல்றீக?” கேட்கும் போதே ஏ.ஓக்கு நெற்றி சுருங்கியது.

“அதாவது இந்த நோட்டீசு சஸ்பெண்டுன்னு அதிகம் நடக்குது போல “

“அதெப்பிடி சொல்றீங்க?”

“ஆளுக சொல்றாகள்ல.”

“ஆளுகன்னாவ்...”

“இங்க வேல பாக்குறவகதான்.”

“அதெத்தா யார்ங்கறேன்?”

சடாரென விழித்தார் பட்டாளம். நாட்டாமையும் ‘பெரிய ராட்சசந்தானப்பா’ என்று கண்களாலேயே சொன்னார்.

துருவித்துருவிக் கேட்டாப்ல ஆளுக பேரச் சொல்ல நா என்ன இளிச்சவாயனா?

“உண்டா இல்லியாங்க” பட்டாளம் திருப்பிக் கேட்டார்.

“இருக்கலாம். ஆனா சொன்னது யாருன்னு தெரியாம சஸ்பென்டோ, நோட்டீசோ ஏன் பண்ணுனம்னு சொல்ல முடியாதே.”

“ஏ எங்க ஊர்க்காரவங்களையே பண்ணீருக்கீகளே.”

“காரணமில்லாமலா...”

“நீங்களா ஆயிரம் சொல்லலாம்”

“நாங்க சொல்லாம நீங்களா காரணஞ் சொல்வீங்க... நாட்டாமை?”

“இப்பிடி நட்டுக்குத்தலாப் பேசாதீங்க” என்ற நாட்டாமை தொடர்ந்து, “நீங்க யாரையுமே தண்டிச்சதில்லையா?” என்று கேட்டார்.

“நீங்கதா தப்பா புரிஞ்சுருக்கே. செஞ்சிருக்கம். இல்லேன்னு சொல்லல. ஆனா ரிப்போர்ட் இல்லாம எந்த விதமான ஆக்சனும் எடுத்ததில்லை.” மாஸ்டரின் தீர்மானகரமான பேச்சு நாட்டாமைக்கு, ‘இந்த ஆள் தன்னை மதிக்கவில்லை என்று நினைக்க வைத்தது.

அடுத்து பட்டாளம் அம்பை எய்தார். “தப்புங்கறதுக்கு எந்த அளவு வச்சிருக்கீங்க? அவரின் கேள்வி எதிர்த் தரப்பினரை தாக்க கூர்மையாகப் பார்த்தார் ஏ.ஓ.

“லேபர் ஆக்ட் என்னு ஒண்ணு இருக்கு. அதப் பாருங்கள் நிதானமாகவே பேசினார்.

“அப்ப. அதுப்பிரகாரந்தா. நடக்கறீகளா?”

“நிச்சயமா”

“அதுல கொஞ்ங்கூட ஈவு எரக்கங்கறது கெடையாதா?”

“இரக்கம் காட்றதுன்னு எதச் சொல்றீங்க” கேட்டுவிட்டு கடகடவென சிரித்த ஏ.ஓ “லட்சக்கணக்கான மதிப்புள்ள மிசின கண்டபடி கையாள்றதுக்கு இரக்கம் காட்ட முடியுமா?... அதுக்குத்தானே ஆறுமாசம் ட்ரெய்னிங் வேற தாரம். இப்ப ஓங்க பேச்சுபடியே சொல்றேன். நெலத்துல களை எடுக்கறப்ப செடிய வெட்டிட்டா சும்மா இருப்பீங்களா?

“தூக்கா போட்டுடுறாங்க...” என்று கேட்க நினைத்த பட்டாளம் அடக்கி கொண்டார். ஆனால் நாட்டாமைக்குத் தனது பேச்சு எடுபடவில்லை என்ற ஆதங்கம் இருந்தாலும் ஏ.ஓ.வின் கேள்வி நாயமானதாகப்பட்டது.

“அந்தப் பிரச்சனை வேறங்க” பட்டாளம் அடித்துச் சொன்னார்.

“அதையேதான் நாங்களும் சொல்றோம். இது உங்க ஊர்ப்பஞ் சாயத்து மாதிரியோ, இல்ல தோட்டத்து தகராறு மாதிரியோ கெடையாது. கோடிக்கணக்கான ரூபாய் முதலீட்டில் செய்யக்கூடிய தொழில். இதில எப்படி எப்படி நடந்துக்கணும்னு கத்துக்க வெளிநாடு போய் எம்.பி.ஏ. படிப்பெல்லாம் படிச்சிட்டு வந்துதா தொழில் நடத்துறோம்கறத நீங்க தெரிஞ்சுக்கணும். இதுல அனேகமாகத் தவறு ஏதும் இருக்காது.”

“மெய்தாங்க... தப்பு சொல்லல. அதுக்காக நோட்டீசு அது இதுன்னு அடிக்கடி குடுத்து வெளிய நிப்பாட்டுனா. எப்படிங்க? நீங்களே கொஞ்சம யோசிச்சுப் பாருங்க அவெவெம் எம்புட்டு கஷ்டப்பட்டு கருமாயப்பட்டு விக்காதத வித்து ஓசி வேல பாத்து சம்பளம் போட்டதும் இப்பிடி பண்ணிட்டா அவனுக்கு எப்பிடிங்க இருக்கும்? பல பேரோட வாழ்க்கையில்லையா? மனுச அபிமானத்தோட பாருங்க”

பட்டாளத்தின் நாகுக்கான ஊசிமுனைப் பேச்சில், ஓசிவேலை என்கிற பதம் மாஸ்டரைச் சற்று ஆழமாகக் குத்தியது.

"மிஸ்டர் பட்டாளம், உங்க ஆலோசனையை ஏத்துக்கறோம். நீங்க மட்டுமில்ல யார் ஆலோசனை சொன்னாலும் ஏத்துகிடத் தயாரா இருக்கம். ஆனா ஒரு திருத்தம். ஓசிவேலை இல்ல. ட்ரெய்னிங், லட்சக்கணக்காக ரூபா மதிப்புள்ள மெசின்ல எந்தவிதமான அறிமுகமும் இல்லாத ஒரு நபரை நிறுத்தறோம். அதனால ஏற்படுகிற பாதிப்பு எங்களுக்குத்தானேயொழிய மத்தவங்களுக்கில்லை. மேலும் நோட்டீஸ் கொடுக்கிற விவகாரமெல்லா உங்களுக்குத் தெரியாதுன்னு நெனைக்கிறேன். ஏன்னா, நீங்க இதுபத்தி பேசணும்னா தொழிற்சட்டமோ, தொழில் தகராறு சட்டமோ தெரிஞ்சிருந்தா நல்லது"

இருபுறமும் தீ கனன்று கொண்டிருந்தது நீரு பூத்து.

பட்டாளத்துக்கு ஒன்றுமட்டும் தெளிவாகியது. தாங்கள் ஏதோ ஒன்றில் கோட்டை விட்டுவிட்டோம். அதைவைத்து இவர்கள் சிலம்பம் ஆடுகிறார்கள். எல்லாக் கட்டங்களிலும் தொழிலாளர்களுக்கு நோட்டீஸ் தரச் சொல்லித்தான் எழுதி இருக்கிறதா... கேட்கத் துடித்தவர், வேலப்பன் சொன்னது ஞாபகம் வர, இன்னம் கொஞ்சம் யோசிக்க வேணும் என சமாதானம் கொண்டார்.

ஆனால் நாட்டாமைக்கோ கோபம் குச்சுகட்டி கூத்தாடியது.

'தாயாளி பார்ரா கூட்டு... சட்டையும் போட்டுகிட்டான்னு அவெம்பாட்டுக்கு தாட் பூட்னு வெளிநாடுங்கறான், படிப்புங்கிறான், தொழில் கூட்டங்கிறான், தகராறுங்கிறான். எல்லாத்திலயும் வர்றவனப் பூரா கட்டடங் கட்டத்தே சொல்லீருக்கா... வாழப்பழத்துல ஊசிய விட்டாப்போல ஒவ்வொன்னையும் சொருகுறான். அதுகெடக்க ஊர் பெரிய மனுசெங்கட ஏன் மில்கட்ட எடங்குடுத்த நாட்டாமை வந்திருக்காங்கற ஒரு மருவாதியில்லியே. 'துடியாய் துடித்தவர் கேட்டே விட்டார். "அப்ப ஊருக்குப் பொதுவா வந்து நாயங் கேக்கவந்தா வாயில வெரல வச்சிக்கிட்டுப் போயாங்கறீகளா?"

"சேச்சே... ரொம்பக் கொச்சைபடுத்திப் பேசாதீங்க... ஓங்களோட ஆதரவுதாங்க எங்களுக்கு எப்பவும் வேணும்."

"பின்ன என்ன நெனப்புல பேசுறீங்க."

"இது அவங்கவங்க தொழில் சம்பந்தப்பட்ட பிரச்சனை. இப்ப உங்களுக்கு நிலம் இருக்கு. அதிலுங்கூலி ஆளுக வேல பாக்குறாங்க. அந்த எடத்துல நாங்கவந்து அவங்களுக்கு ரெண்டு ரூவா சேத்து குடுங்கன்னா நீங்க ஒத்துக்குவீங்களா கொஞ்சம் யோசனை பண்ணிப் பாருங்க. ஒருவகைல நீங்களும் முதலாளிதான்."

பொங்கிய பாலில் தண்ணீரைத் தெளித்தது போல அடங்கிப் போனார் நாட்டாமை. ஏ.ஓ. சொன்னதைப் போலத்தான் போன மகசூலிலேயே கூலிப் பிரச்சனை வந்தது. அங்கே எப்படி இந்த நியாயம் செல்லும்? ஆனாலும் இரண்டும் எப்படிச் சரியா... எது என்றாலும் பட்டாளத்தின் வீராப்பைக் குறைக்க முடியுமா?

"அத விடுங்க... நாங்க மெனக்கிட்டு ஒரு காரியமா வந்திருக்கம் அதுக்கு..."

இடைமறித்த மாஸ்டர், "என்னடா மறிக்கிறேன்னு பேசக் கூடாது. உங்களோட சப்போர்ட் எங்களுக்கு எப்பவும் தேவை. அதுக்காகத்தான் ஊர்க்காரங்க வந்திருக்காங்கன்னு சொன்னதும் எங்க வேலயக்கூட ஒதுக்கி வச்சிட்டு வரச் சொன்னோம். ஏதாவது தெய்வ காரியமா வந்திருப்பீங்கன்னு எதிர்பார்த்தோம். ஆனா நீங்க வேறமாதிரியே வந்திருக்கீங்க. உங்கள யாரோ தூண்டிவிடுறாங்கன்னு நெனைக்கிறேன்."

"இதுல தூண்டிவிடுறதுக்கு என்னாங்க இருக்கு.?" இறுகிப் போயிருந்த பட்டாளம் கேட்டார்.

"லேபர் பிரச்சனைய உங்களால புரிஞ்சுக்க முடியாதுங்க."

"இல்ல. நீங்க வேறமாதிரியா திருப்பறீங்க."

"கொஞ்சம் பொறு பட்டாளம். இனியும் பேசுறது விசயமில்ல. சார். நீங்க சொல்றத நாங்க ஒத்துக்கறோம். ஆனா மத்த எடத்துலயும் மில்லுக இருக்கு. அங்க எப்படி நடப்புன்னுபாத்து தெரிஞ்சு செய்ங்க... ஏன்னா இங்க வேலபாக்குற ஒவ்வொருத்தனும் ரெம்ப கஷ்டப்பட்டவனுக. கஷ்டப்படுறத அவரால தாங்கிக்க முடியாதுங்கறார். நல்லபடியா ஏற்பாடு பண்ணுங்க. பிற்பாடு ஒங்க மொதலாளி வந்தா நா நாங்க வந்ததா சொல்லுங்க.:"

அவசர அவசரமாக முடித்துவிட்டு பட்டாளத்தை எழுப்பினார்.

மாஸ்டர் ஏதோ பதில் சொல்ல வாயெடுத்தார். அவரை அமர்த்திய ஏ.ஓ, 'சந்தோசங்க. மொதலாளி வந்ததும் நீங்க வந்ததாச் சொல்றேன். நீங்களும் கோயில் காரியங்களுக்கெல்லாம் கூசாம வாங்க. நல்ல விதமாவே செய்யிறோம். முடிஞ்சா திருவிழாவையே கூட மில்லு சார்பா நடத்த ஏற்பாடு பண்ணுவோம். ஏன்னா ஒங்கள பகச்சுக்கறதுல எங்களுக்கு விருப்பமில்லை"

மில்லைவிட்டு தேரிமேட்டு வளைவுக்கு வந்தபிறகும் மில்லின் சத்தம் ஓவெனக் கேட்டது. அது ஏதோ ஒரு அலறலாய் பட்டாளத்துக்குப் பட்டது.

"ஒனக்கெதுக்குடா இந்தவிதி.? எங்க கூடவே சுத்தணும்னு! பேசாம ஒந்தொழில போய் கவனிடா..." ரெம்ப நேரத்தின்

மில் / 139

பின்னால் கனிவாய்ப் பேசுவதுபேல சோலையைச் சீண்டினான் ராசு.

சோலையும் விட்டவனாய் இல்லை. மழித்த தன்முகத்தை இடதுகையால் அழுத்தி உருவிவிட்டவன், "இதுனால ஒங்களுக்கென்னா சாமி எடஞ்சலூ...? ஏதோ என்னால ஆனமட்டும் கொஞ்சம் உதவலாமேன்னுதா வந்து வந்து ஒட்டுறேன்... ரெம்பத்தா சலிச்சுக்கிறீங்களே!" அவனிடம் எதிர்பார்க்காத அந்தப் பெரிய மனுசத்தோரணை அத்தனை பேரையும் அதிர்ச்சிக்குள்ளாக்கியது. வேலப்பன், சிவனாண்டி, பெருமாள் உட்பட அப்பத்தேவன் வரை ஒரு வினாடி திகைத்து குபீரென எல்லோரையும் சிரிக்க செய்தது.

உள்ளோடிப் போயிருந்த குளத்துநீரில் காலலம்பிவிட்டு, இவர்களிருந்த மேட்டுப் பகுதிக்கு வந்தார் பட்டாளம். அத்தனை பேரது கண்களும், உள்ளமும் ஆவலுடன் அவரது ஒவ்வொரு அடியையும் எதிர்பார்த்துத் தவித்தன.

வெயில் மங்கிக்கொண்டிருந்த நேரமாகையால் குளிர்ந்த காற்று மெல்ல தலைநீட்டத் தொடங்கி இருந்தது. குளத்தடி ஆலமரத்தின் ஓயாத ஆட்டமும் கூடு திரும்பிய பட்சிகளின் களிப்போசையும் ஒரு ஜன சந்தடியையே உருவாக்கிக் காட்டியது.

"அட பெருமாளல்லா வந்திருக்காப்ல சொகந்தான?" வலது கையை ஊன்றி சோலையருகே அமர்ந்தார்.

"அதுதா அவுத்து விட்டுட்டாகல்லய்யா" விரக்தியாய்ச் சிரித்தார். அதன்பிறகுதான் அப்படிக் கேட்டுருக்கக் கூடாதோ என்று தோன்றியது பட்டாளத்தாருக்கு

"அதும் ஒரு வசக்கி நல்லதுதே.பெருமாள்ணே... இல்லாட்டி. இங்குட்டெல்லா எட்டிப் பாப்பீங்களா..?"

"அதுக்காக... இப்பிடியா? தெனப்படி வாராப்ல செய்வாங்க... மனசுக்கு ரெம்ப கட்டமா இருக்குசாமி. அப்பத்தேவனுக்கு சோலை பதிலளிக்க.

"நீ என்னைக்கிடா மத்தவகளப்பாத்து சந்தோசப்பட்ட" சிவனாண்டி அடிப்பதற்காகக் கையை ஓங்கினான்.

வேலப்பன் தொண்டையைக் கனைத்ததும். ட்ரில் மாஸ்டரின் விசிலுக்கு அடங்கும் பிள்ளைகளாய் அடுத்த கட்டத்துக்கு வந்தனர்.

அந்த நிசத்தம் பட்டாளத்தின் உடலில் ஒரு தடுமாற்றத்தை ஓடி நெளித்தது. கொஞ்சம் வெட்கப்படுகிற மாதிரியும், இறுகிப்போனது மாதிரியும் முகம் ஏழெட்டு பாவனைகளைக் காட்டியது. நீண்ட மூச்சு ஒன்றினை இழுத்து தன்னை நிலைப்படுத்திக்கொண்ட அவர், இருந்த இடத்திலிருந்து கொஞ்சம் முன்னால் நகர்ந்து வந்தார்.

“அதானப்பா... நாட்டாமையும் நானும் போனம்... முக்கியமானத மட்டும் சொல்லட்டுமா” என்றவர், “போனம்... எல்லா விசயத்தியும் பேசுனம். கோயில் காரியத்துக்குன்னா வாங்கன்னுட்டாங்க. அடுத்த வருசம் அவக தயவுல திருவிழா கொண்டாடலாம்ப்பா” கிண்டலும் ஆதங்கமும் பொங்க பேசினாலும் வாய் கசந்தது.

யாரும் எதுவும் பேசவில்லை. எப்படித் தொடங்குவது என்பதே கேள்வியாய் நின்றது. யாரைக் குறை கூறுவது? பேசப் போனவர்களையா நிர்வாகத்தையா எல்லாம் நம்ம நேரம் என்று மட்டும் எண்ணிக்கொண்டனர்.

“பாரப்பா... எப்பிடி வந்து கொக்கி மாட்றாகன்னு” சிவனாண்டி முதல் கயிறை உருவினான்.

“இதுதான் சாமர்த்தியம் செவனாண்டி, தனக்கு வர்ற ஆபத்த திச மாத்திவிட கோயிலு நன்கொடன்னு பேசீருக்காங்க. அது செல்லுபடியாகல. டக்குன்னு தொழில் சட்டம், தகராறுன்னு பேசி தகிடுதத்தம் பண்ணிட்டானுக” வேலப்பன் சொல்வது மெய் என்பதுபோல தலையாட்டினார் பட்டாளம்.

“உண்மைக்கு, ஒங்கள ரெம்ப பாராட்டணுங்கய்யா... ஏன்னா சட்டம் அதுஇதுன்லா ஈசியா பேசிற மாட்டாங்க. அவங்களோட கடைசி ஆயுதமாத்தே அத வீசுவாங்க. அப்ப எத்தனை தூரம் அவங்களக் கிண்டி நாசக்காடு பண்ணி அலற வச்சிருக்கீங்கன்னு தெளிவா தெரியுது. ஆக. நாங்க போகவேண்டிய பாதைல மொதல்படிய போட்டு வச்சிட்டீங்க.”

உணர்ச்சிவசப்பட்டுப் பேசிய வேலப்பனின் அந்தப் பேச்சு பட்டாளத்திற்கு தெம்பு கூட்டியது. கசந்த வாய்க்கு கரும்புச்சாறு ஊட்டிய புத்துணர்ச்சி கொடுத்தது. ஆனாலும் மற்றவர்களுக்கு விளங்கவில்லை.

மில்லுக்குப் போய்வந்த பட்டாளமும் நாட்டாமையும் காரியம் கைகூடவில்லையே என்று வெக்கப்பட்டு நெளிஞ்சு கொண்டிருக்க, இந்த மனுசன் ஜெயித்துவிட்ட மிதப்பில் குதிக்காத குறையாய்ப் பேசுறாரே.”

அப்ப மேனேஜ்மென்டு செஞ்சது சரீன்னு சொல்றீகளா?” ஒன்றும் புரியாமல் குழம்பிப்போய்க் கேட்டான் ராசு.

“சரீன்னு சொல்லல ராசு. அவங்களோட உண்மையான ரூபத்தவெளியிட்டுட்டாங்க.”

“என்னா வேலண்ணே... கொஞ்சம் வெளங்குற மாதிரிச் சொல்லுங்க. நாளுக்கு நாள் தீப்பிடிக்கிறமாதிரி விசயங்கள் கூடிக்கிட்டே போகுது, இப்ப நெலமைல அவெவென் உள்ள வேலயப் பாக்கமுடியாம திக்திக்தெணறி முக்குறான். கொஞ்சம்

அசந்தவனெல்லா கூடுதலா ரெண்டுமணி நேரம் நின்னு வேல செஞ்சாத்தே குடுத்த வேலய முடிச்சுவர முடியுது. இந்தக் கொடுமய ஊர்ப் பெரிய மனுசெங்சு கேக்கப்போனா, தொழில் சட்டந் தெரியுமா... தொங்குனாட்டி பாத தெரியுமான்னா; எம்புட்டு திமிர்ல இருக்கான்? க்காள்ளி ஈரக்கொல கொதிக்குதுண்ணே...” சொல்லி முடித்த சிவனாண்டி ஆவேசத்தில் கைகள் படபடத்தன, கண்ணும் மூக்கும் ஜிவுஜிவு என செந்நிறம் பூத்தன.

“அப்போ, இனி எவனும் நெலச்சி வேலபாக்க முடியாது. தப்பித் தவறி தும்முனாம்னா, தூசி பறந்துருச்சு அதுகுத்தம், போடா வெளியம்பானுக. அதுக்குப்பதிலா சம்பளமில்லாம புது ஆளுகளா எடுத்துப்போட்டு லாபத்த பெருக்குவானுக. நம்ம, நாலுவர்சம், அஞ்சுவர்சமுன்னு பஞ்சதின்னுப்புட்டு, ஓசியா வேலயும் செஞ்சுபுட்டு கடசீல கைல புடிச்சுட்டு வரவேண்டிதே... அப்பிடித்தானே.?” அப்பத்தேவனும் பதில் சத்தம்கொடுத்தான்,

மொத்தத்தில் அந்தப் பகுதியே ஆர்ப்பரிப்பில் கொதித்துக் கொண்டிருந்தது. ஒவ்வொருத்தர் உடலிலும் ஓங்காரக்கூச்சல், யானையையும் அடித்துவிடும் ஆக்ரோஷம்.

பகலில் சுட்டெரித்த பகலவன் கூட பயந்துபோய் மேற்கில் விழுந்தான். கொடூர இரவு கூடி எழலாமா என்று யோசித்துக் கொண்டிருந்தது.

“அதேன். அப்பிடித்தே இனி போகப்போறம். விடிவுவேறயா நமக்கு? இப்படீ கொளத்துல வந்து பேசிப்பேசியே கொளத்து தண்ணியாட்டம் உள்ளாறெதே போகப் போறம்” அரியா மேஸ்திரி பெருமாள் திடீரென விரக்தியின் உச்சத்துக்குத் தள்ளப்பட்டது போல பேசினார்.

வேலப்பனுக்கு விசித்திரமாய்ப் பட்டது. ஏற்கனவே ஒரு மில்லுல வேல பாத்த மனுசெ ஏன் இப்பிடிப் போனாரு... “என்னா பெருமாளு... அவங்கதே அனுபவமில்லாம பேசுறாங்கன்னா ? வெவரத்த எடுத்துச் சொல்லவேண்டிய நீயுமா என்னா ஆகிப்போச்சு இப்ப? இதெல்லா எதிர்பாத்தது தான” என்று தேற்றினார்.

பெருமாளை முந்திக்கொண்டு ராசு பேசினான், “இனிமே என்னத்தண்ணே வெவரம்... கிவரம். சட்டம் கிட்டம்னு பேசுறவக கிட்ட நாமளும் நேர்ல நின்னு நம்ம ‘சட்டத்த’ காமிக்க வேண்டியதுதே” அவனது பேச்சில் மில்லவே பொடிப்பொடியாக்கிவிடும் ஆவேசம் துள்ளியது.

அதை ஆமோதிப்பதுபோல, சிவனாண்டியும், அப்பத்தேவனும் தலையாட்ட, அவசர அவசரமாய்க் கையமர்த்திய வேலப்பன், ‘கொஞ்சம் பொறு ராசு. இங்கதான் நாம மறுபடி தப்பு பண்றம்’

என்றார். தொடர்ந்து, "ஒன் வேகமெல்லா சரித்தே... ஆனா நெலமய யோசிக்கணும். நாலுபேர கூட்டிப்போயி தகராறு பண்ணுனாப்ல எல்லா... சரிப்பட்டுமா? இல்ல இந்தான்னுதே தூக்கி தந்துருவாங்களா? வேலப்பனின் நிதானமான பேச்சு ராசுவை இங்குட்டும் அங்குட்டும் விடாமல் கட்டிப் போட்டமாதிரி இருக்கவே,

'அப்ப... என்னதே... சொல்றீங்க... குனிஞ்சு இருக்கலாங்கிறீகளா.?" திமிறினான்.

"வேற ஒண்ணும்மில்ல... என்னையக் கேட்டா, யாரு போனாலும் நமக்கு இந்தப் பதில்தான் கிடைக்கும். இதயேதான் சொல்வாங்க. அதுக்குச் சரியான அடி தரணும்னா நானறிஞ்ச அளவுல சங்கந்தே லாயக்கு. பொறு... பொறு சொல்றதக் கேட்டுக்க ராசு நாம ஒண்ணும் புதுசா செய்யல. மத்த எடத்துல வச்சிருக்கறதப் பாத்துத்தான் சொல்றேன்."

"ஸ்... ஒண்ணும் வெளங்கல..." தலையைப் பிய்த்துக் கொண்டான். தன்பிடிக்கு எதுவும் எட்டவில்லை என்கிற குழந்தையின் பரபரப்பை எய்தியிருந்தான் ராசு.

"அதாவது. அவங்களுக்கு வசமான ஒரு பிடி கெடச்சிருக்கு. அத கெட்டியா பிடிச்சுகிட்டு நிக்கிறான் இல்லியா? நம்மகிட்ட எதுவுமில்ல. அதனால நாம நெருங்க செரமமா இருக்கு. ஏன்னா. அது கிருஷ்ணங் கையில் இருக்கிற சக்கரம் மாதிரி. எத்தன பேரையும் ஏன்னு கேக்கக் கூடியது."

"சரி. அப்ப இப்படியே விட்டுடலாங்கறீகளா."

''அட அவசரப்படாம கேளு மருமகனே... விசுக்குவிசுக்குன்னு மடக்காதீக..." ராசுவின் அவசரம் பட்டாளத்தாருக்கே கோபமூட்டியது.

"நாமளும் அந்தப் பலத்தோட போகணுங்கறேன் ராசு."

"அப்ப... நீங்க சொல்றாப்ல சங்கம் வக்கெணுங்கிறீங்க" சுற்றி வளைத்து தன்கட்சியை ஜெயித்துக் கொண்டார். "என்னாங்குற ராசு? அல்லாரையும் ஒட்டுமொத்தமா. ஒண்ணு சேக்குறது தானப்பா சங்கம்னு சொல்றம்" என்றார் வேலப்பன்.

"நானும் அதத்தான் சொல்றேன்."

"அதோட," தொடர்ந்தார், "நிர்வாகம் சட்டங்கிற பேர்ல எதவேணும்னாலும் காமிக்கலாம்ல... அப்ப எது மெய்யி பொய்யின்னு அடையாளம் பாக்கணும்ல, அதுக்காக அதப்பத்தி தெரிஞ்சவங்சுகிட்ட யோசனையும் கேக்கணுங்கறேன், ஏன்னா... ஒருவிசயம் பேசுறப்ப அதுக்குப் பதில்தாரது ஒருபக்கமிருக்கட்டும் அவெஞ்சொல்றதப் புரிஞ்சுக்கவாச்சம் வேணுமில்லியா?

அப்பத்தான தைரியமாக நெருங்கமுடியும்? சொல்றது வெளங்குதா...?

ஆமாங்க சாமி. பாம்ப வெரட்டனும்னா நாகதாளி வேர கைல வச்சுகிட்டுப் போகணுங்கிறீங்க. அப்பிடித்தான." "தனக்குத் தெரிந்த பாஷையில் புரிந்துகொண்ட சோலையைத்தட்டிக்கொடுத்த வேலப்பன் மற்றவர்களைப் பார்த்தார்.

எந்தப் பிரதிபலிப்பும் இன்றி மணலைக் கிண்டிக்கொண்டும். குச்சியால் குத்திக்கொண்டும், யோசனையில் ஆழ்ந்திருந்தனர்.

ராசுவுக்குக்கூட வேலப்பனின் பேச்சை மறுக்க முடியவில்லை. ஒரு வகையில் தான் சொன்னதை ஒத்து இருக்கிறமாதிரியும் பட்டது. ஆனால் இதுக்கு எதுக்கு 'சங்கம்' ங்கறதப் போடுறார் என்ற சந்தேகம்மட்டும் நெருடியது. அது எவ்வளவு பெரிய விஷயம்? இத்தனை பெரிய முஸ்தீபெல்லாம் தேவையா?

"அது சரித்தே வேலண்ணே... செய்யலாம். ஆனா இப்ப இருக்க நெலமய கொஞ்சம் யோசிக்கணும்ல... ஒண்ணா. அவெவென் அதக்காணம், இதக்காணம்னு ஆலா பறக்குற நேரத்தில, நாம மொதச் செய்ய வேண்டிதப் பேசுவமே...

"வேலப்பனுக்கு உள்ளுக்குள் சிரிப்புவந்தாலும், தன்னைத் தன்கருத்தை ஸ்திரப்படுத்த ஏதேதோ வேலைசெய்ய முயல்கிறான் எனத் தெரிந்தது.

"என்னான்னு சொல்லு ராசு."

நிமிர்ந்து உட்கார்ந்தவன், "அப்பதேசொன்னமாதிரி நாலுபேர கூட்டிப்போய் தகராறு பண்ண வேணாம். பதிலா ஒட்டுமொத்தமா எல்லாரையும் கூட்டிச்சேத்து, நாயங்கேக்குறது..."

"எப்பிடி?"

அனைவரும் மண்டையைக் குடைந்து கொண்டிருந்தபோது சோலை சடக்கெனக் குறுக்கிட்டான், "ஆகுற காரியமா சாமி இது... மேனேசரப் பாத்தாலே அத்தனபேரும் ஒண்ணுக்கிருக்கறதா நீங்கதே... சொல்றீக. இதுல எல்லாரையும் சேத்துப்போயி எப்படிங்க கேக்கப்போறீங்க."

கொதிக்கும் எண்ணெயில் தண்ணீர் விட்டது போல ஆகிவிட்டது. ராசுவின் வார்த்தையில் அடுத்து தீப்பற்றியது. "வாயப் பொத்திட்டு இர்றா வெங்காயம். வந்து ஒக்காந்துட்டான் வக்கணையா எப்பிடியான காரியத்த பத்திப் பேசிட்டு இருக்கம். தடுதல் மாதிரி ஆகுமா ஆகாதான்னுட்டுருக்க.!"

"சரி, மருமகனே... ஆத்தரப்படாதீங்க. கூட்டம்னு இருந்தா நாலு பேச்சு வரத்தே... செய்யும். உள்ள நெலமயப் பாத்துத்தான் அவனுஞ் சொல்றான். ஒங்ககிட்ட நம்பிக்க இருக்கு ஊண்டிச்

சொல்றீங்க சொல்லுங்க” சமாதானப்படுத்த வேண்டிய வேலை வழக்கம்போல பட்டாளத்தார்க்கு.

கொஞ்சம் ஆசுவாசப்பட்ட ராசு, “மாமாநா என்னா சொல்றேன்னா ஒனக்கு வந்தா எனக்கென்னான்னு அம்புட்டு பேருங் கெடந்து, அடுப்பங்கரைச் சாம்பல அள்ளிப்போட்ட மாதிரி தள்ளிவிட்ருவாங்கெ. அதால ஆளுகளப் பூராம் ஒண்ணுசேக்குற வழிய மொதல்ல பாக்கணுங்கறேன்.”

இதுவரை வேகங்காட்டிய சிவனாண்டி, அப்புகூட பதில்காண முடியாமல் தவித்தனர்.

சரீ... மருமெக ஒரு ஓசன சொல்லீருக்காப்ல, இதுக்கு மாத்தபிப்ராயமிருந்தா சொல்லுங்க...” பஞ்சாயத்துபாணி பட்டாளத்துக்கு இங்கேயும் கைவந்தது. தான் பேச வாய்ப்பில்லாத குறையை ஈடுகட்டுவது போல இழுத்துப் பேசினார்.

“வேலப்பெஞ் சொன்னமாதிரி இதவிட்டாலும் வேறவழி இல்லிங்க” பெருமாள் முதலாகக் கருத்தைச் சொல்ல, அடுத்து சிவனாண்டி வாய் திறந்தான்.

“விடு சின்னய்யா. க்காள்ளி ஆர்லயுஞ்சாவு நூர்லயுஞ்சாவு தாயோழி இவனுக மப்ப எறக்கணும்.

“சரி ராசண்ணே, இதுக்கு ஆளுகள எப்பிடிச் சேக்குறது” நியாயமான கேள்வியை வைத்தான் அப்பு. “

“அதுக்கு நா ஒரு யோசன சொல்றேன் அப்பு” என்ற வேலப்பன், “அதாவது மொதல்ல நோட்டீஸ் வாங்குனவங்க, சஸ்பெண்ட் ஆனவங்க இப்பிடி ஆளுகளப் பாக்க வேண்டியது. நெலமய எடுத்துச் சொல்ல வேண்டியது. மொதல்ல பயப்படுவாங்க. ஆனாலும் நிச்சியமா ஒத்துக்குவாங்க. பெறகு அவங்கள வச்சே மத்த ஆளுகளச் சேக்க வேண்டிதேன். எப்பிடி?

“ம்... நல்ல ஓசனதே” பட்டாளம் தட்டிக் கொடுத்தார். அவருக்கும் உற்சாகம் மெல்ல மெல்லத் திரும்பியது.

சோலைக்கு ஒரு விசயம் சொல்லியே ஆகவேண்டும் போல உதடு பரபரத்தது, பயம்வேறு, “ஏஞ்சாமி... சொல்றேன்னு தப்பா எடுக்காதீக. இது ஓங்க மேனேசருக்குத் தெரிஞ்சா..?” சொல்லிவிட்டு அக்கம்பக்கம் பார்த்துக்கொண்டான்.

“த்தயாளி இவனப்பார்றா. எடைல கரடிவிடுறத கடல்ல எறங்குறதுன்னு பேசியாச்சு. இனி அலையடிக்கும்னு பயந்து நின்னா. உள்ள விழுந்தாச்சுன்னா எல்லாந்தே நெனைக்கணும்... செவெஞ் சொன்னமாதிரி ஆறுலயும்சாவு நூறுலயுஞ்சாவு இத ஒருவழி காணாம முடிக்கிறதில்லை...” “ராசு பெருத்த ஆவேசத்தோடும் ஆரவாரத்தோடும் பதிலளித்தான்.

இருட்டு கட்டிவிட்டதை அப்போதுதான் உணர்ந்தனர். எழுந்து நடக்கையில் யார்யார் யார்யாருக்குத் தகவல் சொல்லுவது என்று பிரித்துக்கொண்டனர்.

ஊருக்குள் போகும்போது சிவனாண்டி கேட்டான்.

"ஏண்டா, சோல. நீவேற மில்லுல சேரணும்னயே ?"

"நானா? ஓங்க மில்லுலயா. ஆளவிடுங்க சாமி. அந்த மொதலாளிய வேணும்னா எங்கிட்ட வரச் சொல்லுங்க... நாந் தொடர்ச்சியா வேலதர்றேன். நோட்டீஸ் கீட்டீசு எதும் தரமாட்டேன்" என்றதும் இறுக்கம் தளர்ந்தது.

8

“நா கூ நாகு மதினீ.”

பாவாடை சரசரக்க விடுவிடுவென வீட்டுக்குள் நுழைந்தாள் செல்வி. முகட்டைப் பார்த்தபடி படுத்திருந்த ஆனந்தன் திரும்பிப் பார்த்தான்.

“வாத்தா, மதினிக்கு என்னாத்த கொண்டு வந்துருக்க? எங்கிட்ட குடுத்துட்டுப் போனா நா தந்திர்ரே...”

“அட, மில்லு மொதலாளிய இங்கதே கெடத்திவச்சிருக்கா?” கேலி பேசியபடி அவன் படுத்திருந்த உள்அறைக்குள் வந்தாள்.

“மதினியப் பாக்கனும்னா கொட்டடத்துக்குப்போ. சாணி தட்டிகிட்டு இருக்கு இங்க ஏன் வார.”

“என்னமோ ஒரு பிரியந்தே என்னா மில்லுகாரவுகள் கொஞ்சநாளா ஆளக் காணாம்?”

“ம் வெளிநாடு போயிருந்தே தெரியாதா?”

“அடேங்கப்பா கேலிபண்றதுக்கு எங்குட்டுத்தாம் பழகுனியோ”

“ஏன் ஒங்கிட்ட இருந்துதே.”

“போதும் போதும் நிறுத்து ஒரேதா அளக்காத.”

“கதவில் சாய்ந்துகொண்டு கைகளைப் பின்புறம் வளைத்துமேல் விளிம்பைப் பிடித்துக்கொண்டு நின்றாள். அவன், தலகாணியில் புறங்கையைக் கட்டி அதன்மேல் தலைவைத்து நிமிர்ந்த பார்வையில் படுத்திருந்தான்.

“என்னா காடு கரைன்னு இருந்தவ, இப்ப வீட்டுக்கே வந்துட்ட”

“எப்பருந்தாலும் வீட்டுக்கு வாரவதான” சொல்லும் போதே அவளுக்கு மனசுள் இனந் தெரியாத இன்ப ஊற்று கிளுகிளுத்தது.

“அப்பிடீன்னு ஆர் சொன்னது? கண்களை உயர்த்திக் கேட்டான்.

“ஆறு சொல்லனும்...” என்று ‘சாதாரணமாகச் சொன்னவள், கேள்வியின் தொனி மாறியதில் திடுக்கிட்டு நிமிர்ந்தாள், “என்னா சொன்ன. ஆறு சொன்னதா? ஊஹூம். எப்பிடி இருக்கு ஒடம்பு? பேச்சு தெசமாறி போகுது”

“பின்ன, நீயா நெனச்சுக்குற வேண்டிதானா” ஆனந்தன் மேலும் சீண்டினான்.

“இந்தாட அந்தக் கதையெல்லா வேற ஆர்கிட்டயும் வச்சுக்க. நீ தாலி கட்டல நாங்கட்டிப் புடுவே ஆமா...” சொன்னபடி ஆவேசமாய் அவனை நோக்கி வந்தாள்.

சரி... சரி... அங்கனயே நில்லு மேல கீழ விழுந்துராத. எசகு பெசகா ஏதாச்சும் ஆயிடப் போகுது" சிரிப்பை அடக்கிச் சொன்னான்.

"ஏய். என்னா நீ எப்ப பாத்தாலும் அசிங்கமா பேசுற, வெளக்கமாரு பிஞ்சு போகும் ஆமா."

"வேணாமாத்தா, இப்ப அதுகூட ஒத்த ரூவா விக்கிது. வெற எதயாச்சும் பிச்சுவிடு,"

"வெட்டிப்பேச்சுப் பேசாத, ஏன் இத்தனநாளா பாக்க வரல?"

"அட நீ வேற, மனுசன்... நாய் படாதபாடு பட்டுக் கிட்டுருக்கான். இதுல ஒங் கொணட்டல் வேற"

"அடடா. அப்பிடி என்னா தெக்கிட்டு வாசலப் புடிங்கி வடக்கிட்டு வச்சுட்ட"

"வெளாட்டுக்குச் சொல்லல. அதவிடப் பெரியவேல பாக்க வேண்டிருக்குத் தெரியாதா ஒனக்கு?" எழுந்து தலகாணியை மடியில் வைத்துக்கொண்டு உட்கார்ந்தபடி, "வேற ஆர் கிட்டயும் மூச்சு விட்றாத அம்ம மில் பெரச்சனதா தெரியும்ல.? அதுக்கு ஒரு முடிவு கட்றதுக்குத்தே வேல பண்ணிட்டுருக்கோம்."

"நல்ல காரியந்தான இத எதுக்குக் கண்ணக்கட்டிகிட்டு வெளாடணும்."

"நம்மளுக்கு நல்லதுதான். ஆனா மில்லுகாரவகளுக்கு? அதுனாலதா ஒரு வழியா செட்டப் ஆகுற வரைக்கும் சுமுக்கமா இருந்தா நல்லதில்லையா. இல்லாட்டி எவனாச்சும் ஒரு ஓளறுவாப்பய ஓளறிவிட்டான்னா... கெடுதல் வந்திடும்ல..."

"ம்... அதுஞ்செரித்தே. என்னா பண்ணீட்டிருக்கீக. நாட்டாம, பட்டாளம் மாமா போனதுகூட சரிப்பட்டு வரலியாம்ல."

"ஆமா செல்வி. ரெம்பவும் மேட்டுமேல நின்னுகிட்டு பேசுறானுக. அதுக்குத்தே ஒரு ஐடியா பண்ணணும். ஒண்ணுரண்டா போயி கேக்குறதக் காட்டியும் ஒட்டுமொத்தமா ஆளுகளச் சேத்து கேக்லாம்னுதே வேல பாக்குறம்..."

"அப்பிடியா" கொஞ்சம் யோசித்தவள், "நடக்குமா சேச்சே காரியந் தொடங்குறப்பவே தடுதலா பேசக் கூடாது. நல்லவிதமாக நடக்குதா"

"ஆகுது. ஆனா ரெம்பவும் பொறும வேணுஞ் செல்வி. என்னமோ நாமமட்டும் ஆதாயம் பெறப் போறதுக்குச் செய்யிற மாதிரி அல்லாரையும் ரொம்ப தூரம் புடிக்க வேண்டிருக்கு"

"இருக்கத்தான செய்யும். அஞ்சு வெரலும் ஒண்ணாயிருமா? ஒரு காரியந் தொடங்குற எல்லாத்தையும் பொறுத்துத்தான் நின்னதுல நெலைக்க முடியும்"

“ஒவ்வொருத்தரையும் சரிங்க வைக்கறதுக்குள்ள ஓஞ்சுபோகுது, நல்லவேள இந்த வேலண்ணே ஒரு ஓசன சொன்னாப்ல. நோட்டீசு, சஸ்பெண்டு வாங்குனவகள மொதல்ல பாக்கணுன்னு அதே இப்ப நடக்குது.”

“ஆரு நம்ம மேற்கு தெருவு நல்லக்கா புருசனா...”

“ஆமா அவரு சொன்னதுலதா நல்லபடியா நடக்குது. ஆனாலும் அம்புட்டு பாட்டுக்கு ஒரு முப்பது பேருக்கு மேல உறுதி சொல்லிருக்காக.”

“நீங்கள்ளா ஒரு ஆம்பளன்னு இத்தன நாளா அவங்க அடி, ஓதைக்கி முதுக சாச்சுகிட்டு இருந்தீகளே ஆரம்பத்துலயே இந்த மாதிரி செஞ்சிருந்தா இந்நேரம் எப்பிடி இருக்கும்.?

“என்னா பண்றது. ஓசனைய அப்பயே சொல்லிருந்தாலாச்சும் செஞ்சிருக்கலாம். நீயும் இப்பத்தான சொல்ற.”

“ஆமா இந்தக் கிண்டலுக்கு மட்டுங் கொறச்சலில்ல. நாயத்துக்குப் பாத்தா நா அப்பபுடிச்சே சொல்லிட்டுத்தா இருந்தே. எத்தன நாளக்கி ஊமையா இருக்கப் போறீகன்னு.”

“நெசந்தே செல்வி ஆனா ஆருக்கும் பட்டாத்தான அறிவே வருது”

“நெசமாச் சொல்றேன். நீங்க மட்டும் இப்பிடிக் கெளம்பாம இருந்தீங்கன்னா நிச்சயமா நா அந்த மொதலாளியைப் பாத்து ஒரு நா இல்லாட்டியும் ஒரு நா நாக்கபுடுங்குறாப்ல நாலு வார்த்த கேக்கலாம்னுதே இருந்தே.”

“யாத்தா. நீ செஞ்சாலுஞ் செய்யக் கூடியவதே. ஆனா நீ வாட்டுக்கு முந்திரிக்கொட்ட, மாதிரி முத்திக்கிட்டு எங்க காரியத்த கெடுத்துப்புடாததாயி” என்று அவளைக் கையெடுத்து கும்பிட்டபொழுது...

“செல்வி, கல்யாணத்துக்கப்பறம் எங்கண்ணே ஒன்னைய ஒக்காரவச்சு கும்புடு போடட்டும். இப்ப வந்து கொஞ்சத் தண்ணி மோரு, சாணிக்கையா இருக்கு” வெளியில் நின்ற நாகு கூப்பிட்டதும் திடுக்கிட்டு சிரித்தபடி வெள்ளாட்டுகுட்டி போல துள்ளிக்கொண்டு ஓடினாள் செல்வி.

ராசு வீட்டில் சிரிப்புச் சத்தம் நாலுவீடு தள்ளிவரும்போதே பட்டாளத்தார் காதுக்கு எட்டியது. நாலே எட்டில் வீட்டை மிதித்தார். திண்ணயில் வெத்திலை தாம்பளமும் சுண்ணாம்புடப்பியும் ஓரமாய்க் கிடக்க, காப்பியின் வடவடப்பில் பித்தளைக்கிளாசுகள் ஆக்குபறையில் தாறுமாறாய்க் கிடந்தன.

கண்ணம்மா, ராசக்காள் இவர்களோடு, இரண்டு ஆண்களும், ஒரு பெண்ணுமாய் உள்வீட்டிலிருந்து வெளியே வரும்போது

இவர் அவர்களை நேரெதிராய்ச் சந்தித்தார். வெத்திலை சிவப்போடு வேகமாய்வந்த அந்தப் புதியவர் ராசக்காளின் அய்யா. பட்டாளத்தாரின் கையை இறுகப் பற்றிக்கொண்டார்.

“எப்பிடிண்ணே இருக்கீகே..?” கேட்கும்போதே தாகம் இருந்தது குரளில்,

“வாங்க வாங்க வாங்க” இவரும் விரிந்த மனதுடன் வரவேற்றார்.

“இப்பத்தாண்ணே ஓங்கள வெசார்ச்சே..! சொல்லிக்கொண்டே ஆண்கள் மூவரும் திண்ணையில் அமரப் போனபோது ராசக்காள் அவசர அவசரமாய் பாய் கொண்டுவந்து போட்டாள்.

“மதினிக்கு அஞ்சாமாசம் ஆக்கிப்போட வர்றீகன்னு சின்னமருமசெஞ் சொன்னாரு எல்லா முடிஞ்சிருச்சா?” ராசக்காளின் வயிறுமேட்டையும் பார்த்துக்கொண்டார்.

“ஆமாண்ணே வழம இருக்குல்ல... ஊர்லருந்தே ஆக்கி கொண்டு வந்துட்டம். அம்மவீட்டுக்குச் சொல்லிட்டு வர ஒங்க கொழுந்தியாளகூட அனுப்பிச்சு வச்சேன்... பட்டிக்குப் போயிருந்தீகளாம்ல.”

“ஆமா. ஒரு சின்ன சோலி. முடிச்சுட்டு வந்துர்லாம்னுதே பாத்தேன்... இழுத்துருச்சு...” என்றவர் “எப்பிடி... நல்லா முடிஞ்சிருச்சுல்ல.”

“ஏதோ... எங்களால ஏண்டது” என்று ராசக்காளின் அய்யா சொல்லிக்கொண்டிருந்தபோது, ஞாபகம் வந்தவளாய் கண்ணம்மா ஆக்குபறைக்குள் போனாள்.

“நீங்கதே வரமுடியல. அக்காவாச்சும் வந்துருக்கலாம்.” ராசக்காளின் தாய் தண்டட்டி ஆட குறைப்பட்டுக் கொண்டது,

“பச்... அவள எதுல சேக்கறது... என்னத்தியோ வீடே கெதின்னு கெடக்கா... பத்தாததுக்கு இப்ப பார்வவேற மத்துவமாச்சா? எங்கியும் போறதில்ல...” மனைவியைப் பற்றிப் பேசியதும் சுருதி குறைந்து, முகம் சுண்டிப்போனது. “பட்டாளம் வாய்க்கித்தே பொண்டாட்டி சிரிச்ச மூஞ்சியா வாச்சிருக்கு” என்ற ஊர்ச்சொல்லும் ஞாபகத்துக்கு வந்தது.

“சரிண்ணே..... ஓர்த்தரப்போலவே அல்லாரும் இருக்கமுடியுமா? அவுகளுக்கு பதுலுதே நீங்க ஊரயே அலக்கறீகள்ல...” அவரின் மனசறிந்தவராய்த் தேறுதல் சொன்னார் ராசக்காளின் தந்தை,

“ம் அதெ நெனச்சு என்னாகப் போகுது தேவரே... தெரிஞ்ச கதயாச்சே... என்னமோ சொல்லவந்தெனே... ம். இன்னிக்கித்தே. வீடே நெறஞ்ச மாதிரி இருக்கு, நெதமு கச்சுகச்சுன்னு கெடந்தா நல்லாவா இருக்கு?” என்றவர் தேவரின் முகவாட்டத்தைக் கண்டு தன்னையே நொந்து கொண்டார்” ச்சே... தப்பு பண்ணிட்டமே.

“நீங்க தப்பா எடுத்துக்கப்படாது... நா ஒருமாதிரி. படார்னுதே வார்த்தை வந்துரும். ஒங்கமவன் எம்மகன்போல. வேற வித்தாசம் எதும் பாக்குறனான்னு கேட்டுக்கங்க. ஒரு எதார்த்தமாத்தே சொன்னே சண்டவந்தாக்க கூட நா ராசக்காகட்சிதா. என்னத்தா. ங்னொப்பெங்கிட்ட சொல்லு ஏ அப்பிடி நெலயில சாஞ்சு நிக்கிற” படபடவென பேசி முடித்தார்.

நிலையைவிட்டு தன் தாயோரம் உட்கார, ‘சேச்சே. நா அப்பிடி நெனைக்கல பட்டாளத்தண்ணே” என ஆரம்பித்த அவளின் தந்தை, “எம் மகள நெனச்சுத்தா நா சங்கடப்படுறெ... கழுதக்கி இம்புட்டு வயசாகியும் அனுசரணை தெர்லியேண்ணே. நா பெருமக்கி சொல்றேன்னு நெனைக்க வேணா! நெசமாகவே எனக்கு வாச்ச சம்மந்தம் போல வேற யாருக்கும் வாய்க்காதுண்ணெ. இம்புட்டுச் சண்டபோட்டும் கொஞ்சமும் மொகஞ்சுழிக்கிலெ பாருங்க.

“என்னவாம்... சம்மந்தியம்மாள இம்புட்டு தூக்கு தூக்கிப் பிடிக்கிற...” இதுவரை வாய்திறவாதிருந்த மூன்றாவது நபர் இடைக்கேள்வி போட்டார்.

“உண்மதே தவசி நாம அறியாத ஓசனயா? ஒரு தடவ கோச்சுகிட்டு வந்தாலே வளத்தவளப்பு சரில்லேம்பாக. நாம் பெத்தது மாசத்துக்கு ரெண்டு வாட்டியாச்சும் வீட்டுக்கு வராம இருக்காது. அப்புடிப் புள்ளயப் பெத்தவன ஒரு வார்த்தகூட கேக்காததுதே எனக்கு மூஞ்சில அடிச்சமாதிரி இருக்கு.”

“சரி தேவரே. பொலம்பாதீக என்னா ஆயிப்போச்சு இப்ப... எல்லாம் புள்ளகுட்டின்னு ஒண்ணு ரெண்டு வந்துட்டா, வேணுங்கறது வந்துடும்” என்ற பட்டாளம், “சரி. இவரு ஆறுன்னு சொல்லலியே” என்று மூன்றாம் நபரைக் காட்டினார்.

“நெசமாலுமே தெரியாதா” என்ற ராசக்காளின் தாய் “எஞ் சின்ன மாமனார் மகென். சின்னவரு.! ராசக்கான்னா அம்புட்டு பிரியம். அவ வீட்லருக்கப்ப ஒரு நேரமாச்சும் நீச்சதண்ணி வாங்கி குடிக்காட்டி ஒறக்கம் வராதுங்கும். நாங்க பொறப்பட்டதும் கூடவே வந்துருச்சு” என்று மகளின் பெருமையைச் சமயத்தில் அளக்க தவறவில்லை ராசக்காளின் தாய்.

“இந்தாண்ணே காப்பி...” பித்தளை கிளாசில் தளும்ப தளும்ப கொண்டு வந்தாள் கண்ணம்மா.

“இப்ப எதுக்கும்மா... இது என்னாத்துக்கு வீஞ் செரமம்? இதுக்குத்தே அம்புட்டு அவசரமா உள்ள போனியாக்கும்“ என்றபடி வாங்கினார்.

“ஏம் மதினி.! வந்தவருக்குச் சோத்த போட்ருக்கலாம்... வெறுங் காப்பிய குடுத்துட்டீகளே..!”

“இந்நேரம் ரெண்டாங்கெட்ட நேரம்னு சொல்லீரும்... ராச்சாப்பாட்டுக்கு வந்திரணும்ணே.” காலி கிளாசை வாங்கி கொண்டாள்.

வெத்தல போடுங்க” தட்டு நீண்டது.

“ம். அதெல்லா சின்னவயசா.? நறுமுறுன்னு மென்னு துப்பிட்டு போக? வீம்புக்குப் போட்டா வெளக்குமாத்து குச்சிய தேடணும். என்னத்துக்கு போடணும் இடுக்குல சிக்கிட்டு அவதிப்படணும்.?

ஹோவெனச் சிரித்த தேவர், நாலு வெத்திலையை மொத்தமாய் எடுத்து ஒரேதடவாய் சுண்ணம் அடித்து மடித்தபோது, தவசி கொட்டாவி விட்டதைக் கண்டார்.

“அட ஒறக்கம் வந்தா உள்ளபோய் ஒறங்கேன்.”

“ஏம்மா ராசக்கா ஒஞ் சின்னய்யா ஒறங்கணும்னா உள்ளாற பாயப் போடேன் சித்த ஒறங்கட்டும்”

“இல்லக்கா போகணும். வேலைக அதது போட்டது போட்டமானைக்கி கெடக்குது போய்த்தே பாக்கணும்... சரிண்ணே எந்திரி போவம். பொழுது சாயப்போகுது?” தவசி கிளப்பினார்.

“அட என்னா வந்ததும் கௌம்பீட்டிக... இருந்து எங்கஊர் கொட்றயில் ஒரு சினிமா பாத்துட்டுப் போங்க” பட்டாளம் அமர்த்தினார்.

யாரும் மசியவில்லை. ‘கூட வந்தவகெல்லா போய்ட்டாங்க என்று ஆதங்கபட ஆரம்பித்தனர். “மருமகன பாத்துட்டீகளா...” என்று மறுபடி கேள்வி கிளப்பினார்.

“காலைல இவக வாரப்ப இருந்துட்டு சித்த முந்திதே போனான்...” என்று பதில் சொன்னாள் கண்ணம்மாள்.

“சின்னவரு”

“அவென் எங்க...? கொஞ்சநாளாவே சரியா வீடு தங்கமுடியல... எங்கதேம் போறான் வாரான்னே புரிய மாட்டேங்குது. பத்தாக் கொறைக்கி சோட்டாளுக ரெண்டு மூணுவேற.”சமயம் கிடைத்ததென்று ஒப்பித்தாள் கண்ணம்மா.

சரிதான் மில் பிரச்சனையை மருமகென் வீட்ல கௌப்பல போல என்று யூகித்து கொண்டார்.

“வாலண்ட்ரி பயகளுக்கு ஊர்சுத்தச் சொல்லியா தரணும். ஒரு கால்கட்டப் போட்டுவிட்டா வீட்ல கெடப்பாக என்னண்ணே”

தலையை ஆட்டிய பட்டாளம், “வாஸ்தவந்தே தேவரே. ஆத்தாளும் அண்ணனுமிருக்கப்ப நாம பேச முடியுமா...?” கண்ணை சிமிட்டி நமட்டு சிரிப்பு சிரித்துக்கொண்டார்.

“அய்யோ போகட்டுஞ்... சும்மாவா பட்டாளத்துக்கார்ருன்னு பேரு வச்சாக வாழப்பழத்துல ஊசி சொருகுறாப்பல்ல பேசுறீக... என்ன மதினி பேசாம இருக்கீக...”

“அந்தண்ணனுக்கென்னா... பொழுதுபோகாட்டி எதுனாச்சும் வம்பிழுத்துகிட்டுத்தா இருக்கும்” என்ற கண்ணம்மாவுக்கு அந்த யோசனைகூட நல்லதாய்பட்டது. நம்ம கடனும் கழியும்.

“அப்றமென்னா..?” என்று ஆரம்பித்த தவசி, “ஏண்ணே நம்ம வகைலயே பொண்ண பாத்துருவமா..?” உற்சாகத்துடன் பேசினார்.

“ம் பொண்ணுக்கா பஞ்சம்? பட்டாளத்தண்ணே சொன்னமாதிரி அவங்க கலந்து பேசில்ல முடிவெடுக்கணும் என்னாண்ணே”

“நூத்துல ஒருபேச்சு”

“கோய்லாபொரத்துல ஒரு பொண்ணு இருக்கு மதுனி... எங்கசாமி கும்புடுறவகதே பொண்ணுன்னாலும் அப்டியே கிளி மாதிரிதே. செய்யிறதும் நல்லா செய்வாங்க... சொல்லுங்க பேசுவம்.” “ராசக்காளின் தாயோ உடனே சம்மந்தமே பேச ஆரம்பித்துவிட்டாள்.

“அதுக்கில்ல மதினீ உள்ளூர்லயே சொல்றாகள்ல... நாந்தேகொஞ் சநா போகட்டும்னு பாக்குறே. அதுங்குள்ள வேலைல அவனும் ஒருமாதிரி ஆயிருவான். கொஞ்சம் வெவரமும் புடிபடும்.”

“என்னா மதினீ புதுசாப் பேசுறீக பதினெட்டு வயசுலயே காரியத்த முடிக்குறாக ராசுக்கு இப்ப இருவத்தி மூணாகுமில்ல... இப்ப முடிக்காம இனி கெழடு தட்டுன பெறகா முடிக்க.”

“அட சரியாத்தா, கெராஸ் போடுவ. அவக மகனுக்கு எப்ப முடிக்கணும்னு தெரியாதா... பத்தாக்கொறைக்கு பட்டாளத்தண்ணே வேற இருக்கப்ப விட்டுருவாகளா?” தேவர் முடிக்கும் முகமாய் அடித்துப் பேசினார்.

“சரிதே... தேவர் சொல்லுபோல உள்ளூர்லயே நானும் ஒரு பொண்ண பாத்துருக்கே.” அரைக்கண்ணில் கண்ணம்மாவைப் பார்த்தபடி சொன்னார்.

அவர் எதிர்பார்த்தது போலவே குழப்பம் கண்ணம்மாவின் மனசை அலைக்கழிக்க, என்னா இதுபாட்டுக்கு ஒரு குண்ட தூக்கி போடுது எனப் பரபரத்தாள். ‘தமாசு’க்காக சொன்னாலுஞ் சொல்லும் என்று ஆறுதல் தேடினாலும் கண்தூசியாக ஏதோ ஒன்று உறுத்தியது.

“பெறகென்னா? சரிசரி கௌம்புங்க போவம்” என்று கிளப்பவும் மூவரும் எழுந்து, “அல்லாரும் இருங்... வாரம்” என்று கைகூப்பியபோது ராசக்காளின் தாய் மட்டும் மகளை இழுத்துக்கொண்டு அரங்கு வீட்டுக்குள் போனார்.

“ம்... நல்லா சொல்லிட்டு வா... இன்னமுஞ் சில்லண்டித்தனமாக சண்ட கிண்ட போடாம இருக்கணும்ன்னு...” தேவர்குரல் தர.

“சரியாப் போனா நல்லதுதேண்ணே... ஆமா ராசுக்குப் பொண்ணு எங்க பாத்திருக்கீக..?” என்றார்.

“ச் என்னன்னாலும் நாம சொன்னாப்ல ஆச்சா... பெத்தவங்க பொறந்தவங்க இருக்குறப்ப “ பட்டாளம் பிகு பண்ணப்பண்ண கண்ணம்மாவுக்குத் துடிப்பு அதிகமாகியது.

“சொன்ன ஒடனே முடிச்சாபோடப் போறீக... ஆர்னு சொன்னா நாங்களும் தெரிஞ்சுக்கலாம்ல.”

தேவரும் விடாக்கண்டனாய் இழுக்க... கண்ணம்மா, ‘நம்மகிட்ட இத்தன்நாளா வாய் தெறக்கலியே. இந்தண்ணே என்ற ஆதங்கமும் ஒரு எதிர்பார்ப்புமாய் தவிப்பில் இருந்தாள். தவசியோ எதிலும் சம்பந்தமில்லாதவராய் பூவரசு மரத்தடியில் போய் எதிர்த்த வீட்டில் கூரைமேய்வதை வேடிக்கை பார்த்தபடி நின்றார்.

வேற ஆருமில்ல. நம்ம காவக்கார்ரு வீட்லதா”

காவக்கார்ரா...? விழித்தார் “ஸ் காமக்காபட்டில் பொண்ணெடுத்தவரா பெரியண்ண தேவர்தான...பரவால்ல வசதியான எடந்தே” என்றதும் உள்ளிருந்து ராசக்காளின் தாயும் வந்துசேர மூவரும் புறப்பட்டனர்.

அவர்களை வழியனுப்பிவிட்டு, “அப்ப நானும் வர்ரேம்மா...” என்று கண்ணம்மாவிடம் சொல்லிவிட்டுக் கிளம்பும்போது, குதுகுதுப்பில் நின்று கொண்டிருந்தாள் கண்ணம்மா. தாம் பயந்தது சரியாப்போச்சே நாகுக்கும் இந்த இருசு கெட்டவனுக்கும் பேச்சு வார்த்தங்கறது உண்மையாப் போச்சே என்று புலம்பிக் கொண்டிருந்தவள், “ஏண்ணே. நீங்க சொல்றது நெசந்தானா” என்றாள்.

“எதும்மா...” முகம் அப்பாவித்தனமாய்க் கோணியது.

“ராசு விசயம்!”

“அப்பிடிங்கறது என்னோட அபிப்ராயம்... பெரிய மருமகென் வந்ததும் நல்லா ஓசன பண்ணுங்க, கட்டிக்கப் போறவருக்கும் புடிச்சிருக்கதால இத முடிக்கிறதுதே. நல்லாதாப்படுது. அப்பறம் ஓங்க இஷ்டம்.”

திருப்பித் திருப்பிச் சொல்லிக்கொண்டு கிளம்பினார். கிறுக்குப் பிடித்த நிலையில் உட்கார்ந்தாள் கண்ணம்மா.

“அப்ப... பெருமாளு பெரச்சன அம்புட்டுதேங்கறியா?”

பட்டாளத்தாரின் கேள்விக்காக, கையிலிருந்த வேப்பங்குச்சியால் அவசரமாய் இரண்டு இழுப்பு இழுத்துவிட்டு, எச்சிலை மொத்தம்

கூட்டி புளிச்செனெ வயலுக்குள் துப்பிய வேலப்பன், "எம்பார்வைக்கு அப்படித்தேம் படுது. மறு உத்தரவுன்னா கூடுனது பதினஞ்சுநாள்தே நிறுத்துவாங்க. இப்பகணக்கு மாசம் ஒண்ணாச்சு. ஒரு தகவலும் இல்ல. கொறஞ்சபட்சம் தப்பு ரைட்டுங்கற விசாரணையாச்சம் நடக்கணும். இது அந்த மனுசனுக்கு புரியமாட்டேங்குது பெருமாள். தெனமும் வந்து கேட்வாசல்ல தவங் கெடக்குறாரு" என்றார்.

பிறந்து சிலமணிநேரமே கடந்த கோழிக்குஞ்சுகள் போல மொசுமொசுவென பருத்திச் செடிகள் நின்றிருந்தன. அரும்பரும்பாய்த் துளிர்த்துக் கிடக்கும் அந்த ரம்மியம் தூக்கி கொஞ்ச வேண்டுகிற குழந்தையாய் ஆடிக் கொண்டிருந்தது.

தலையில் இறுகக் கட்டிய உருமாலோடு வரப்பில் முதலாய் வந்து கொண்டிருந்த பட்டாளம், இரண்டின் சந்திப்பில் ஏறி நின்று புருவமேட்டில் கைமறைத்து தென்புறமிருந்த கிணற்றைப் பார்த்தார். "மோட்ரு ஓடல போல..." முணுமுணுத்தார். "அப்பஞ் சீட்ட கிழிச்சிட்டானுக" என்றபடி மேலே நடந்தார்.

"சஸ்பெண்டு ஆன யாரும் லேசுல உள்ள வந்ததில்ல, அதுமில்லாம, நாம பண்ற 'வேலவேற அரசல்புரசலாத் தெரியும் போலருக்கு அத்தனையுங் கூட்டிப் பாத்தா அப்பிடித்தா நெனைக்க வேண்டி இருக்கு."

"அடப்... இதுகூட தெரிஞ்சு போச்சா... அப்ப, ஆராருங்குறதும் தெரியுமா?"

"ஓரளவுக்கு அறிவாங்கய்யா."

"எம்புட்டு சூதானமா இருக்கச் சொன்னம்." புல்நுனி மகுடமாய் வீற்றிருந்த பனித்துளிகள் ஏற்படுத்திய ஜில்லிப்பு பாதக்குழியிலிருந்து உச்சந்தலைக்கு ஏறியது.

"இது தெரிஞ்சது தான... அந்த நட்டத்திலயும் லாவம் எவ்வளவுன்னு தான பாக்கணும்?"

அடுத்து இருந்த கிணற்றிலும் பம்ப்செட் இயங்கவில்லை. தென்புறமாய் திரும்பி நடந்தார். அவரின் மனக் கலக்கத்தை அனுமதித்த வேலப்பன், "எல்லாம் ஒத்துமெ சேர்ற வரைக்குந்தாங்கய்யா அப்பறம் தூள் தூளாக்கிறலாம்."

"ம்..! அப்பறம் ஒங்க ஆள்சேக்குற வேல எப்பிடி இருக்கு. இங்கிட்டு நா ஒரு ரெண்டுபேரப் பாத்துச் சொன்னே. சரியில்லாத பார்வ பாத்தானுக. இப்ப தெருவுல நா வந்தாக்கூட ஒருபய எதுக்க வாரதில்ல."

அவர் சொல்லி முடிந்ததும், ஜிலுஜிலுவென ஒரு காற்று வீசி உடலைக் கிளுகிளுக்கச் செய்தது.

“உண்மதாங்கய்யா... நாம என்னமோ மொதலாளிய கொலை பண்ண கூட்டுசேர்றதா நெனச்சு பம்மறாங்க. கொஞ்சம் அவங்க பிரச்சனையப் பேசித்தே மாத்தணும்.”

“ஓங்க நெலவரம் எப்பிடி?”

“பரவால்ல. பாக்குற ஆளுககிட்ட சாதகமான பதில்தே வருது. இப்ப ஒரு யோசன என்னன்னா வெளியூர்லருந்து வர்ற தொழிலாளிகள அவங்க ஊர்லயேபோய் பாக்கலாம்னு பேசிருக்கம்.”

“ம்... ஆள் சேர்ற பக்கந்தான நாம போகணும்.” என்றவர். “யோவ்” என்று வேப்பமரத்தடியில் நின்று கொண்டிருந்தவரைக் கூப்பிட்டார்”

“நீயாச்சும், ஒந்தோட்டத்துலயாச்சும் மோட்ர எடுத்து விட்றுக்கியா?”

“மத்தியானத்துக்கு மேல ஓட்டிவிடணும்ணே.”

“வக்காளி... இன்னிக்கு எவெம் மொகத்துல முழிச்சம்னு தெரிலியே... ஒரு பயகூட மோட்ர எடுத்துவிட மாட்டேங்கிறானுகளே.”

“நேத்து ராத்திரி ரெண்டு தூத்தல் விழுந்துச்சுல்லங்கய்யா... அந்த குளிப்பா இருக்கும்”

சரிச்சரி எனத் தலையாட்டியவர், “அப்ப பேசாம நாட்டாம தோட்டத்துக்கு வண்டியவிடு. மோட்ரு ஓடலிண்ணாலும் குளிக்க வாகான கெணறு.”

அய்யர் தோட்டத்தைக் கடந்து பெரியகண்மாய் ஓடை ஏறி இறங்கியபோது எதார்த்தமாக பொன்னையா தோட்டத்திலிருந்து ஆனந்தன் சத்தங்குடுத்தான்.

“என்னடா. இந்நேரத்துல...”

அதைக் காதில் வாங்கினானா தெரியிவில்லை. “பெரிய்யா வருவார்னு நெனச்சேன். ஆனா வேலண்ணனும் கூட வந்துட்டீக” பேச்சில் அசலூர்க்காரருக்கு இங்குட்டென்னா சோலி என்ற கேள்வி பொதிந்திருந்தது.

“நம்ம வைண்டிங் சுப்புராச பாக்கணும்னு பேசீருந்தம்ல அதுக்காகத்தே வெள்ளன வந்தேன். எதுக்க அய்யாவப் பாத்தேன்... குளிக்கப் போலாம்னார். சரி கழுத, லீவுதானன்னு வந்திட்டேன்.”

“ம் நானும் ஒங்கள நேத்தே பாக்கணும்னு நெனச்சேன் முடில.” என்றவன் அவனும் மருதமலையும் சேர்ந்து வடபுதுப்பட்டியில் போய் உடன் வேலைசெய்யும் தொழிலாளர்களை வீட்டிலேயே கண்டுபேசியதை விவரித்தான். “கீழபட்டிகாரனுகதே கொஞ்சம் நெளிஞ்சாளுக.”

“ஏன்?”

“தியாகராசெ இருக்கான்ல... தெரிஞ்சா மேனேஜ்மெண்டுல பத்தவச்சிடுவானேன்னு பயம்தே. நெறயப்பேர் அவனுக்குத்தேம் பாக்குறானுக அவன மொதல்ல கை வக்கெனும்ணே.”

“ம்... அதெல்லா எதுக்கு அந்தாளென்னா நமக்கு எதிரியா... அவெனுக்கு ஒரு சூழ்நில வாய்க்கும் அப்ப அந்தாளா தேடிவருவாம் பாரு.”

நெல் பாவியிருந்த கண்ணாயிரம் வயலில் நடந்து கொண்டிருந்தனர். அடுத்தது நாட்டாமைத் தோட்டம். பனிவிறைப்பேறிய புற்கள் நடை மிதிபட்டு கர்க் கர்க் என சத்தம் எழுப்பின. அந்த அரவங்கேட்டு வயலில் பூச்சி புழுக்களைப் பொறுக்கிக் கொண்டிருந்த கொக்குகள், தம் நீண்ட கால்களை உயர்த்திப் பறந்தன. சூரியனின் செவ்வொளி அப்போதுதான் சோம்பல் முறித்து எழத் துவங்கியது.

“பேச்சுவாக்ல லெக்க கடந்துராதீக பின்னாடியே வாங்க.” என்றவர், “வேலிப்படல ஒதுக்கி வச்சிட்டு வாப்பா” நாட்டாமை தோட்டத்துக்குள் நுழைந்தனர்.

அங்கேயும் மோட்டார் இயங்கவில்லை, பட்டாளத்தாரின் ஆணைப்படி கிணற்றுக்குள் இறங்க ஆயத்தம் கொண்டனர். வேப்பங்குச்சியை வீசிவிட்டு முதல் ஆளாக வேலப்பன் இறங்க, தொடர்ந்து இறங்கிய ஆனந்தன் கீழே திரும்பு முனையில் நின்று கொண்டான். உள்ளே ஏழெட்டுப்பேர் வரை குளித்துக் கொண்டிருந்தனர்.

“அட அல்லாப்பயலும் இங்கதா கெடக்கறானுக போல... ஆச்சர்யமாய்ச் சொன்ன பட்டாளத்தார், உடுப்புகளைக் களைந்து இடுப்பில் துண்டைக் கட்டிக்கொண்டார்.

“மாமோ... மேலருந்தமானக்கி அப்டியே ஒரு பல்டி. அடிங்க பாப்பம்.” நீருக்குள்ளிருந்து குரல் கேட்டது. உள்ளே மணி மல்லாக்க நீஞ்சிக் கொண்டிருந்தான்.

“மருமவப்புள்ளயா...” எனக் கேட்டவர், “வாணாம் மருமவனே. குதிச்சா கெணறு அகண்டு போகும். தண்ணிபூரா ஊருக்குள்ள போயிரும்.”

உள்ளே இருந்தவர்கள் மொத்தமாய்ச் சிரிக்க கிணறே கபகப என எதிரொலித்தது.

வேலப்பன் கோவணத்தோடு மேல் திண்டிலிருந்து டைவ் அடித்து விழ, திட்டில் வளர்ந்திருந்த நாயுருவி வேரைப் பிடுங்கி பல் தேய்த்தபடி குளிப்பவர்களை வேடிக்கை பார்த்துக் கொண்டு உட்கார்ந்திருந்தான் ஆனந்தன்.

“என்னா மாமா இன்னிக்கு இம்புட்டு தூரம்..?” நீரைவிட்டு படியில் ஏறி உடம்புதேய்த்தபடி கேட்டான் மணி.

“ஒரு பயலும் மோட்டரு எடுத்துவிடல. ஓ அத்தையம்மாக்கு குடிக்க ஒரு கொடம் தண்ணி சொமக்குறதே பெரும்பாடு சொல்லியபடி நீரில் இறங்கினார். அப்போது கமலைக்காவில் இருந்து குதித்த ஒருவன் பட்டாளத்தை ஒட்டி ‘தொபீர்’ என விழுந்தான், கிணறு முழுக்க தண்ணீர் சிதறியடித்தது.

“எந்த னோலி மகெண்டா அவென்” என திடுக்கிட்ட அவர், குதித்தவன் நீரிலிருந்து மேலே எழும்பியதும் அவனது குடுமியைப் பிடித்துக் கொண்டார், “எரும கணக்கா மேலருந்து குதிக்கறியே. கெணத்துக்காரெம் பாத்தா நாளப்பின்ன நொழைய விடுவானா... அதவிடு, இம்புட்டு ஓசரத்துலருந்து குதிக்கிறப்ப எசகுபிசகா தட்டுனா ஆத்தான்னாலும் வருமா, அய்யான்னாலும் வருமா.”

முகம் வெளிறிப் போன அவன், தலையைச் சிலுப்பி நீரை வடித்துக் கொண்டு, “ஆழம் பாத்துதாங்க குதிச்சேன்” என்றான்.

“ம்... ஆளுல்லாட்டி ஆழம் மட்டுமா பாப்பீக? அகலமும் பாப்பீக... நல்ல பயகப்பா.”

கையைக்காலை ஆட்டி ஒருமுங்கு முங்கி ஒரு சுத்து நீந்தி விட்டு, கிணற்றுச்சுவரில் உரசி முதுகுதேய்த்தார். வேலப்பன் மல்லாக்க படுத்து தோணிபோல நீந்திக் கொண்டிருந்தார்.

“என்னா வேலு மேல் தேய்க்கலியா?” என்றவர் ஆனந்தம் பயல எங்க என்று மேலே பார்த்து, “லேய் என்னடா சாமியார் மாதிரி சம்மணம் போட்டுட்ட சீக்கிரமா எறங்கிவந்து முங்கு.”

“தோட்டத்துல கொஞ்சம் வேல கெடக்கு பாத்துட்டு மொத்தமா குளிக்கணும் பெரிய்யாவ்.”

“ஆனந்தனுக்கென்னாங்கய்யா சொந்தத் தோட்டத்து மொதலாளி. இந்த கெணத்துல குளிச்சு அதிக நாளாச்சு, எந்திரிக்கக் கூட மனசில்லாம ஆவலா இருக்குல்ல.”

சொல்லிக்கொண்டே இன்னொரு முங்கு முங்கிவிட்டு தலை துவட்டினார். மணி சட்டை வேஷ்டியுடுத்தி கிணற்று விளிம்பில் உட்கார்ந்திருந்தான்.

“போலாமா மருமவனே...” இடுப்புத் துண்டோடு வேஷ்டியை தலைக்கு மேல் விரித்துப்பிடித்து காயவிட்டபடி முன்னால் நடந்தார். பின்னாலேயே முதுகில் விரித்துப்போட்ட துண்டுடன் வேலப்பனும், வாய் கொப்பளித்துத் துப்பிவிட்டு ஆனந்தனும், மணியும் தொடர்ந்தனர்.

காட்டாமணக்கு கட்டாப்பைக் கடந்ததும், “வேற விசேசம் இருக்கா வேலண்ணே. நா தோட்டத்துக்குப் போகணும்” முன்னறிவிப்பு கொடுத்தான் ஆனந்தன்.

158 / ம.காமுத்துரை

“வேற. இன்னொருக்கா கூட கீழப்பட்டி பக்கம் போய் வருவம். நானும் வர்றேன்... ம். நெருக்கிப் பிடிச்சாத்தே இனி ஆகும்.”

“தோட்டத்துல என்னா போட்ருக்கு மாப்ள” மணி கேட்டான்.

“உளுந்து போட்ருந்தம். சரியா எந்திரிக்கல... அப்பிடியே உழுதுபோட்டு மறுபடியும் பருத்திதே.”

அய்யர் தோட்டத்தை எட்டி நடக்கையில் வரப்புப் பிரிவில் பட்டாளம் நடுவில் விடப்பட்டார். மணி முன்புறமும், காற்றில் படபடத்துக் கொண்டே வந்த வேஷ்டி நிழலில் வேலப்பனும், ஆனந்தனுமாய் நடந்தனர்.

“ஏம் மாமா விஷயந் தெரிமா...?” என்று ஏதோ நினைவு வந்தவனாய் திடீரெனக் கேட்டான்.

“என்னா..? மருமவனுக்கு புள்ள கிள்ள பொறந்துருச்சா. இப்பதான அஞ்சாம் மாசம்னு ஆக்கிப் போட்டாக...”

“அட நீங்கவேற நா ஒண்ணு சொன்னா நீங்க ஒண்ணு பேசுவீங்க” என்றான். “ராசு எதுஞ் சொல்லலியா.” எனக் கேட்டான்.

“என்னா மருமவனே தலயுமில்லாம வாலுமில்லாம கேட்டா என்னாண்டு காண்றது.”

ஆனந்தனும் வேலப்பனும் ஏதோ குடும்பவிசயம் போலிருக்கிறது என யூகித்துக் கொண்டனர். சஸ்பென்ஸ் உடைந்த பிறகுதான் அது தம்மையும் சார்ந்தது என விளங்கியது. வேலப்பனுக்கானால் தலையில் இடியும் சேர்ந்து இறங்கியது.

“அன்னிக்கி ராசுவ எவனோ ஒரு மேஸ்திரிப்பய கண்ணுவக்கிறான்னு சொன்னல்ல. அவனப் புடிச்சு ரெண்டு வப்பு வச்சுட்டேன்ல.” என்று பெருமிதம் பொங்க சொன்னான்.

பட்டாளமும் திடுக்கிட்டுப்போனார். நிஜந்தே சொல்லுதா... முகத்தை ஏறிட்டவருக்கு பொய்யாகக் கொள்ளமுடியவில்லை. எப்பிடிப்பட்ட நேரம் இது. இந்நேரம் இப்பிடி கிருசகெட்டத்தனமாக அடிச்சேம் புடிச்சேனுட்டு இருக்கே என்ற கோவம் வந்தது.

ஆனந்தன் மட்டுமே அளவில்லாத சந்தோஷத்தில் திளைத்தான். மில்லுக்குள் ராச்சியம் நடத்திக் கொண்டிருப்பவன். இவனது கையில் அடிவாங்கிவிட்டான். என்றதும் அப்படியே கற்பனையில் நிகழ்த்திப் பார்த்தான். அவனது குச்சி உடம்பும் முட்டைக் கண்ணும் என்ன பாடுபட்டிருக்கும். ஹோஹோவென சிரித்தான்.

பட்டாளத்துக்கு மணிமேல் இருந்த கோவம் இவன்மேல் திரும்பிவிட்டது “கொஞ்சமாச்சும் அறிவு இருக்காடா ஏதோ காணாதத கண்டமாதிரில்ல இந்த இளிப்பு இளிக்கிற. அந்தாளு

என்ன ஒன்னயமாதிரி சாதாரணபட்ட ஆளா, மேஸ்திரிடா. அதும் இப்ப எப்பேர்பட்ட காரியம் நடந்துகிட்டிருக்கு அவெம் பாட்டுக்கு மேலே சொல்லிட்டான்னா என்னா ஆகுறது?

அவரின் பதைபதைப்பில் வேஷ்டி உயரம் தாழ்ந்து தலையில் முக்காடிட்டது.

தான் செய்தது தப்போ என்ற நினைப்பு மணியின் மனசை காய்ந்துபோன சோளத்தோசையாய் வாடச் செய்தது.

எதையும் ஆனந்தன் ஏற்றுக்கொள்ள மறுத்தான். "ஓங்களுக்குத் தெரிஞ்சது அம்புட்டுத்தே பெரிய்யா. நாளைக்கிப் பாருங்க ராசுக்கு கெடைக்கிற மரியாதய." என்றவன், "எப்பிடி மாமு அடிச்ச என்று மணியைத் திருப்பினான்,

அவன் பட்டாளத்தாரை நோக்கினான். கிடைத்த முகத்திலிருந்து உணர்ச்சியைப் புரிந்துகொள்ள முடியவில்லை. காட்டிக் கொடுக்கிறவனை ரெண்டுதட்டு தட்டியதில் என்ன தவறு ஏற்படப் போகிறது. ஏற்பட்டு விட்டது. குழப்பத்தில் நடந்தான்.

ரெட்டை வாய்க்கால் குண்டலில் வரப்பு உடைந்து கீழ்ப்பகுதியில் தண்ணீர் வடிந்து கொண்டிருந்தது. அப்படியே விட்டுப்போக மனசில்லை. பாவம் எம்புட்டு நேரம் பாடுபட்டு கட்டுனிதோ. தூரத்தில் வேலைசெய்து கொண்டிருந்த தண்ணி கட்டுக்காரனை சத்தம்போட்டுக் கூப்பிட்டார் பட்டாளம். "ஊய்... வரப் பொடஞ்சு கீழ்குண்டலுக்கு பாயுதப்போ" ரெண்டாவது சத்தத்தில் அவன் அரக்கபரக்க ஓடிவர, இவர்கள் நகர்ந்தனர்.

"நடந்ததச் சொல்லுங்க" வேலப்பன் கவலையுடன் கேட்க,

ம்... முந்தாநாளு அப்பிடியே... ரோட்டுப் பக்கமா லாத்திக்கிட்டிருந்தே அப்ப மில்லுலருந்து இவெம் மட்டும் கைய வீசி வந்துகிட்டிருந்தான். அவன பாத்ததும் ராசு ஆவுகம் வந்துச்சு. என்னமோ நெனச்சவென் திடீர்னு 'லேய்' னு கூப்புட்டேன். சீத்தியடிச்சுகிட்டே போனவென் டக்குனு நிண்டான்."

"நீதே மேஸ்திரின்றவனா. பேரு தியாகராசனா?"

"ஆமா..."ன்னு காலரத் தூக்கிவிட்டான். அம்புட்டுத்தே வேதாளம் வந்திருச்சு எனக்கு. பார்ரா எம்புட்டு திமுரா காலரத் தூக்கி விடுறான்.

"என்னாடாங் நொக்காள்ளி மேஸ்திரி... காலரப் புடிச்சு ஓங்கி ஒரு குத்துவிட்டேன். நங்குன்னு நாக்குல பல்லு பட்ருக்கும் போலருக்கு. கண்ல தண்ணி வந்திருச்சு."

"ஆர்ரா நீ? ஒத்தைல போறவன அடிக்கிறன்னு கைய கால ஆட்டுனான். பெறகும் ரெண்டு வப்பு வச்சு, தாயளி இன்னிமே யாரவாச்சும் புடுச்சு ரிப்போட்டு கிப்போட்டு

குடுத்தன்னு கண்டேன்... ஊர் போயிச் சேரமாட்டெ. காணாப்பொணமாகக்கிடுவன்னு சாத்து விட்டதும் தூக்கு சட்டியெல்லாஞ் செதறிடுச்சு."

"ஆர ரிப்போட் பண்ணுனேன் அப்படின்னான், 'ஆரயுந்தே. கீழ வேலபாக்குறவன புடுச்சு குடுத்தாப்ல, ஒனக்கு பழமா தர்றாகன்னு இன்னம் ரெண்டு தந்ததும், வந்து பேசிக்கிறேன்னுட்டு ஓடிட்டான்."

மணி சொன்னது மட்டுமல்லாது நடித்தும் காண்பித்தான். ஏற்கனவே புளகாங்கிதமடைந்திருந்த ஆனந்தனுக்கு தாங்கமுடியாத ஆனந்தம்.

"இப்பிடி ஒரு ரெண்டு பேர் வேணும் மாமூ." எனத் தட்டிக் கொடுத்தான்.

"இன்னங்கேளு..." என்ற மணி, "நேத்து அம்ம ஊர் சினிமா கொட்ற ரைஸ்மில்லு வாசல்ல நானும் தெக்குத்தெரு காடையனும் ஒக்காந்திருந்தம். அந்த நேரம் அந்த மேஸ்திரியும் இன்னம் ரெண்டுபேரும் சோடிபோட்டு வந்தானுக...

"அட... ம்" கதைகேட்கும் சுவாரஸ்யம் ஆனந்தனிடம் மிகுந்திருந்தது. வேலப்பனும் பட்டாளமும் கூட ஒருவித ஆர்வத்தோடு கேட்டனர்.

"சரீ... சோலிய ஓச்சுட்டானுகன்னு நெனச்சேன் வேறபக்கம் திரும்பிக் கிட்டேன். 'இந்த அண்ணெந்தே...'ன்னு கிட்டக்கவந்து காமிச்சான் எனக்கு ஒண்ணும்புரியல. கொழம்பீருச்சு, அடிக்க வாரான்னு நெனச்சா அண்ணேங்கிறானே."

"என்னாப்பா என்னா வெவரம்னு வெசாரிச்சானுக,"

"சொன்னேன்."

பெறகு 'ஊர்விட்டு ஊர்வந்து வேல பாக்குற எடத்துல நல்லபடியா இருடான்னு' அவனுக்குப் புத்தி சொல்லிட்டு, 'ஒத்தைல போறவன அடிக்கிறியே அட்சஸ் பண்ணவாண்டமா. ராசியா போங்கப்பான்னானுக... அசந்துட்டேன்" என முடித்தான்.

யப்பா... சிரிச்சு சிரிச்சு வகுறு புண்ணாயிடும் போலருக்கு" என்ற ஆனந்தன் மாதரிக்குளம் வந்ததும் தன் தோட்டப்பிரிவில் நின்றுகொண்டான்.

வயல்களைத் தாண்டி ஊருக்குள் காலடி வைக்கும்வரை யாரும் பேசவில்லை, காய்ந்த வேஷ்டியை உதறி உடுத்திக்கொண்டு துண்டைத் தோளில் சார்த்திக்கொண்டார் பட்டாளத்தார்.

"இது கொஞ்சம் அதிகப்படிதே" என்று கேள்விபோட்ட பட்டாளம் மணிபக்கம் திரும்பினார். "வீட்ல கல்யாண விசயமா பேச்சு வந்துச்சா மருமகனே."

“ஆரு ராசுவுக்கா..?” வேலப்பன் முந்தினார்.

“ம். நீங்க சொன்னதா அம்மா சொல்லுச்சு ஆனந்தெ தங்கச்சிய சொன்னீகளாம்ல.”

“நாஞ் சொல்றது ஒருபக்கமிருக்கட்டும். ஒந்தம்பியே விருப்பபடுறாப்லல்ல.”

கொஞ்சம் இடைவெளி விட்ட மணி, “அம்மாதே, கொஞ்சம் நெறம் பத்தலன்னு மொணங்குது” என்றான்.

“நெறத்துல என்னங்கருக்கு. கொணத்துக்கு மார்க் போட்டுப் பாருங்க” என்ற வேலப்பன் நாக்கைக் கடித்துக் கொண்டார். சம்பந்தமில்லாத விஷயத்தில் தலையிட்டு விட்டோமோ!

“அம்மா சொல்றது இருக்கட்டும் மருமவனே... ஓங்கமுடிவு?”

“எம் முடிவு என்னா நெறத்தப் பாத்துதே நா ஒண்ண இழுத்துவந்து அவதிப்படுறேன்ல.”

“ச் ஒடனே நீங்க அங்க பாஞ்சுறக்குடாது. நாஞ் சொல்றது என்னான்னா. முன்னப்பின்ன அறியாத எடத்துல சீருக்காகவும், அழகுக்காகவும் சம்மந்தம் பண்ணி செரமப்படுறதவிட ஒன்னுரெண்டு நல்லாவே அமையும்னு வையிங்க நாம அறிஞ்ச தெரிஞ்ச வீட்ல முடிக்கிறது நல்லதில்லியா அதுமில்லாம அந்தப்புள்ள நாகுவோட கொணம் அல்லாருக்கும் தெரியும்” என்றவர் “ஏதொண்ணுக்கும் வீட்ல கலந்துக்கங்க” என்றார்.

9

மாதாந்திரக் கூட்டம் நடந்து கொண்டிருந்தது. இந்த நான்கு வருட காலத்தில் முதலிரண்டு வருசம் போல சரிவர நடப்பது கிடையாது. அதிலும் முதலாளி நேரடியாகக் கலந்து கொள்வது அரிதாகவே இருந்தது. நிர்வாகம் முழுவதையும் மாஸ்டரிடமும் ஏ.ஓ.விடமும் விட்டுவிட்டாரென்றும் முன்போலில்லாமல் கூட்டத்தில் ஒன்றிரண்டு பேர் எழுந்து நின்று குறைகளைக் கூறி அதிகப்பிரசிங்கித்தனம் செய்வதால் அது அவரது மனதை சங்கடப்படுத்துகிறது என்பதால் கலந்துகொள்வதில் ஆர்வம் காட்டவில்லை என்றும் பேச்சுகள் அடிபட்டன.

ஆனால் இன்றைய கூட்டத்தில் மாஸ்டரும், முதலாளியும் கலந்து கொள்வதாக, தகவல் பலகையில் அறிவுப்பும் செய்திருந்தனர். குறைகள் நிவர்த்தி செய்யப்படும் என்ற கொசுறு வாசகத்தோடு.

கொஞ்ச நேரமாவது காலசர ஓய்வு கிடைக்கிறதே என்கிற சந்தோசமும் வராவிட்டால் ஏதாவது குற்றம் சாட்டப்பட்டு விடுவோமோ என்ற பயமும் தொழிலாளர்களை அமர்த்தி வைத்திருந்தன.

மாஸ்டர் பேசிக் கொண்டிருந்தார். எல்லாமே வழக்கமான சமாச்சாரங்களே. அலுப்பாயிருந்தது. எத்தனை நாளைக்குத்தான் மில்ல மதிக்கணும், உற்பத்தியைப் பெருக்கணும் என்ற வார்த்தைகளையே கேட்கிறது? அதிசயமாய் ஒன்று மட்டும் இருந்தது. கூட்டம் துவங்கி இவ்வளவு நேரமாகியும் இன்னமும் யார்மேலயும் புகார் வரவில்லை. ஒருவேளை ஒட்டுமொத்தமாய் கடசியில் தருவார்களோ...? நுட்பமாய் கவனித்தவர்களுக்கு ஏதோ ஒரு வித்தியாசம் இருப்பதாய்ப் பட்டது. அது மாஸ்டரின் பேச்சு தொ।ூனியிலா முதலாளியின் தோரணையிலா.

வணக்கம் சொல்லி மாஸ்டர் முடித்தார். கை தட்டலின் பிறகு, “ம்... வேற? அவ்வளவுதானங்க,” என்று முதலாளி கேட்டதும் மாஸ்டர் தலையாட்டினார். ‘சம்பள பட்டியல் வாசிச்சாச்சா?” கிளார்க்குகள் வாசித்தனர்.

ஒரு சின்ன நிசப்தத்தின் பின், தொண்டையைச் செருமிய முதலாளி, “ம்... அப்பீசியல் லெவல்ல ரிப்போர்ட் முடிஞ்சது. இல்ல.? அடுத்து இவங்க எதும் கேக்குறாங்களான்னு கேளுங்க” என்று தொழிலாளர்களைச் சுட்டிக்காட்டிச் சொன்னார்.

தனது ரிப்போர்ட்டை முடித்துவிட்டு அமர்ந்திருந்த மாஸ்டர் மறுபடி எழுந்தார்.

"அன்பான தொழிலாளர்களே... நடந்துவரும் இந்த மாதாந்தரக் கூட்டத்திலே நீண்ட நாள்களுக்குப் பிறகு நமது முதலாளியவர்கள் இவ்வளவுநேரம் அமர்ந்திருந்து நமது நடிவடிக்கைகளை ஆராய்ந்தார்கள். இது யாருக்கும் வாய்க்காத பெருமை. இந்த நல்ல நேரத்திலேயே உங்களிடத்திலே இருக்கக் கூடிய குறைகளை கோரிக்கைகளை நீங்கள் கூறவேண்டுமென விரும்புகிறார். அது மட்டுமல்லாது அவற்றை, தானே தீர்த்து வைக்கவும் சித்தமான மனத்தோடும் அமர்ந்திருக்கிறார். ஆகவே நமது மில்லின் வளர்ச்சியை மனதில்கொண்டு உங்களின் கோரிக்கைகளைத் தெரிவிக்க வேண்டுமாய் எந்தவிதமான தயக்கமுமில்லாமல் கேட்க வேண்டுமென நமது மதிப்பிற்குரிய முதலாளியவர்கள் சார்பாகக் கேட்டுக்கொள்கிறேன்."

மாஸ்டரின் இந்தப் பேச்சு, முகட்டைப் பார்த்துக்கொண்டும், உடலை வில்லாய் வளைத்தும், முதுகொடித்து பின்கை ஊன்றலில் அமர்ந்தும், ஒருத்தரை ஒருத்தர் முட்டுக் கொடுத்து சாய்ந்தும் கடனே என இருந்தவர்களிடம் அப்பி இருந்த சோம்பல் போன இடம் தெரியவில்லை. தூசு துடைத்த கண்ணாடியாய் பளிச்சென நிமிர்ந்து கொண்டனர். அந்த சின்ன அதிர்ச்சி, 'இது அம்ம மில்லா' என்ற சந்தேகத்தையும் விதைத்துச் சென்றது.

கூட்டத்தின் தன்மையினை ஓரளவு யூகித்த முதலாளி, விரல்களை சுடக்கு போட்டுக்கொண்டு நிமிர்ந்தார். "ம்! ஒங்களத்தான், கேளுங்க. எடைங்கறது ரெண்டு பக்கமும் சமமா நிக்கணும்; அதுதான் சரியானது; நாயமானது. எனக்கும் அதுதான் பிடிக்கும். இதுவரையிலும் மாஸ்டரும் கிளர்க்கும் இங்கே தெரிகிற சில குறைபாடுகளைச் சொன்னாங்க. அதுபோல நீங்கள் சொல்லணும். பரஸ்பரம் நாம ரெண்டுபேரும் ஒத்துப் போனாத்தான், ரெண்டு பேருக்குமே நல்லது."

நாங்களும் ஒங்களப்போல ஒரு காலத்துல ரெம்ப கஷ்டப்பட்டவங்க தான். எங்க அப்பாகூட மம்பட்டி புடிச்சுதான் வாழவேண்டி இருந்துச்சு. அதால ஒங்க கஷ்டம் என்னான்னு எங்களுக்குத் தெரியும். அதனாலதான் பெரியவரு மாதாமாதம் இதுபோல கூட்டம் போடணும்னு சொன்னாரு. நாமளும் போட்டு வர்றோம்" என்றவர் மேலும் தொடர்ந்து, "இந்த மில்லுங்கறது எனக்குமட்டும் சொந்தமில்ல... இதுல போட்டிருக்க கேப்பிடலுக்கு வேணா நா சொந்தக்காரனா இருக்கலாம். ஆனா இங்க வரக்கூடிய கஷ்ட நஷ்டங்கள் எல்லாருக்கும் பொதுவுதான். அதனால்... தாராளமாக நீங்க பேசலாம்"

முடித்த ஆயாசம் நீங்க ஆபீஸ் பையன் ஃபிளாஸ்க்கோடு ஓடிவந்தான்.

மீண்டும் எழுந்த மாஸ்டர், "ம். மொதலளி கேக்குறார்ல கேளுங்க. குற்றம்ங்கறது யார்மேல இருந்தாலும் விசாரிப்பம், ஏன்? எம்மேலயே எதாச்சும் அதிருப்தி இருந்தாலும் சொல்லுங்க திருத்திக்கிறேன். நமக்கு மில்லோட வளர்ச்சிதான் முக்கியம். இது வளந்தாத்தான் இன்னம் ஆயிரம் பேருக்கு வாழ்வு தரலாம். இதுமாதிரியான சந்தர்ப்பங்கள விட்டுப்போட்டு கக்கூஸ்குள்ளயும், மிசினுக்குள்ளயும் கசபுசன்னு ஏன் பொலம்பணும்? ஊர்விட்டு ஊர்போயி ஏன் பொறனி பேசணும்?"

முண்டா தட்டி பேசிவிட்டு முதலாளியைப் பார்த்தார். அவர் சிரித்தபடி தலையாட்ட புளகாங்கிதமடைந்தபடி அமர்ந்தார்.

மாஸ்டரின் அந்த இறுதி வாசகம், ராசு, அப்பு போன்றவர்களைச் சுருக்கெனத் தைத்தது. விஷயமும் லேசாய் புலப்பட ஆரம்பித்தது. இத்தனைநாள் வராத முதலாளி வந்ததன் காரணம். கக்கூசையும், ஊர்விட்டு ஊர்போதலை பற்றி குறிப்பிட்டதையும் கேட்டபோது இன்னும் பச்சையாய் விளங்கியது. அப்படியே திரும்பி வேலப்பனைப் பார்த்தனர். அவர் மலர்ந்த முகத்தோடு கிசுகிசுத்தார். 'நமக்கு மொதல் வெற்றி' அவர்களுக்குப் புரியவில்லை. என்னா சம்மந்தமில்லாம மனுசன் வெற்றிங்கறார்.

ஏனைய தொழிலாளர்களுக்கோ ஏதும் புரியவில்லை. இம்புட்டு இனிமையாய்ப் பேசியது அம்ம மாஸ்டரா? ஒரு சிலருக்கு எழுந்து பேசவேணும்போல ஆவல் எழுந்தது.

முன்புறமிருந்த முதலாளி, மாஸ்டர், நின்று கொண்டிருந்த கிளர்க்குகள் அனைவரும் தூண்டில்காரன் பார்வையை கண்களில் நிறுத்திக்கொண்டு அலைபாய்ந்தனர்.

பகுதி முழுதும் சளசளவென பேச்சு வளர்ந்ததேயொழிய எவரும் எழக்காணோம். ஆனால் ஆளுக்கொன்றாகக் கேட்க குறைகள் இருந்தன. பூனைக்கு மணிகட்டும் பிரச்சனைதான் முன்னால் நின்றது.

அந்தச் சூழலோடு இன்னொரு அம்சமாய் இரண்டு குருவிகள் கிச் கிச் என்று வாலை வாலை ஆட்டிக்கொண்டு, மேலே இரும்பு கிராதிகளில் மாறிமாறி உட்கார்வதும் பறப்பதுமாய் அமர்க்களம் செய்தன. அந்த அடிதடியில் கிராதியில் தங்கி இருந்த பஞ்சுத்தூசுத் தொகுதிகள் மொந்தை மொந்தையாய் பாராசூட் இறங்குவது போல, கீழிறங்கி பலரது தலையில் அமர்ந்தன.

நிலமையினைக் கண்ட வேலப்பன் தம் கோஷ்டி யாவரிடமும் பேசினார். சில வினாடியில் ராசுவை உசுப்பி விட்டனர்.

அவன் எழுந்ததைக் கண்ட மாஸ்டர், 'சைலன்ஸ்' என ஓங்கி சத்தமிட்டார். சட்டென நிலவிய நிசப்தத்தில் "நீ பேசப் போறியா" எனக் கேட்டார் முதலாளி.

“ஆமாங்க.”

“இப்ப இந்தப் பையன் தன்குறைய சொல்லப் போறான். அமைதியா கேளுங்க” என்றவர், கிளர்க்கிடம் திரும்பி, “பேர நோட் பண்ணிக்கங்க” என்றார்.

அனைத்துக் கண்களும் தன்மீது படிய டவுசரின் பின்புறத்தை நீவியபடி பேசலானான் ராசு, “அதாவதுங்க மொதலாளீ. நாங்கெல்லா மில்லுல சேந்து நாலுவர்சமாச்சுங்க... மில்லு வானந் தோண்டுறதுலருந்து இருக்கம்ங்க. இன்னிக்கு கத்திரிக்கா வெலகூட கிலோ ரெண்டு ரூவாயத் தாண்டீருச்சு.”

“சுருக்கமா சொல்லுப்பா...” சடாரென இடைமறித்த மாஸ்டரை கையமர்த்தினார் முதலாளி.

“அதுபோல ஒண்ணொண்ணும் நாளுக்கொரு வெல ஏறுதுங்க குடும்பங்குட்டி வச்சிருக்கவங்க ரெம்ப கஷ்டப்பட வேண்டிருக்குங்க. அதுனால இப்ப இருக்க சம்பளத்துலருந்து கொஞ்சம் கூட்டிப்போடணும்னு கேட்டுக்கறேன்.”

“ம்... அவ்வளவுதான்.”

தலையசைத்தான்.

மாஸ்டர் முதலாளியைப் பார்த்தார். கண் சமிக்ஞை பதிலாய் வந்தது.

“இதுபற்றி நானும், மொதலாளியவங்களும் ஏ.ஓ.வும் ஏற்கனவே பேசி இருக்கம். அதயேதான் இப்ப இந்தப் பையனும் கேட்டான். இதுக்கான பதிலை நம்ம முதலாளியவங்களே கூட்டக் கடசீல சொல்லுவார். அடுத்த கேள்வி. கேக்கறது சுருக்கமா கேளுங்க.”

பதிலுக்குப் பின் ராசு அமர்ந்தான். கூட்டத்தில் ஒரு மலர்ச்சி ஏற்பட்டது ராசுவின் பங்கு சளசளவென பேச்சை வளர்த்தது. சம்பளம் கூடுமா கூடாதா என்ற பிரச்சனையை விட உடனடி பதில் வந்தது தொழிலாளர்கள் அனைவருக்கும் ஒரு நம்பிக்கையைத் தந்தது. வேலப்பனோ சபைக் கூச்சமின்றி பேசிய ராசுவைப் பாராட்டினார்.

அடுத்த ஒரு பிட்டர் எழுந்தார்.

“டூல் பாக்ஸ் ஆளுக்கொண்ணு வேணும் சார். மொத்த டூல்சும் மெய்ன் பிட்டர் வச்சிருக்கதால ஒண்ணொண்ணுக்கும் அவரத் தேடிப்பிடிச்சு, வாங்கி வேல பாக்கறதுக்குள்ள லேட்டாயிருது. மேலும் முக்கியமான டூல்சுங்க சமயத்துல கெடைக்காம உள்ளதவச்சு வேலபாத்து மறுபடி ஃபால்ட் வந்தா, வெட்டியா நோட்டீஸ்வேற வாங்க வேண்டி இருக்கு. அதால சிப்ட்டுக்கு ஒரு டூல்பாக்ஸாவது வேணும்சார்.”

கண்ணை மூடிக்கொண்டு படபடவெனப் பேசினார். அது அரைகுறையாய் இருப்பவர்களை முழுமைப்படுத்தித் தாங்களும் பேச வேண்டுமென்ற உணர்வை வளர்த்தது,

"ஸ்டோர் ரூம்ல இருந்ததுன்னா ஆளுக்கொண்ணா எடுத்து குடுங்க மாஸ்டர். டூல்ஸ் இருந்தாத்தான வேல நடக்கும். அங்க இல்லேன்னாலும் புதுசாவே வாங்கி குடுங்க."

அடுத்து ஒரு ஸ்பின்னிங் சைடர் தனக்குப் பஞ்சுத் தூசு சேராததால் தன்னை பண்டலிங் பிரிவுக்கு மாற்றக் கேட்டார்.

உடனே மாறுதல்!

"சார். நான் ட்ராயிங்ல இருந்தவன் சார். ரீலிங்க்கு ஆள் பத்தலைன்னு மாத்தி விட்டாங்க, டிப்பாட்மெண்ட் மாறுனதால வேல செரமமா இருக்குங்க. குறிப்பிட்ட பாவு எடுத்து முடிக்க சிப்ட்டு நேரத்துக்கு மேல டயமாகுதுங்க... என்ன பழயபடி ட்ராயிங்குக்கே மாத்திவிடணும்."

"ஸ்பின்னிங்ல 15, 16வது மிசின் கட்றேங்க. எல்லாரையும் போல நாலுசைடு பாக்க சொல்றாங்கங்க. ஆனா அந்த மிசின்ல ரெண்டுசைடு பாக்கறதே மகா கஷ்டம்ங்க. எனக்கு வேற மிசின் மாத்தணும்ங்க. அந்த மிசினால ஏகப்பட்ட நோட்டீசு சஸ்பெண்டு வாங்கீருக்கேங்க."

"மொதலாளி... ரீலிங்கல இப்ப பாவு கூட்டிட்டதால, ஆக்சிடெண்ட் ஆனா கையோட, அவ்வளவு வேகமாக கட்டவரமாட்டேங்குதுங்க. சிப்ட் முடிஞ்சு வீட்டுக்குப் போக அஞ்சு, ஒருசமயம் ஆறுமணி கூட ஆயிருதுங்க. தயவுபண்ணி என்னய ஸ்பின்னிங்ல டாப்பரா போட்டீகன்னா நல்லது."

தொடர்ந்து அதேவரிசையில் டிபாட்மெண்டுகள் மாறுதல் வேண்டியும் வேலைப்பளு பற்றியும் அணை உடைந்த பெருவெள்ளமாய் மடமடவென கேள்விகள் பெருக்கெடுத்து வந்ததும் மாஸ்டரும் முதலாளியும் திணறிப் போனார்கள். இவர்களை நாம கேளுங்க கேளுங்க என்று உசுப்பி விட்டோம். இவ்வளவு ஆவேசம் எங்கே மறஞ்சிருந்தது? கட்டுமீறி போவதுகண்டு மாஸ்டரைத் தட்டி விட்டார் முதலாளி.

"கொஞ்சம் பொறுங்க. கொஞ்சம் பொறுங்க." என எழுத்த மாஸ்டர், "அன்பான தொழிலாளர்களே... இப்ப உங்க குறைகளைச் சொன்னீங்க. சந்தோசம் ஆனா. இதுல நிறைய பிரிவு மாறுதல்கள் அதுதான் டிபாட்மெண்ட் மாற்ற சொல்லி வருது அதுவும் குறைகள்தான். மறுக்கலை. ஆனா, அத இன்னிக்கே. இங்கயே அத்தனையும் ஒதுக்கிட முடியாது. ஆனாலும் தொழிலாளர்களின் விருப்பத்தைப் பூர்த்தி செய்வதற்காக நாளை காலைல டைம் ஆபீசில் வேணுங்கற நியாயமான மாறுதல்களை எழுதித்தந்தால் சிப்ட்வாரியாக பிரிக்க ஏற்பாடு செய்யப்படும்."

அவர் அமர்ந்ததும் ராசுவுக்கும் வேலப்பனுக்கும் ஏக மகிழ்ச்சியாய் இருந்தது. அடுத்து யார் என துழாவினர். ராசு வேலப்பனை இழுத்து ஏதோ கிசுகிசுக்க அவர் எழுந்தார்.

"மொதலாளி அவர்களுக்கும், மாஸ்டர் அவர்களுக்கும் வணக்கம் நம்ம மில்லுல வேலைபார்த்த பெருமாள்ங்கறவர் ரெண்டு மாசத்துக்கு முன்னால சஸ்பண்டு செய்யப்பட்டாருங்க. அவரும் நெறைய தடவ மாஸ்டர ஏ.ஓவப் பாக்க முயற்சி பண்ணியும் முடியலிங்க அவர, தயவுபண்ணி மறுபடியும் வேலக்கி சேத்துக்கணும்" பவ்வமாய்க் கேட்டார்.

முதலாளி மாஸ்டரை காக்காய் பார்ப்பது போல ஒருபக்கமாய் சாய்ந்து பார்த்தார். மாஸ்டர் கிளர்க்கைப் பார்த்தார்.

"எந்தப் பெருமாள்? கிளர்க்கின் கேள்வியில் எத்தனையோ பெருமாள்கள், இது யார் என்பது தொனித்தது.

"ஸ்பின்னிங்ல. அரியா மேஸ்திரி பெருமாள்சார்."

"ஓ தூங்குனதா ரிப்போர்ட் ஆனதா? அந்தாள மறு உத்தரவு குடுத்து நிறுத்தி இருக்கம் சார்."

மாஸ்டர் புரிந்துகொண்டதாய்த் தலையசைத்தபோது, முதலாளி மட்டும் "தூங்குனதா?" என முகஞ்சுளித்தார்,

"ஆமாங்க நைட் சிப்ட்ல தூங்கினப்ப நம்ம கிளர்க் ரவியே நேர்ல போய்ப் பிடிச்சிருக்கார் சார்."

"இல்லிங்க மொலாளி அவரு தூங்கல, சொவத்துல ஆயாசமா அப்படியே சாஞ்சிருந்தாரு. பின்னால இருந்து பாக்குறப்ப தூங்குன மாதிரி தெரிஞ்சிருக்கு."

"நோ நோ நான் பாக்குறபோது சரிஞ்சு இருந்தாரே!"

"அவ்வளவு நேரம் ஓடியாடி வேலபாத்தது உட்கார்ந்தாலே சாயச் சொல்லும் சார். அத, கிளர்க் சார் தூங்கியதா கணக்கு போட்டுட்டாரு. ஆனாலும் அதுக்கு மறு உத்தரவு குடுத்து இவ்வளவு நாள் நிறுத்தியாச்சுங்க. மொலாளி மறுபடி சேத்துக்க இந்த சமயத்துல உத்தரவு போடணும்."

பவ்யத்தோடு தெளிவாக விஷயத்தை உடைத்த பாங்கு கூட்டத்தை ஆகர்ஷித்தது. தெள்ளிய நீரோடையில் மணல் புலப்படும் அமைதியில் விசாரணையை உன்னிப்பாய் கவனித்துக் கொண்டிருந்தனர் தொழிலாளிகள்.

கைகேயியிடம் மாட்டிக்கொண்ட தசரதனாய் நிர்வாகம் முழித்தது. மாஸ்டருக்கோ ஏகக்கடுப்பு. போடுங்கடா தோப்புக் கரணம்னா எண்ணிக்கங்க சார்னு சொல்ற பயக சரிக்கிச்சரி பேசறானுகளே..!"

முதலாளியும் நிலையாய் உட்கார முடியாமல் மூலநோய் வசப்பட்டவராய் இப்படியும் அப்படியுமாய் நகர்ந்து நகர்ந்து அவதிப்பட்டார்.

"அது மட்டுமில்ல சார் அவரோட சேர்ந்து சாப்பிடப்போன எங்க ரெண்டுபேரையும் ஒரு வாரம் சஸ்பெண்ட் சொல்லி, ஒரு மாத்தைக்கிப் பெறகுதான் சார் எடுத்தாங்க. இதெல்லா நீங்க கேட்டுத்தரணும் சார்" அன்றைக்கு பாதிக்கப்பட்ட இருவரில் ஒருவனான அப்துலும் எழுந்து நின்றான்.

"பாவம் சார். புள்ளகுட்டிகார மனுசெ. நீங்க மனசுவச்சு அவர வேலக்கி எடுத்துக்கணும் சார்."

"என்னாப்பா பாவம் புண்ணியம்? ஆருக்குதே புள்ள குட்டி இல்ல... ஒனக்கே புள்ளகுட்டி இல்லியா...? நீங்கள்ளாம் அப்படித்தானா நடக்குறீக. என்னன்னாலும் பொறுப்புங்கறது இருக்கில்ல."

தனக்கு குல்லா போடும் மாஸ்டரைப் பார்த்த வேலப்பன், "உண்மதான் சார். எதுன்னாலும் ரெண்டு மாச தண்டனையே அதிகமில்லியா சார்?

அதற்கு பதில்சொல்ல முனைந்தபோது சடாரென ஆனந்தன் எழுந்தான்.

"போனவாரம் ஸ்பின்னிங்ல வேல பாக்குற சிவலிங்கத்துக்கு ரீசர்ஸ் போகும்போது சொல்லாம போய்ட்டார்னு சொல்லி மூணுநாள் சஸ்பெண்ட் பண்ணாங்க மொதலாளி. ஒருவாரமாகியும் இன்னமும் வேலக்கிக் கூப்புடல" என்றான்.

"ஆய்லர் பரமேஸ்வரன் சைடர்கிட்ட நிண்டு பேசுனார்னு நோட்டீஸ் குடுத்துருக்காங்க சார் நானும் ஒரு ஆய்லர்தான்சார். நாங்க சைடர்கிட்ட டேப், லெதர், அறுந்து போயிருக்கான்னு வெவரம் கேக்கவேண்டி வரும் சார். அதல்லாம் வேறமாதிரி எடுத்துக்கிட்டு, அதுக்கெல்லாம் நோட்டீஸ் அது இதுன்னா எப்படி சார்"ஆனந்தனை அடுத்து ஒரு நபர் கேட்க,

அதைத் தொடர்ந்து இன்னொரு ஆய்லர் நடராசன், "இதே மாதிரிதான் சார் போனவட்டம் என்னை சஸ்பெண்ட் பண்ணி சிப்ட் மாத்தினாங்க."

கடலலையின் ஆரவாரமாய்க் கோரிக்கைகளும் குறைகளும் அடுக்கடுக்காய் எழ, சாகர சங்கம நிகழ்வாய்க் கூடம் ஒலித்தது. மாஸ்டரும் முதலாளியும் தூண்டிலைப் பறி கொடுத்தவர்களாய் பிரமைபிடித்துப் போயிருந்தனர்.

நொடியில் நிலைமாறி இருவரும் ஆலோசித்தனர்.

பிறகு தட்தட்டென மேஜையைத் தட்டிய முதலாளி “ஸ்டாப்பிட்” என்றார் எடுபடவில்லை. மீண்டும் தட்டினார்.

முதலாளி ஏதோ சொல்லப் போகிறார் என உணர்ந்த வேலப்பன் “கொஞ்சம் பேச்ச நிறுத்துங்க, மொதலாளி பேசப் போறார்” என்று உரத்த குரலில் சொன்னதும் கப்பென சப்தம் அடங்கியது. இதைக்கூட மாஸ்டரால் ஜீரணிக்க முடியவில்லை. அவெஞ் சொன்னதும் அடங்குறானுகளே.

“கேக்கறதுன்னா யாராச்சும் ஒருத்தர் கேக்கணும் அதுதா மொறை ஆளாளுக்கு எழுந்தரிச்சா யாருக்கு பதில் சொல்றது” கேட்ட முதலாளியின் குரலில் ஆரம்பத்தில் இருந்த தோரணை மாறித் தெரிந்தது.

கேள்வி எழுப்பி நின்றிருந்த ஒவ்வொருவரையும் வேலப்பன் பார்க்க, அவரைத்தவிர அனைவரும் அமர்ந்து கொண்டனர் ஆய்லர் நடராசன் மட்டும் அமர தயங்கினான். அப்பு அவனது டவுசரைப் பிடித்திழுத்து உட்கார்த்தினான்.

“பெருமாள மறுபடியும் வேலக்கி எடுத்துக்கிடணும் மொதலாளி” மீண்டும் தனது கோரிக்கையை வலியுறுத்தினார்.

“ஓகே. இப்ப நானும் மாஸ்டரும் பேசினம் எல்லாரோட அபிப்ராயமும் ஒண்ணாத்தான் இருக்குது. ஆனாலும் ஒரு பொறுப்பில் இருக்கக்கூடிய நபர் தூங்குனார்னா... அத சாதாரணமாக அனுமதிக்கறது, அவருக்கு கீழவேல பாக்குறவங்களுக்கு, துளிர் விட்டுப்போகும்.”

“அதுக்குத்தான் ரெண்டு மாசம் தண்டனை அனுபவிச் சுட்டார்ல சார்.”

“ஓக்கே ஓக்கே.” “எந்த பதிலும் சொல்ல முடியாத இக்கட்டில் சிக்கித் தவித்தார், “இத ஒரு வார்னிங்கா வச்சுகிட்டும் நாளை காலைலருந்து அந்த ஆள வேலக்கி வரச்சொல்லிடலாம். என்னாங்க மாஸ்டர்!”

மாஸ்டர் தலையசைப்பு தேவை இல்லை என்பதுபோல படபடவென ஆயிரம்வாலா பட்டாசாய்க் கையொலி சரமாரியாய் எழுந்தது.

வேலப்பன் அமர்ந்ததும் ஆனந்தன் எழுந்தான்.

“ந்த... ஸ்பின்னிங்ல சிவலிங்கம் ரீசர்ஸ்” ஆரம்பித்ததும் சடாரென எழுந்த மாஸ்டர்,

“அட நீ ஒக்காரப்பா. எல்லாத்தையும் அப்டி அப்டியே விட்ற முடியுமா.” என சீனி வெடியாய்ப் படாரென வெடித்தார்.

ராசு எழுந்தான், "சார் சின்ன தப்புக்கெல்லாம்... அதிகமான தண்டன தர்றாங்க சார் மொதலாளியவக... கேட்டுத்தரணும்" என்றான்.

"எது பெருசு, எது சிறுசுன்னு எங்களுக்குத் தெரியும். நீங்க பாட்டுக்கு ஒங்க இஷ்டத்துக்கு சொல்லாம கொள்ளாம போயிருவீங்க. அதுக்கு நாங்களும் அனுமதிக்கணும்? இது என்னா... மில்லா? இல்ல, ஒங்கவீட்டு மாட்டுக் கொட்டகையா?"

"மிசின் நல்லா ஓடுற போதுதான சார் போக முடியுது. அந்த சமயம் ஆபீஸ்ல கிளர்க் இல்லாட்டி என்னசார் பண்றது?"

ஸ்பின்னிங் பிரிவு தொழிலாளி ஒருத்தன் எழுந்து பதில் சொல்ல,

"அப்ப... கிளர்க் இல்லேன்னா சொல்லாமலே போயிர்றதா? ஆத்தரம் அவசரம்பீங்க..... மேஸ்திரிகிட்ட சொல்லியாச்சும்பீங்க... அப்பிடித்தான? ரூல்ஸ்னு ஒண்ணு இருக்கு. ஆனா அதமட்டும் கீப்பப் பண்ணமாட்டீங்க இல்ல?

"அப்படிச் சொல்லல சார்..."

மேற்கொண்டு பேசவிடாமல் ராசுவைத் தடுத்தார் "ஸ்ஸ் இதப் பாரப்பா... உனக்குத் தேவையானத மட்டும் கேளு... வக்காலத்து பண்ற வேலயெல்லாம் வாணாம்" ஆணித்தரமாய் அடித்தார் மாஸ்டர்."

"என்னங்க சார் இதும் மில் சம்மந்தப்பட்ட விஷயந்தான சார்" அவர் கோடுபோட்ட விஷயத்தை நாசூக்காக ராசு சொருகியதும் முதலாளி எழுந்தார் பதில் சொல்லவந்த மாஸ்டரையும் அமர்த்தினார்.

சரி சரி டைம் ஆகுது. யாரையும் அனாதரவா விட்ற வேணாம். அதனால அந்தப் பையனயே நேர்ல வரவழைச்சு விசாரிச்சு முடிவு பண்ணுவம் என்னங்க மாஸ்டர்... ம். நீ ஒக்காரப்பா" என்றார்.

திருப்தியளிக்காத பதிலைக் கேட்டு நெளிந்த ராசு, வேலப்பனைப் பார்த்தான். அவராவது இதை விடாது முடிக்க வேண்டும் என எதிர்பார்ப்புடன் நோக்கினான் அவரோ உட்கார் என இழுத்துக்கொண்டார்.

தொழிலாளர்கள் அனைவருக்கும் திருவிழா சந்தோசம் கரை புரண்டது. இன்னும் கேட்க பலர் துடித்தனர்.

எழுந்து முன்னால் வந்த முதலாளி, "அன்புத் தொழிலாளர்களே இன்னைக்கு நடந்த கூட்டம் என்னை மிகவும் சந்தோசப் படுத்தியது. உங்க மனம்விட்டு குறைகளைச் சொன்னீங்க அடுத்து முதலாவதாக ஒரு கேள்வி வந்தது. அதாவது சம்பளப் பிரச்சனை பற்றியது. அதுபற்றி நாங்க ஏற்கனவே பேசி ஒரு முடிவு செஞ்சிருந்தம். நீங்களே கேட்காவிட்டாலும் இந்தக்

கூட்டத்திலேயே அறிவிக்கறதாக இருந்தம். நீங்களும் கேட்டுட்டீங்க அதாவது வருகிற ஒண்ணாம் தேதியிலிருந்து உங்க எல்லாருக்கும் சீனியாரிட்டி வித்தியாசம் இல்லாமல் மாசம் பதினஞ்சு ரூபாய் அதாவது தினப்படி சம்பளத்தில் ஐம்பது பைசா கூடுதல் உயர்வு செய்ய முடிவு பண்ணி இருக்கிறோம். இது உங்களுக்கு ரெம்பவும் சந்தோசம் தரும்னு நம்புறேன்."

கொஞ்சம் நிறுத்தி பார்வையால் ஒருமுறை கூட்டத்தை அளந்தார். "அதாவது அதாவதுன்னே கொடல் கிழிச்சுட்டானே" என்று பலர் குமைந்து கொண்டிருக்க மீண்டும் தொடர்ந்தார். அடுத்து உங்களுடைய குறைகளை இப்படிக் கூட்டத்தில் மட்டும் சொல்லணும்னு இல்ல. புகார்ப்பெட்டின்னு ஒண்ணு வைக்கப் போறம். அதையும் நீங்க பயன்படுத்திக் கொள்ளலாம். அவ்வளவுதான்"

மாஸ்டரும் ஒரு முடிவுரை சொல்ல கூட்டம் முடிந்தது.

படபடவென்ற கிளர்க்குகளின் கைதட்டலைத் தொடர்ந்து, தொழிலாளர்களும் கைதட்ட கூட்டம் கலைந்தது. தனது அறிவிப்பின்போது இத்தனை கைதட்டல் இல்லையே என்ற மனக்குறையுடன் வெளியேறினார் முதலாளி.

"முடிவா சொல்லு ராசண்ணே... என்ன செய்யலாம் பேசிப்பேசி அலுத்துப்போய்க் கேட்டான் அப்பத்தேவன்.

வழக்கமாய்க் கூடும் குளக்கரை மரத்தடியில் அனைவரும் அமர்ந்திருந்தனர் நேற்றைய மாதாந்தரக் கூட்டம் ஒரு சலனத்தை ஏற்படுத்தி இருந்தது.

மெல்லச் சிரித்த ராசு, "இதுல முடிவுபண்ண என்னாருக்கு அப்பு? நாம எப்பவும்போல நம்மவேலயத் தொடர்ந்து செய்யிறம் ஜெய்க்கிறவரைக்கிம்."

தீர்மானமாய்ப் பேசிய ராசுவை ஏறிட்ட வேலப்பன் மனதில் சந்தோஷம் மிகுந்தது. ஒரு வழியாய் தேறி வருகிறானே. "ஆமா... அப்புவுக்கு ஏன் இந்த சந்தேகம் வந்துச்சு? மாதாந்திரக் கூட்டம் மயக்கீருச்சா?"

"சேச்ச. அதெல்லா ஒண்ணுமில்ல. நம்ம தொழிலாளிங்கள பத்தித்தே பயமா இருக்கு ஏற்கனவே 'ஒனக்காகத் திங்கிறேன். வயித்துக்காக இல்லே'ங்கற மாதிரி அரகொறையா நின்னு பேசுனானுக இப்ப மேனேஜ்மெண்டு வேற ஒங்க கொறைய நாங்க பாத்துக்கறோம்ன்னுட்டாங்களா? இனி தேத்தி நம்ம வழிக்கு கொண்டுவரங்குள்ள பூண் கழண்டுபோகும்ல..."

"யேய்... எவெண்டாவெ, நீ ஒருத்தெம் போதும் போல... இருக்க ஆளுகளப் பூராம் அலறவக்கெ. எவென் வந்து ஒங்கிட்ட

அப்பிடிச் சொன்னது என்னத்த பெரிய... கொறைகளப் பூராம் ஏறக்கி வச்சுட்டாங்க... ஏளப்பாறுங்கன்னு...” திண்டு முண்டாய் பிடித்தான் சிவனாண்டி.

“அய்யோ செவனு அப்பிடி நாஞ் சொல்லலப்பா மத்தவங்களோட நெனப்பு அப்பிடி இருக்கேன்னு சொல்றேன் நம்மளுக்குத் தெரியாதா இது யார ஏமாத்தற வேலன்னு”

“ம். அப்பிடி நில்லு. அடுத்து நாம இன்னம் மொனப்போட ஆள்களத் தட்டிவிடுறம்.” முடிவாக்கிச் சொன்னான்.

“அட அது சரியப்பா நாம நாலு பேர்மட்டும் சொன்னா போதுமா என்னைக்கும் வராதவங்கள்லாம் வந்திருக்காங்கள்ல அவங்களையும் பேசவிடு.”

உள்ளோடித் திரியும் நீரலைகளையும் நீருக்குமேலே தலைநீட்டி கவக் கவக் என மூச்சுவாங்கிக் கொண்டிருக்கும் தவளைகளையும் பார்த்தபடி இருந்த ஆய்லர் நடராஜனும். அவனருகே கைகட்டி அமர்ந்திருந்த சிவலிங்கமும் ராசுவின் அறிமுகத்தில் சங்கோஜ பாவத்துடன் நெளிந்தனர்.

“இதுல நாங்க சொல்ல என்னா இருக்கு அன்னிக்கு நடந்த கூட்டமே ஒங்களாலதா நடந்ததுங்கறது பட்டவர்த்தனமா ஆகிப்போச்சு. மில்லு கக்கூஸ்குள்ள, வெளிய எங்குன நின்னாலும் இதுதே பேச்சா இருக்கு. இருந்தாலும் நாம என்ன விசயத்துக்கு ஒண்ணு சேக்குறமோ அதேத்தான் மொதலாளியவக வந்து ஒக்காந்துகிட்டு நம்ம வேலய கொறச்சுட்டாங்களேன்ற சங்கட்டந்தே.” சங்கடத்தோடு சங்கடமாய்ச் சொல்லி முடித்தான் ஆய்லர் நடராஜன்.

பதில் சொல்ல வாய்திறந்த ராசுவை, நாம் பேசிக்கிறேன். என்று அமர்த்திவிட்டு, “நடராசன் நல்ல கேள்வி போட்டார். இது அனேகம் பேருக்கு இருக்கக் கூடிய கேள்வி” என்றவர், “மொதல்ல ஒரு பாய்ண்ட் சொன்னீக பாருங்க நடராசு! அந்த கூட்டம் நடக்க காரணமே நாம் ஆரம்பிச்ச வேலதான்னு அத இன்னம் கொஞ்சம் கெட்டியா புடுச்சுக்கிடணும். ஏன்னா, அம்பது காசு சம்பளங் கூடுதல், வேணுங்கற டிபாட்மெண்ட் மாறுதல். இதெல்லா எப்பிடி வந்தது? நாம ஒண்ணு சேந்ததோட பலன்தான்னு உணரணும் உணர வக்கெணும். இது நமக்குக் கெடச்ச மொதல் வெற்றின்னும் புரிஞ்சுக்கணும்.”

“கரெக்ட் வேல்ணே. நாம என்னத்தியோ ஏப்ப சாப்பயா ஆரம்பிக்க இது இந்தப் போடு போடுதே எனக்குத் தலையும் புரியல காலும் புரியல.” உண்மையிலேயே ஆனந்தன் உற்சாக விளிம்பிலிருந்தான்.

“தப்பு ஆனந்தா... இத ஏப்ப சாப்பயானா காரியமாவா பாக்கறது? நம்ம பலம் நம்மளவிட எதிராளிக்குதான் அதிகம் தெரியும்.”

“அல்லாரும் நம்மளப்பத்தியே பேசிட்ருக்கமே,” என ஆரம்பித்த அப்பு, “இவ்வளவு சலுகையை தார நிர்வாகம், ஏதாச்சும் உள்ளர்த்தம் இல்லாமயா பண்ணுவாங்க.” என்றான்.

“அப்ப... எதோ ஒரு உள்நோக்கத்த வச்சித்தான் இவ்வளவும் செய்யிறாங்கன்றயா.”

“நெசந்தா சிவலிங்கம் அவங்க ஒரு ஆதாயம் கருதித்தான் நிலை எடுப்பாங்க. ஆக, நேத்துல இருந்துதான் நம்மோட நேருக்குநேர் மோத, களத்துல எறங்கி இருக்காங்க இனிமே நாம வக்கிற ஒவ்வொரு அடியும் சர்வ ஜாக்ரதையாகத்தான் இருக்கணும்.”

“இம்புட்டு எதுக்குண்ணே. சுருக்கமா, நம்மள ஓச்சுக் கட்டணும். அதுக்குத்தே ஒங்களக் காப்பாத்த நாங்க இருக்கம்ங்கறத இந்தமாதிரி மனுநீதி நாளு, டிபாட்மெண்ட் மாத்தல்னு பீத்திக்கிறானுக... இல்ல.”

“அத தொழிலாளிக நம்பீருவாங்கன்னு சொல்றியா?”

“நம்பறது வேற ஆனந்தா. உடனடி பலன் கைமேல கெடக்கிறப்ப யாருக்குமே ஒரு சஞ்சலமான போக்கு சிம்புவிடும்ல.”

“ம்ஹூம். எனக்கு அப்பிடிப் படல வேலண்ணே” என்று மறுத்தான் நடராஜன். “சம்பளங் கூடுறதுன்னா எதோ ரெண்டு மூணாவது கூடும்னு எல்லாரும் எதிர்பாத்தாங்க. ஆனா இது என்னமோ சின்னப்பிள்ளைக்கு முட்டாய் குடுத்தமாதிரில்ல செஞ் சிருக்காங்கன்னு பரவலா பேச்சு வருது!”

“கரெக்ட் இதுதான் நமக்கு சமயம். இந்த மாதிரியான கருத்து வாரப்ப இதயே ஊதிஊதி பெருசுபண்ண நாம ஒவ்வொருத்தரும் முயற்சி எடுத்துக்கறணும், டிப்பாட்மெண்டு மாத்தல் விசயம் என்னாச்சு? மூணாவது ஆளுக்கு நாளைக்கின்னுட்டாக ஆக, நம்மமேல நிர்வாகத்துக்கு ஒரு பயம் வந்துருச்சு ஏதோ கொசு மாதிரின்ன நெனப்பு கோயிந்தா போட்ருச்சு. நிச்சயமாக அந்தக் கூட்டத்த அவங்க என்னைக்கும் மறக்க மாட்டாங்க. ஆனாலும்.” என்று நிறுத்திய வேலப்பன், “இன்னொரு வகையிலயும் நாம ரெம்ப எச்சரிக்கையாஇருக்கணும்.”

“எது? வேல நொங்கெடுத்து போடுவாங்கன்னா.”

“அது இல்ல ராசு. கூட்டத்துல எந்திரிச்சுக் கேள்வி கேட்டாங்க பாரு அவங்கள் பூராமும் எதாச்சும் ஒரு வழில கழட்டி விடப் பாக்கலாம். ஏன்னா. அதுதே பெரியவாள்களோட ராஜதந்திரம். குடுக்கறமாதிரி குடுத்து அடிக்கிறமாதிரி அடிக்கிறது.”

அவர் சொல்லிமுடிச்சதும் அதை ஆமோதிக்கும் வண்ணம் ஒவ்வொருத்தர் மனசுக்குள்ளும் அது மறு ஒலிபரப்பாகிக் கொண்டிருந்தது. அந்த சிலவினாடிகளே நெஞ்சிலேறிய பாறாங்கல்லாய் கனத்தது.

"அதுதே எனக்கு அங்கனயே ஒரு சந்தேகம் தட்டுச்சு என்னாடா, ஒவ்வொருத்தரும் எந்திரிச்சு கேள்வி கேக்குறப்ப எல்லாம், மொதலாளி, 'பேர நோட் பண்ணிக்க, பேர நோட் பண்ணிக்கன்னு சொல்றாரேன்னும்."

"ம் அப்ப பின்னால இருக்குடா பெரட்டாசி மாசங்கிறீக" சிவலிங்கத்துக்கு பயம் ஏற்பட்டாலும் நாம எந்திரிச்சுக் கேக்கலியே என்ற ஆறுதல்,

"சேச்ச... இத முடிவா எடுத்துக்க வேணாம் ஒரு எச்சரிக்கதே அசால்ட்டா இருந்துறக்குடாதுல்ல." அவசரமாய் மறுத்தார் வேலப்பன்.

அப்போது "லேட்டாயிருச்சு எல்லாரும் மன்னிக்கணும்" என்றபடி பெருமாள் வந்தமர்ந்தான். "பெரியவக தப்பு செஞ்சா பெருமாள் செஞ்சமாதிரிம்பாக, பெருமாளே தப்பு செஞ்சா?"

"தப்புதே ராசு வீட்ல பையனுக்கு திடீர்னு வகுத்தால போயிருச்சு. ரெண்டு மாத்தர வாங்கித் தந்துட்டு வந்தேன்" என்று மீண்டும் வருத்தம் தெரிவிக்கும் பாணியில் பேசினார்.

"வேலக்கி சேந்தாச்சுல்ல."

"ம். ரெண்டு ரெண்டர மாசத்துக்கப்பறம் இன்னிக்கிதே வேலய தொட்டேன் வேலு. அப்றம் இன்னிக்கு ஓம் மேஸ்திரி கூட ஒன்னய விசாரிச்சான் ராசு!"

"ஆரு, தியாகராசனா?"

"ம்... ஏற்கனவே அவென் ஒரு மாதிரியாச்சா... பாத்து நாளாச்சப்பா வெவரம் தெரியாதுன்னுட்டேன். ஆனா... அவெம் பேச்சு. தினுசு எல்லாங் கொஞ்சம் மாறுனாப்ல தெரியுது ஆனந்தா. ஒருவேள நாள்கழிச்சு பாத்ததுனால எனக்கு மட்டும் அப்டித் தெரியுதோ என்னமோ?"

"ஆரு... அவனா, நீங்கவேற நாய்வால தப்பவச்சு நிமித்த முடியுமா. பெருமாள்ண்ணே காட்டிக் குடுக்கறதே அவென் பெறவிக்கொணமாப் போச்சு. எதுன்னாலும் தொழிலாளிகளத்தே இம்சப் படுத்துவானேயொழிய... ஏன்? நேத்து அந்த மாசக் கூட்டத்திலயே எத்தனபேர் எந்திரிச்சு பேச கூலி கேக்குறவெங்கூட கேள்வி கேட்டான். குருடெங்க பாக்குறான் ஊமைக பேசுறான்னா அதிசயம் அங்கதான நடந்துச்சு. அது நொள்ள இது நொள்ளன்னு நம்மள கொடயிறவென், அங்கன எந்திரிச்சுச் சொல்லலாம்.

மிசின்ட்ட எந்தனிபேர் வந்தாலும் சைடருக மேலயும் டாப்பருக மேலயுந்தே பாயிறது" அடக்கமாட்டாத ஆவேசம் வந்தவன்போலப் பேசினான் நடராஜன்,

"சரி சரி... இந்த நேரத்துல அந்த வெளங்காதபய பேச்ச பேசிக்கிட்டு. இப்ப என்னா முடிவு பண்ணுனீக..." பேச்சை நேர்படுத்தினார் பெருமாள்.

"முடிவூ நாம செஞ்ச வேலைக்குக் கெடச்ச பலன்தான். நேத்து நடந்த கூட்டமும் பெருமாளுக்குக் கெடச்ச வேலையும். இத, எல்லாமே கெடச்சிட்டமாதிரி பெரும பட்டுக்கிடவும் கூடாது. ஒண்ணுமில்லன்னு விழுந்துறவும் கிடையாது. இது நம்மோட மொதல் வெற்றின்னு எடுத்துக்கிட்டு இன்னமும் வேகமான முயற்சியோட வேலைகள்ல ஈடுபடணும்னு பேசிருக்கம்" வேலப்பன் மடமடவென எடுத்து வைத்தார்.

"சரித்தே ஆனா பொழுதூக்கும் இதுமாதிரி பேசிட்டே இருக்கறதவிட சல்லுன்னு காரியத்துல எறங்கணும். லேட் பண்ண லேட் பண்ண, நேத்து மனுநீதிநாள் போட்டு நம்மள அமுக்க நெனச்சவங்க, நாளக்கி இன்னமும் பலவழிகள்ல மடக்க பாக்கலாம்ல."

பெருமாள், வேலப்பனின் வாதங்கள் ராசுவுக்கு வியப்பை ஏற்படுத்தின. எப்படி இத்தனை நுணுக்கமாக பிரச்சனைகளை முன்கூட்டியே கணிக்கின்றனர். ஒருவேளை பழைய மில்லில் வேலைபார்த்த அனுபவம் கை கொடுக்கிறதோ?"

அதெல்லாஞ் சரித்தே பெருமாள்ண்ணே. எத்தன வழில மடக்குனாலும் அத்தனையும் ஓடப்போம். என்னா ஆனந்தா." ராசு உற்சாகமாய்க் குரல்விடுக்க, "பின்ன" என்று ஆனந்தன் அவனைத் தட்டிட ஒரே ஆரவாரம் செய்தனர்.

"சரி கெளம்புவம். பூதிபுரத்துக்கு வேற வாரேன்னு சொல்லிருந்தேன். ஆங்கனையும், சூரியையும் பாக்கணும்." சிவனாண்டி கிளம்பியதும் இதுவரை சம்மணம் போட்டும் குத்துக்கால் கட்டியும் அமர்ந்திருந்தவர்கள், கட்டுகளைத் தளர்த்தி சோம்பல் முறித்தனர்.

"அதாரப்பா... கரையில..." என்று அப்பத்தேவன் கரைப்பக்கமாய் பார்த்துக் குரலெழுப்பினான்.

எல்லோரது பார்வையும் ஒருசேரத் திரும்பியது கரைமேல். இரண்டு பேர் பொம்மை உருவங்களாய் நடந்துவந்து கொண்டிருந்தனர்.

"தெக்காம வாரது ஒங்க மாமா மாதிரி தெரியுது ராசு. வடக்க ஆரு இன்னும் கண்களைக் கூர்மைப்படுத்தி பார்த்த வேலப்பன், "யேய். அது தியாகராசெம் மாதிரில்ல தெரியுது" என்றார்.

சிவலிங்கம் "மேஸ்திரியா" என்று அலறிவிட்டான்,

"இவெ எதுக்கு இங்க வாரான்?"

"ஒருவேள மேனேஜ்மெண்ட் வேவுபாக்க அனுப்பிச்சு விட்ருக்குமோ."

வானம் நீலக் குடையாய்க் கவிழ்ந்து கிடக்க, கரைமேல் வரும் இருவரும் தூரத்துத் தோட்டத்தில் வளர்ந்திருந்த தென்னை மரங்களுக்கிணையான உயரமாய்த் தெரிந்தனர்.

"சேச்ச, அப்படி நெனைக்க வேணாம். நம்மளத் தேடி வாரார்னா நல்ல விசயம்னே நெனப்பம்" வேலப்பனின் சமாதானம் நடராஜனுக்குப் பிடிக்கவில்லை.

"இல்ல வேல்ணே. ஏதோ உறுத்தலாவே இருக்கு."

"உண்மதான் நடராசு, ஒருதரம் ராசுவோட அண்ணெ ரெண்டு தட்டு தட்டுனதுல இருந்து மாறி இருக்க மாதிரித் தெரியுது."

"என்னாது தியாகராசெ மாறி இருக்கானா நீங்களுமா நம்புறீங்க?"

"பொய்யில்ல சிவனு... அன்னைக்கி அடிபட்டதும் மாஸ்டர் கிட்டப்போயி என்ன செஞ்சார் தெரியுமா? இது மில்லுக்கு வெளில நடந்த விசயம், உள்ள நடந்திருந்தா, மேஸ்திரி அடிச்சிட்டான்னு வேலய விட்டே நிறுத்திடலாம். ஆனா இது வெளில நடந்திருக்கு வீணா ஊர்ப்பகைய சம்பாதிக்க முடியாதுன்னுட்டாராம்."

"அடப்பாவியா? இவனுக்கு வாயி எங்குட்டு போச்சாம்? ஏண்டா பாவி, அவென் என் வீட்ல புகுந்து மாடா களவாண்டான்... நாங் கண்டிக்க ஏலே திரியோதரா. ஓம் மில்ல ஓஞ்சொத்த பெருக்கதாண்டா அவனக் கண்டிச்சே அதுக்குத்தாண்டா அவென் என்னய அடிச்சுப் போட்டான்னு அறஞ்சு பேச வேண்டிதான" சிவனாண்டிக்கு ஆவேசம் இன்ன அளவு என்றில்லை. எத்தனை சாமர்த்தியம் மேனேஜ்மெண்டுக்கு.

"இதுலதா தொழிலாளிக்கும் முதலாளிக்கும் உள்ள வேறுபாட்டப் பாக்கணும்."

"அப்ப அன்னைலருந்து மேஸ்திரி நெலவரம் புரிஞ்சுகிட்டார்ங்கறீங்க" என்றபடி எழுந்தான் சிவனாண்டி.

"சரி சரி பேச்ச மாத்துங்க. ஆள் வந்துட்டான். ஒக்காரு சிவனு வர்றவர ஏன்னு விசாரிச்சுட்டு எழுந்திரிப்பம். வந்ததும் கெளம்புனா நல்லாருக்காது" ராசுவின் கிசுகிசுப்புக்குப் பிறகு கிட்டத்தில் வந்துவிட்ட தியாகராஜனையும் பட்டாளத்தாரையும் பொதுவாக வரவேற்றனர்.

"இந்தா மருமகனே ஓம் மேஸ்திரி பாக்கணும்னாரு கூட்டி வந்தே." பொறுப்பை மாற்றிவிட்டது போல பட்டாளத்தார் அவிழ்ந்த

வேஷ்டியை இறுக்கிக்கொண்டு புஸ்ஸென பெருமூச்சொன்றை வெளிவிட்டார்.

“திடீர்னு மேஸ்திரியண்ணே வந்தது ஆச்சிரியமாத்தே இருக்கே.” ராசு இரு பொருள்பட பேசி அமரவைத்தான்.

“இதுல என்னா ஆச்சிரியம் மருமவனே. ஆத்துத்தண்ணி கடல்ல சேர்றது சாதாரணந்தான.”

“திடீர்னு தெச மாறிருதுல்ல...”

“ஆராச்சும் புடிச்சு மாத்தாம அதா மாருறது நூத்துல, ஆயிரத்துல ஒண்ணுதான் செவனு.”

“மேஸ்திரி கைகுடுக்குறார்னா அது சாதாரணமில்ல பட்டாளத்தய்யா” என்று வேலப்பன் பூடகமான பேச்சுகளுக்கு முற்றுப்புள்ளி வைத்தார்.

“ஆமா... எங்கையிதே... ஒங்களுக்கு...” என்றவர், “ம் சிவலிங்கம்கூட வந்தருக்கயே.” என்றார்.

“ஹ்” என ஒரு மாதிரியாய்ச் சிரித்த சிவலிங்கம். “நானும் இன்னிக்கிதே வாரேன்.” என்றான்; சொல்லும்போதே எங்கே தானும் இதில் முக்கியஸ்தர்களில் ஒருவன் எனக் கணக்குப் போட்டு விடுவானோ என்ற பயம்.

“ம். இதெல்லா எப்பவோ நடந்துருக்க வேண்டியது. இப்ப வாச்சும் ஆரம்பிக்குதே ம். என்னருந்தாலும் மொதலாளி மொதலாளிதான். தொழிலாளி தொழிலாளிதான். ஆமாங்கய்யா அவகளுக்கு ஏதும் ஆகணும்னா நம்மகிட்ட மாமெ மச்சினெம் மாதிரி பழகுவாங்க. காரியம் ஆயிட்டா. ஆகாத பொண்டாட்டி கததே... ச்சு. அதெல்லா போகட்டும். இந்த புதுசா சேந்த ஆளுகளப் பாருங்க நாயிலயுங்கேடா வேல பாக்குறானுக. இதெல்லாம் பாத்தா மனசே பொறுக்க மாட்டேங்குது. யோசிச்சுப் பாக்குறப்ப எம்புட்டு பாவம் பண்ணீருக்கேன்.”

“ஏம் மேஸ்திரி சொன்னா கோச்சுக்க மாட்டீங்களே. புது ஆளுகள சொல்லறீகளே ஓங்க நெலம கொடிகட்டி பறக்குதோ?” பட்டாளம் இடையில் புகுந்தார்.

“எங்களுக்காச்சும் ஏதோ அம்பது காசு கூட்டிருக்காங்களே.” சிவலிங்கம் மெதுவாக குரல்விடுத்தான்.

அப்பிடி வேற காலர தூக்கிவிடாத சிவலிங்கோம். அம்பது காசு கூட்டுனதுக்கு அம்பதுருவா வேலைய புடுங்கப்போறாங்க. நாளைலருந்து ஸ்பின்னிங், சிம்ளக்லருந்து எல்லாப் பக்கமும் வேஸ்ட் பஞ்சு, புளோயர் பஞ்சு எடைபோடப் போறாங்க. இவ்வளவு தான் எடுக்கணும்னு சட்டம் வரப்போகுது. எச்சாமச்சா வந்துச்சு நடக்கறதே வேற.”

“நீங்கவேற பயமுறுத்தாதிங்க மேஸ்திரிண்ணேய், ஏற்கனவே சிவலிங்கம் அரண்டுபோயி நிக்கிறான். அலறி ஓடியே போயிறப் போறாப்பல” வேலப்பன் கேலி செய்ததும், நடராஜன் அவன் முகத்தில் இடிக்க, நாணிக்கொண்டு ‘அப்படியெல்லா இல்ல என்றான்.

“சரீ பொழுது மசங்கீருச்சு. செவனாண்டி வேற பூதிப்புரம் போகணும்னான் கௌம்புவம்,

அனைவரும் எழுந்து நடந்தனர்.

“அப்ப மேஸ்திரியும் அம்மளுக்கு சாதகந்தான” முன்னால் வந்த பெருமாள் சந்தேகமாய்க் கேட்க.

“நிச்சயமா! அதுக்குத்தான நானே தேடிவந்திருக்கேன் ஆனா நா வெளிப்படையா வரமுடியாது. உள்வேல தாம் பாக்க முடியும். புரியும்னு நெனைக்கிறேன்.”

அப்படி வெளிப்படையாய் அவர் கூறியது அனைவருக்கும் திருப்தி தந்தது. ஆனந்தனுக்கோ மில்லே தம்பக்கம் சாய்ந்து விட்டதாய் நினைப்பு. மேஸ்திரியோடு அனைவரும் இழைந்தபடி நடந்தனர்.

ஏ.ஓவின் போக்கு கிளர்க் ரவிக்கு அச்சமாயும், விசித்திரமாயும் கூட இருந்தது. திடீர் திடீரென்று அவருக்கு இப்படி நேருவதுண்டு ஆபிசில் இருக்கும் கிளர்க்குகள் முதல் ஆபீஸ் பையன்வரை கடித்துத் தின்று விடுவார்.

ஊர்க்காரர்கள் வந்து நிர்வாகத்தோடு பேச்சுவார்த்தை நடத்திச்சென்ற நாளிலிருந்து இந்த ‘விசித்திரப்’ போக்கு தொடங்கியதாக ஞாபகம். அதன் பிறகு இரண்டொரு முறை அது வந்தபோது, தான் வேறு சிப்டில் இருந்தமையால் தப்பித்தாயிற்று. இன்று யார்முகத்தில் முழித்த நேரமோ, தான் மட்டும் தனியாக மாட்டிக்கொண்டேனே என்று வெலவெலத்தார்.

ஸ்கூட்டரை ஸ்பின்னிங் டிபாட்மெண்ட் சுவர் நிழலில் நிறுத்திவிட்டு (கார் ஷெட் இல்லாமலில்லை) விடு விடு என உள்ளேவந்த ஏ.ஓ. டைம் ஆபிசின் கண்ணாடிக் கதவுகளைக்கூட ஒரு வேகத்துடன் தள்ளிக்கொண்டுதான் நுழைந்தார். கணக்கு டேலி ஆகாமல் கால்குலேட்டரைக் கொண்டிருந்த ரவி நிசப்தமான அறைக்கதவு இவரது பிரவேசத்தால் மெசின்களின் கர்ணகடூரமான இரைச்சலுக்கும் வழிவிட வேண்டியதாயிற்று – ‘குட்மார்னிங் சார்’ – அந்த மரியாதையைக் கூட கவனியாமல் பிரதான ஆசனத்தில் சத்தென அமர்ந்து மேலும்கீழுமாய் மூச்சிரைத்தபொழுதே, நிலையை யூகித்துக்கொண்டார். ‘எங்கேயோ மனுசன் சாத்து வாங்கீருக்கார்’.

ஜெனரல் ஆபிசாய் இருந்தாலும் பரவாயில்லை. டைப்பிஸ்டுகள், கேஷியர், சக கிளர்க்குகள் என்று ஒரு பத்துப்பேர் மத்தியில் தானும் ஒருவனாக இருந்து கொள்ளலாம். ஆனால் இங்கோ தன்னைத்தவிர இன்னுமொரு கிளர்க் இருப்பார். அவரை பெரும்பாலும் ஜெனரல் ஆபிசுக்கே வரச் சொல்லிவிடுவார்கள். அவ்வப்போது மாஸ்டர் மட்டும் டிபாட்மெண்டுகளைச் சுற்றிப் பார்த்துவிட்டு வரும்போது இளைப்பாறிச் செல்வார். அப்படி யாராவது ஒரு ஆள் இருந்தாலும் இந்த நேரத்துக்குத் தேவலையே என்று தோணியது.

இறுகிப்போன முகத்துடன் டேபிளிலிருந்த பேரேடுகளை ஒவ்வொன்றாய் புரட்டிக் கொண்டிருந்தார்.

இந்த நேரம் சிறுதும்மல் வந்தாலும் அவ்வளவுதான், துணி பிழிவதுபோல பிழிந்திடுவார். அந்தப் பதட்டத்திலேயே கணக்கு மேலும் மேலும் தவறுதலாயிற்று. டேபிள் ஃபேனின் விசிறலையும் மீறி நெற்றியிலும், கழுத்திலும் வியர்வை முத்துக்கள் விளைந்தன.

"ரவி."

"சா சார்."

"நேத்திக்கி ப்ரொடக்ஷன் எத்தினி பேல்?"

"ச்சே நெனச்சா மில்லுக்கு வர்றது. வந்தா அது எவ்வளவு இது எவ்வளவுன்னு போட்டு உயிர வாங்கீட்றது... ஒண்ணொண்ணையும் எடுத்துக்காமிக்க வேலை என்னா கொஞ் சமாவா தர்றானுக.....அட்டண்டெண்ஸ் கூட மூணு நோட்ல ஏத்தணும். விதியை நொந்தபடி எழுந்து அவரது மேசையிலிருந்த நோட்டுக் குவியலுக்குள் ஒரு நோட்டை உருவி புரட்டிய ரவி,

"நாற்பத்தி எட்டு பேல் சார்" என்றார்.

"வாட்? ஃபார்ட்டி எய்ட்டா..? மீதி..?

ம்... எங்க வீட்டுக்குக் கொண்டு போய்ட்டேன், என்று சொல்ல வேணும் போலிருந்தது. இருக்கறததான சொல்ல முடியும்.

"நேத்திக்கி புரொடக்ஷன் அவ்வளவுதான் சார்."

"என்னய்யா பேச்சு பேசுற ... ஒருநாள் புரொடக்ஷன் நாற்பத்திஎட்டு பேல்தானா. எத்தன காலமா இங்க வேல பாக்குற. ஆவரேஜ் புரொடக்ஷன் எவ்வளோ?"

நடுக்கம் பிறந்துவிட்டது ரவிக்கு "கோணும், ரீலிங் சிப்பமும் சேந்து ஃபிப்டி எய்ட் டூ சிக்ஸ்ட்டி டூ சார்."

"பின்ன நேத்திக்கி ஏன் இவ்வளவு கொறச்சல்..?"

"நேத்து லேபர் சரியா வரல சார்."

“ஏன்... என்னாச்சு அவனுகளுக்கு? பாதயாத்திரை போய்ட்டானுகளா?”

விஷயம் தெரியாமல் தான் பேசுகிறாரா. அல்லது தன்னை ஏதாவது பொறியில் மாட்டிவிட தருணம் பார்க்கிறாரா. “நம்ம மில்லுல வேலபாத்த ஒரு லேபர் நேத்திக்கி ஜான்டீஸ் வந்து எறந்துட்டான் சார்.”

“அதுக்கு?” கேட்கும்போதே, இதுவிபரம் தெரியும் என்பது தொக்கி நிற்க, ஏதோ ஒரு நோக்கத்தோடே தன்னைக் கிண்டுகிறார் என பயந்தான் ரவி. தனியார் நிறுவனத்தில் வேலைக்கிருந்தாலே இந்த நிலவரம்தான். கவர்ன்மென்ட் வேலை என்றால் நாம்பாட்டிற்கு யூனியனிடம் பிரச்சனையை ஒப்பித்துவிடலாம்.

“என்னய்யா.”

“அந்தக் காரியத்துக்கு டே சிப்ட்ல நிறையப் பேர் போயிட்டாங்க.”

“போயிட்டாங்களா? யார்யா லீவு குடுத்தது? நீங்கள்ளாம் வேலதேம் பாக்குறீகளா. வேறெதும் பண்றீகளா?” ஏ.ஓவின் குரல் உயர்ந்துகொண்டே போனது.

“நாங்க யாரும் லீவு தரல சார். ஆப்சண்ட்தான்.”

“ஆப்சண்டா.” ஒரு கணம் அதிர்ந்தவர், “மொத்தமாவா” எங்கோ உதைத்தது ஏ.ஓவுக்கு. நிமிர்ந்து உட்கார்ந்தார். “மொதல்ல வந்து லீவு கேட்டது யாரு..?”

யோசிப்பதாய் முகட்டில் பல்லியைப் பார்த்தார் ரவி. “நெறைய வந்து லீவு கேட்டாங்க மிசின, ஓட்ட ஆளில்லைன்னு சொல்லி இல்லேன்னுட்டேன் சார். ஆனா மொதல்ல வந்தது. ஆருன்னு சரியா ஞாபகமில்ல சார்.”

“இதெல்லா ஞாபகமிருக்காது... சம்பளம் மட்டும் அஞ்சுபைசா கொறஞ்சா ஞாபகம் வந்துரும்.” என்று பிராண்டியவர், “எத்தினி பேர் ஆப்சண்ட்னாச்சும் ஞாபகம் இருக்கா” என்றார்.

அவசரமாய் மஸ்டர் ரோலை புரட்டிய ரவி, “இந்தா லிஸ்ட் தர்றேன் சார்” என்றார்.

“லிஸ்ட் எதுக்குயா லிஸ்ட்... நாக்கு வழிக்கவா? ஆரம்பத்திலயே தடுக்காம லிஸ்ட் தர்றியாக்கும்.”

ஆரம்பத்திலேயே தடுப்பது எப்படி என்று புரியவில்லை. இதென்ன ஆற்று வெள்ளமா அணைபோட்டு தடுக்க, வந்து கேட்டார்கள் இல்லை என்றதும் போடா மயிரே என்று போய் விட்டார்கள். ஹும்... ஒருவகையில் லேபர்கள் தம்மைவிட ஒருபடி மேலேதான் இருக்கிறார்கள் சமயத்தில் நிர்வாகத்தையே கூட அவர்களால் மீறிவிட முடிகிறது. அதுதானே இழவு வீட்டிற்கு

மூன்று சிப்ட் ஆட்களும் ஒட்டு மொத்தமாய்ப் போய் ஆஜராகி இருக்கிறார்கள். அதோடு தலைக்கு மூன்றுரூபாய் வசூலித்து இறந்தவனது குடும்பத்துக்கு உதவிசெய்யப் போகிறார்களாம். நிர்வாகத்திடம் போய் அந்த வீட்டுக்கு நஷ்டஈடு கேட்பார்கள் போலவும் தெரிகிறது. ஆனால் இந்த நிர்வாகத்தின் வாசலிலேயே நிற்கும் தன்போன்ற ஆபீஸ் ஸ்டாப்புகளால்தான் எதையும் பேசக்கூட முடிவதில்லை.

ஆனாலும் கொஞ்ச காலமாகத்தான் இந்தப் போக்கு தலைநீட்டி இருக்கிறது. முன்னெல்லாம் தன்போன்ற கிளர்க்குகளிடமே பேச பயப்படுகிறவர்கள், இப்போது வாதாடவே ஆரம்பித்து விட்டனர். ஹும் எப்படிப் பார்த்தாலும் மேனேஜ்மெண்ட்டிடம் வாங்குற பேச்சு போதாதென்று இப்போது இவர்களிடமும் வாங்கிக் கட்டிக்கொள்ள வேண்டியது தன் போன்றவர்கள் தலையெழுத்தே என ரொம்பவும் நொந்துகொண்டார்.

“என்னய்யா கம்முன்னு இருக்க? இதுக்கு என்ன ஆக்ஷன் எடுக்கறீக.”

“மாஸ்டர் கிட்ட கேட்டதுக்கு, மொத்தமா போனதால உற்பத்தி பாதிப்புனு சொல்லி ஷோகாஸ் குடுக்கச் சொன்னார் சார்.”

“அது மட்டுமில்ல, இனிமேல் இன்னைலருந்து ஒருநாள் ஆப்சன்ட் ஆனாலும் கேட் சீட் தந்து வெளிய நிப்பாட்டுவம்னு நோட்டீஸ் போர்டுல எழுதிப் போடுங்க. அப்பத்தான் அவனுகளுக்கு புத்தி வரும்.”

“ஏற்கனவே ரெண்டுநாள் ஆப்சன்டுக்கு சஸ்பென்ட் நோட்டீசே தர்றம் சார்.”

ரவி சொல்லிமுடிக்கும் முன்பே அதிரடித் தாக்குதலாய், “தெரியும்யா சொன்னத செய்யிங்க” என்றவர். கொஞ்சம் இடைவெளிவிட்டு... ஆமா, நேத்து ராசு வேலக்கி வந்தானா? என்றார்.

அவருடைய வேகத்திற்கு ஏற்றார்போல மடமடவென மாஸ்டர் ரோலை புரட்டினார். “இல்ல சார்.”

“தெரியும்யா அப்பவே நெனச்சேன் எல்லா ஏற்பாடும். இவெந்தான் செஞ்சிருக்கணும், பெரிய லீடர்னு நெனப்பு, துக்கம் விசாரிக்க, துண்டேத்தி வசூலிக்க, ஒரு நாலுபேர சேத்துக்கிட்டு தலைகால் தெரியாம குதிக்கிறான். வார தலவலி பூராம் அவனாலதான். காலங்காத்தால மொதலாளிகூட புகார் பண்றாரு.”

காலையில் முதலாளி போனில் அழைத்தபோது ‘ரொம்ப நாளா மில்பக்கம் வரக் காணோம்’ என்று ஏ.ஓ. கரிசனமாய் விசாரிக்க, அதுதான் சமயமென்று நாசுக்காய்ப் பிடித்தார் முதலாளி.

"இனிமேல், நான் அவசியம் வந்துதான் ஆகணும் போலிருக்கு அந்த கரச்சல் கோஷ்டி தீவிரமா ஈடுபடுறதாகக் கேள்வி. அதுக்கு நீங்க இன்னமும் ஆக்ஷன் எடுக்கறீங்க! உங்கள கடிஞ்சு பேசவும் முடியல ஒப்பனா சொல்லணும்னா நிர்வாகத்தில் நீங்க கேர்லெஸா இருக்கமாதிரிப் படுது. ஓங்களால டீல் பண்ணமுடியுமான்னு பாருங்க. முடியலேன்னா சொல்லிடுங்க" டக் என்று மறுபேச்சின்றி ரிசீவரை வைத்துவிட்டார். கன்னத்தில் அறைந்திருந்தால் கூட தேவலை.

இவனானால் சிப்டையே இடம்பெயர்த்து இழவு வீட்டுக்குக் கூட்டிப் போயிருக்கிறான் ஏதாவது பண்ண வேண்டும்.நாளுக்குநாள் பிரச்சனையை அதிகமாக்கிக் கொண்டே வருகிறானே... அவன் வளர தானும்கூட ஒரு காரணமாக இருந்துவிட்டோமோ? இருக்கலாம். யாரோ ஒருத்தன் சிம்ப்ளக்சில் காலை ஒடித்துக் கொண்டதற்கு இவனை வைத்து, பணம் கொடுத்திருக்கக் கூடாது. இவன்வந்து கேட்கும்போது மறுத்து, முன்னோ பின்னோ தந்திருக்க வேண்டும். ஹூம் நாம் ஒரு கணக்கில் தர, அது இவனால்தான் காரியமாயிற்று என்று விழுந்து விட்டது.

என்ன செய்யலாம் ராசுவை... மூளையை சொடுக்கி விட்டுக் கொண்டிருந்தபோது "ரவி ரிப்போர்ட் நோட்ட எடுங்க" ஒரு ஐடியா தோன்றியது.

திடீரென்று வாங்க போங்க என்ற மரியாதை ரவிக்கு, தான் ஒரு கண்டத்திலிருந்து தப்பிவிட்டோம் எனத் தெரிந்தது. யோசித்துப் பார்த்தால் வேசிப் பிழைப்பைவிட கேவலமாய்ப் போய்விட்டதாகத் தெரியும். ஒருமையில் கூப்பிடுவதும் திடீரென பன்மையைப் பயன்படுத்துவதும்...

கணக்கு முடிக்க வேண்டிய அவசரம் ஒருபுறம் விரட்ட, இந்த மனுசன் வேற சிப்ட் முடிகிற நேரத்தில் குரங்காய்த் தலைமேல் ஏறிக்கொண்டு; விதியே எனக் கேட்டதைத் தந்துவிட்டு தனது இருக்கைக்கு வந்தார்.

கொஞ்ச நேரம் தான் "ஏன் ரவி வேற புக்கு இருக்கா?"

"பழசு எல்லாம் ஜெனரல் ஆபிசுல இருக்கு சார்" மீண்டும் தலையை லெட்ஜருக்குள் திணித்துக் கொண்டார்.

"ம்" என்ற ஏ.ஓவின் பதிலில் நிலை கொள்ளாது தவிக்கும் ஈனப்போகிற பூனையின் தவிப்பு தெரிந்தது. "சார்... பாட்டிக்குலரா யாரையாச்சும் பாக்குறீங்களா?"

"ம்... யார பாக்க, இந்த ஸ்பின்னிங்ல ராசுவ பாக்க முடியுமா?"

ரெண்டும் ரெண்டும் நாலு என்ற விடை புரிந்துபோனது ரவிக்கு

"அவென் ஒரு சின்ஸியர் ஓர்க்கர் சார்! எதிர்பார்க்கற ரிப்போர்ட் இருக்காதுன்னு நெனைக்கிறேன்."

"ராஸ்க்கல்" பற்களை நறநறத்தார். ரெம்பவும் முன் ஜாக்ரதையா இருக்கற நெனப்போ.

அந்த நேரம் கதவைத் திறந்து கொண்டு உள்ளே நுழைந்தார் மேஸ்திரி தியாகராஜன்,

ஏ.ஓக்கு குட்மார்னிங் சொல்லிவிட்டு கிளர்க்கிடம் நூல் எடைச்சிட்டைக் கேட்டார்.

திடீரென ஏ.ஓக்கு அந்த யோசனை உதித்தது.

"தியாகராஜன்..." கனிவாய் அழைத்தார்.

"சார்..." கையில் பிடித்த சிட்டையுடன் எதிரே வந்தார்.

"ம். சிப்ட்டுக்கு ஆள் சரியாயிருக்கா..?"

"போறாது சார்... டாப்பர்களையும், புது பையங்களையும் வச்சு சைடு ஓட்றேன் சார். அதனால டாப்பர் கொறச்சலா இருக்காங்க. அடுத்து புதுசா எடுக்கற ஆளுகளக் கொஞ்சம் அதிகமா ஸ்பின்னிங் பக்கம் தள்ளி விடணும்" தண்ணீர் குடிப்பது போல மடமடவென ஒப்பித்தார்.

அவ்வளவுதான் தணித்து வைத்திருந்த ஆங்காரம் கொப்பளித்தது ச்சே... எல்லாப் பயகளுக்கும் குளிர்விட்டுப் போச்சு.

"சொல்றத நல்லா புரிஞ்சுகிட்டு பதில் சொல்லுங்கய்யா. இன்னிய சிப்ட்டுக்கு ஆள் நிக்காம வந்துருக்காகளான்னு கேட்டா, ஒடனே என்மேல குற்றப் பத்திரிகையே வாசிக்கிறயே ஒங்களப்போல மேஸ்திரிகளுக்கெல்லாம் இதே வேலயாவே போச்சு. எத்தன பேர் குடுத்தாலும் ஆள் பத்தல பத்தலன்னு அலர்றது."

கனிவாய் அழைத்து கனலாய் மாறிய ஏ.ஓ.வின் போக்கு தியாகராஜனை திடுக்குறச் செய்தது.

"எல்லாரும் சரியா வந்திருக்காங்க சார்."

"நேத்து... நீங்க வந்தீங்களா."

"ஆமா சார்."

"ராசு என்ன செய்றான்,"

திடுமென ராசு பேர்வரக் காரணம் என்ன என்பது புரியாமல் விழித்த தியாகராசன், "சைடு பாக்கறான் சார்" என்றார்.

"ச். நான் அதக் கேக்கல... ஒரு தரம் ஒங்கள அடிச்சானே. இப்ப எப்பிடி இருக்கான்கிறேன்!" எரிச்சல் அறைபூராவும் பரவியது.

"இப்பவெல்லாம் ஒண்ணுமில்ல சார்."

"வேற எதும் மீறிப் பாய்றானா? அப்படி எதும் இருந்தா டக்குன்னு சொல்லுங்க. ஒரு மேஸ்திரிக்கி அடங்கித்தான் லேபர்கள் இருக்கணும்."

கரிசனம் ரெம்ப பலமாயிருக்கவே. அசந்து போனார், எந்த குழி பறிக்கவோ என்ற எண்ணமும் உடன் எழுந்தது.

"இப்ப திருந்திட்ட மாதிரி தெரியுது சார் அப்படி ஏதும்னா உடனே வந்திடுறேன் சார்."

"ஓகே ஓகே போங்க. போய் வேலயப்பாருங்க."

இரண்டு கைகளாலும் காதுகளைப் பொத்திக்கொண்டு கூச்சலிட்டார். பக்கத்திலிருந்த கறுப்பு நிற டெலிபோனின் அலறல் காதிலிருந்த கைகளை விடுவித்தது.

10

ராசுவைப் பார்த்ததும் குழிக்கு முப்பதுகளம் நெல்லளந்த சம்சாரியைப் போல துள்ளிக் குதித்தாள் நாகு. பருத்திக்கு களை வெட்டிக் கொண்டிருந்தவள் ஒருநிறை முடித்துவிட்டு, தண்ணீர் குடித்து கொண்டை உதறி, முடிச்சு போடும்போது கட்டாப்பை ஒட்டி தென்னை மரத்தோரமாய் நின்றிருந்தவன் கண்ணில் பட்டான்.

ஓட்டமாய் ஓடினால் களை எடுப்பவர்கள் பார்த்துவிடலாம், அனாவசியக் கேள்விகள் பிறக்கும். பேசிப்பேசியே அழவச்சுப் போடுவார்கள். அதிலும் அந்த ரெங்கு கெழவி இருக்கே. அதை நினைத்தே ஓட்டத்திலும் சேர்த்தியில்லாமல் நடையிலும் சேர்த்தியில்லாமல் தாவி வந்தாள். அவனை இருகக் கட்டிக்கொள்ளாத குறைதான். அத்தனை நெருக்கமாய் நின்றாள்.

"நா... கூ...."ராசுவின் அழைப்பில் தாகம் இருந்தது.

அத்தனை பரபரப்பையும் ஒரு நொடியில் அடக்கி தரையை பார்த்தாள்.

"கோவமா?" கவிழ்ந்த முகத்தை உடலைக் குறுக்கி ஏறிட்டான்.

வெடுக்கென பார்வையைத் திருப்பி, இமைகள் சிறகடிக்க, எதையோ சமாளிப்பவள் போல திரும்பிக் கொண்டாள்.

ராசுவுக்கு ஏமாற்றமாய்ப் போனது. "ஏய்... என்ன கலாட்டா" என்று தன்பக்கம் திரும்பியவன், "என்னதூ." திடுக்கிட்டான்.

மொட்டு மொட்டென திரண்டு விழுந்த விழிநீரை அவசரமாய்த் துடைத்தவள், "ஒண்ணுமில்ல" என்றாள்.

"கோவம்னா நாலு வார்த்த வஞ்சிரும்மா. இந்த மாதிரி கோணங்கித் தனமெல்லாங் கூடாது."

"வையிற அளவுக்கு நா என்னா."

"ஸ்ஸ்... விடும்மா."

"விஷயமென்னா..?"

"ம்... பாத்துப் பத்து பதினஞ்சு நாள்தான ஆகுது... அதுக்குள்ள விஷயம் வந்துருமா" குத்தல் பழைய நிலைக்கு வந்து விட்டாளென அறிவிக்க, மரத்தில் சாய்ந்து கொண்டான்.

"நடக்கிற வேலதான் தெரியும். முக்கியமான கட்டத்துல இருக்கறதால வேற சிந்தன வரல நாகு. என்ன செய்ய" அவனின் அந்தப் பரிதாபகரமான பேச்சு அவளது நெஞ்சை வருடிவிட்டது.

“ஊடுமாடா... வீட்டுப் பக்கமாச்சும் வந்து மொகம் காமிச்சு போசுலாம்ல?”

“தப்பு தான் மன்னிச்சுக்க. உக்கி போடட்டா.” காதைப் பிடித்துக் கொண்டு தயாரானதும் குபீரெனச் சிரித்து விட்டாள்.

சரசரவென ஓடிவந்த கரட்டான் ஒன்று, கட்டாப்பில் புகுந்து கவருமுள்ளில் ஏறி நின்றது. தன் முட்டைக்கண் பளபளக்க இருவரையும் பார்த்தது.

பயிர்ப்பக்கம் பார்வையை விட்ட ராசு, கொண்டிபோல முதுகு வளைந்து சுளை எடுக்கும் பெண்களும், அவர்கள்மேல் குதிரைஎறி விளையாடும் வெயிலையும் கண்டான்.

“மொதக் களையா?”

“ஆமா... அதான் செடியகிடிய வழிச்சிருவாகன்னு ஊடுமாடா வந்தேன்.”

மேலே என்ன பேசுவதென வார்த்தை தேடியபோது ராசு வந்த விபரத்தைக் கூறினான். பட்டாளத்து மாமாவும் நானும் மலைக்கி வந்தம்... வெறகுக்கு இல்ல. இந்த சக்கோடம் பட்டிக்காரெ அடிவாரத்துல நாண்டுகிட்டான்ல.”

“எங்க? குறிஞ்சி வாகக் குள்ளன்னாகளே. அதா நாள்ச் சென்டுதே பாத்தாகளாமே.”

“ஆமா ஒரு வாரத்துக்குப் பிற்பாடுதான் பாத்திருக்காக. நல்ல மறவாச்சா... ஆருகண்லயும் படல, இப்ப போய்ப்பாத்தா. அந்த எடமே அப்பிடீ ஊனா வடியுது நாத்தந்தாங்கல. காக்காயில் இருந்து பருந்து வரைக்கும் வட்டம் போடுதுவ. பாரஸ்ட்டுகாரவுகள கூட்டி காமிச்சிட்டு வந்தம்.”

அவன் சொல்லும்போதே குமட்டலும் பயமும் உண்டானது.

“பெறகு சீமெண்ணைய ஊத்தி எரிச்சிட்டு, ஆத்துல முங்கிட்டு வர்றம். மாமா ஏதோ பச்செல புடுங்கணும்னு இங்கிட்டு போனாரு. இன்னங் காணாம்.”

பேச்சோடு மாமாவைக் கண்களால் சுற்றிலும் தேடியவனின் முகத்தை ஆவெனப் பார்த்துக் கொண்டிருந்தாள். மனசு நிறைந்த மாதிரி இருந்தது.

தென்னை மரச் சோகைகள் வெண்சாமரமாய் வீச, கிணத்து மேட்டிலிருந்து பூவரசுக் காற்றும் சேர்ந்து குளுகுளுத்தது.

“இந்த வட்டமும் பருத்திதே போட்டீகளா? ஏதோ நெல் பாவணும்னு ஆனந்தென் சொல்லிட்ருந்தாப்லயே.”

“அப்படித்தே அய்யாவு... சொன்னாரு வீரவாண்டில நாத்துகூட சொல்லி வச்சம். பெறகு தண்ணி வசதியப் பாத்து மாத்திட்டாரு.

எங்க? மேற்க அணகட்டப் போறேன்னாக. ஒண்ணுங் காணாம். இல்லாட்டி கம்மாயத் தூரெடுத்து தண்ணியவாச்சுந் தேக்கணும். அதுமில்ல, பெறகு எங்குட்டு கெணத்துல ஊத்து ஊறும்? அதுந்தணியும் பருத்தியுந் தொவரையுமா மாத்திக்கிட்டிருக்க வேண்டிதே."

"ம். மாமாகூட வருசத்துக்கு வருசம் பருத்திக்கு வெல கெடைக்கலேன்னுட்டுருந்தாப்ல."

"ச். அவரு மட்டும் வருத்தப்பட்டு என்னாகப் போது ஊரே ஓலகமே தூங்கிக்கிட்டுருக்கும் போது" என்றவள், "சரி சரி ஊர்க்கதய பேசவா நேரமிப்ப" என்றாள்.

"அடியே நாகூ" என்ற ரங்கம்மாள் கிழவியின் கூக்குரல் கேட்டது. தொடர்ந்து "கொத்துச் சனியே பிடிகழண்டு நிக்க மாட்டேங்கிது. ஒன்தைக் கொண்டா."

இடக்கையை இடுப்பில் முட்டுக் கொடுத்து, வலதுகை கொத்துப்பிடியுடன் நிமிர்ந்து பார்வை தணித்து அவளைத் தேடினாள். அந்தச் சாக்கில் இன்னும் மூன்று பேர் இடுப்பாத்த வரிசையாக நிமிர்ந்தனர். அரக்கப் பரக்க ஓடிவந்த நாகு தனது கொத்தை எடுத்துக் கொடுத்தாள்.

"எங்கிருந்துடி ஓடி வர்ற?"

இடுப்புச் சொருகலில் இருந்த புகையிலைத் துண்டில் ஒரு சொடுக்கு கிள்ளி வாயில் அதக்கிக்கொண்ட செல்லம்மா, அவள் வந்த திக்கை நோட்டம் விட்டபடி கேட்டாள்.

"யேய்... புருசன பாக்க போயிருக்கா செல்லம்மாக்காவ்..." அவளை முந்திக்கொண்டு ராசுவைப் பார்த்த மீனாட்சி கைகொட்டிச் சிரிக்க, நிறைசேர்ந்திருந்த நான்கு பேருக்கும் வெத்தலை மெண்டமாதிரி ஆகிப்போனது.

"அடி சிறுக்கி. இம்புட்டு தொலவு வந்தாச்சா. ஆவணி பொறக்க இன்னமு ஒண்ர மாசந்தான இருக்கு அதுக்குள்ள அவசரமா..?" சொல்லிக்கொண்டே செல்லம்மா அவள் கன்னத்தில் இடிக்க... நாகுவுக்கு வெட்கம் இன்ன அளவு என்றில்லை.

"ச்சே. சும்மாரு மதினி... பட்டாளத்தய்யா கூட எதோ சோலியா வந்துருக்கு."

"ம்... சோலியோட சோலியா சோடிய பாக்க வந்தானாக்கும்."

"சரி சரி விட்டுட்டு நெறையப் புடிங்கடி, வெயிலு மண்டையப் பொளக்குது" என்று ரெங்கம்மாக் கிழவி வழிவிட "போ போயி அனுப்ச்சுட்டு வா" என்று சிரித்துவிட்டு மீண்டும் தரையை மேய்ந்தனர்.

மறுபடி அவனிடம் போக நாகுவுக்குக் கூச்சமாயிருந்தது. இந்த சனியம்பிடிச்ச கெழவி வேற எடைல கூப்புடணுமா?

"அப்பறந் நாகு? மாமாவையுங் காணம், ஒருவேள நம்மளுக்காக எங்குட்டும் நேரம் போக்குறாரோ என்னமோ?"

கேட்டுவிட்டு தூரத்தில் பார்த்தான். எதிரே ஒரு தோட்டத்தில் டிராக்டர் உழுது கொண்டிருந்தது. அதன் பின்னாலேயே வேஷ்டி வரிந்துகட்டி உருமாத் தலையோடு ஒருத்தர் ஓடிக்கொண்டிருக்க வேப்பமரத்தடியில் வெள்ளைச் சட்டை போட்ட இன்னொருத்தர் உட்கார்ந்திருந்தார். அதையடுத்த தோட்டத்தில் மோட்டார் தண்ணீர் சொலசொலத்து விழுந்து கொண்டிருந்தது. தவிர சுற்றுவட்டம் பூராவும் வெயில்தான் டேராஅடித்து கொளுத்திக் கொண்டிருந்தது. இடைஇடையே தென்பட்ட பசப்புகள் கண்களைக் கூச விடாமல் காத்தன.

"வேற விசேசம் என்னா?" மீண்டும் கேட்டான்,

எதைச் சொல்லறது என நாகுவுக்கு விளங்கவில்லை. நடக்கப் போற கல்யாணத்தப் பரிமாறவா. சேச்ச. மனசுக்குள் எத்தனையோ தொண்டையை விட்டு வெளிவர விடாமல் எதோ ஒன்று அடைத்து நிற்பது தெரிந்தது.

"ம்... என்னா சொல்றது... ஒங்க மில்லு நெலவரம் எப்பிடி இருக்கு."

"அதுக்கென்னா ஜேஜேன்னு ஆளும் பேருமா நடக்குது. கூடியசீக்கிரம் தேடுற கூட்டத்தப் புடிச்சிறலாம்." என்று உற்சாகத்தோடு பேசத் தொடங்கினான். "நெசமாவே ஆரம்பத்துல இருந்த ஒரு மந்த புத்தியெல்லா இப்ப மாறிப்போயி ரெம்ப சுறுசுறுப்பால்ல வேலசெய்யச் சொல்லுது." என்றான்.

"ஆமா, அண்ணெங்கூட சொல்லுச்சு, ஆரோ செத்துப் போனதுக்கு கூட மில்லுக்காரவுக கிட்ட ரூவா வாங்கித் தந்தீகளாம்ல."

"சொல்லிட்டாய்லயா? அதெல்லா லேசுப்பட்ட விசயமா நம்ம நேரத்துக்கேத்தாப்ல இது ஒண்ணு வந்துச்சா, கப்புன்னு புடிச்சுப்போட்டம் பாவம் நிர்வாகத்துனால மெல்லவும் முடியல முழுங்கவும் முடியல."

"ஏன்?"

"ஆமா, செத்தவனுக்குக் காசு குடுத்துட்டா நாம வாங்கித் தந்தம்னு நமக்குப் பேராகுது. இல்லேன்னுட்டாகன்னா அவகளுக்கு கெட்டபேரு இப்படி இக்கட்டுல மாட்டிக்கிட்டாகள்ல."

"அப்புறம் ஒங்க சோட்டாளிகள்ளாம் எப்பிடி? நம்பி எறங்கலாம்ல... ஏன்னா, கூட இருந்தே காலவாரிடப் போறாக."

"சேச்ச... என்னா நெனப்பு நெனைக்கிற. ஆரயும் கொறச்சுச் சொல்ல முடியாது. அத்தன பேருக்கும் இது பொழப்பு பிரச்சனைல்ல. அதுலயும் இந்த வேலப்பனும் பெருமாளும் இருக்காகளே."

"ஆரு இந்த பழைய மில்லுகாரவுகன்னயே."

"ஆமாமா. ச்... சும்மா சொல்லக்குடாது. மனுசெங்கெடக்குன்னுதா பாய்ண்டு. நம்மெல்லா சும்மா தொசுக்கு."

"ஆளுகெல்லா நல்லா கூடிவர்ராகள்ல."

"மில்லே வந்துடுச்சுன்னு வச்சுக்க சரியான நேரம் பாத்து கொக்கி போட்ற வேண்டியதே."

"என்னா மருமகனே, இன்னமுங் கொக்கிபத்தி பேச்சு? அதா முடிவு பண்ணியாச்சுல்ல." சிரித்துக்கொண்டே வேலியை ஒதுக்கிக் கொண்டு வந்தார் பட்டாளம். மேனி எங்கும் வேர்வை ஓடோடி மேல் பனியனே நனைந்திருந்தது.

நாகு கூச்சத்தோடு ஒதுங்கினாள்.

"என்ன மாமா இம்புட்டு நேரம்?"

"இந்தப் பசலி கெடைக்காத கழுதைய்யா ஆனா ஒருநா இந்தப்பக்கம் பாத்தே. அதனாலதே விடாம தேடி புடிச்சிட்டேன்." என்று மடிக்குள் வைத்திருந்த பச்சிலைகளைக் காண்பித்தார்.

"சரி போவமா?"

"ம். என்னா ஆயி களையெடுக்கறாகளா?"

"ஆமாங்கய்யா. சித்தநாழி ஒக்காந்துட்டு போங்க... வெயில்ல அலஞ்சுருக்கே..."

"ஏன் இன்னம் பேச்சு முடிலியா?" கபகபவெனச் சிரித்த பட்டாளம், "இல்ல ஆயி, பொழுதுதாகுதா கஞ்சிவேற குடிக்கணும்ல வீட்ல வேற சோலி கெடக்கு." என்றார்.

"அய்யா கூட மோட்டார் ரூம்லதே படுத்துருக்கார்..." நாகு மோட்டார் ரூமைக் காண்பித்துச் சொன்னாள்.

"ஆரு காவக்கார்ரா" என்றவர், "புண்ணியவானே ஒறங்க வேண்டிதே நாம நம்ம பொழப்ப பாக்கணும்ல..." என்று மீண்டும் சிரித்தார்.

"சரி வாரமாயி. அய்யா ஒறங்கட்டும். சாய்ந்தரமா வீட்ல பாத்துக்கறேன்."

அவர் ராசுவை அழைத்துக் கொண்டு போக, வளைவு திரும்பும் வரை பார்த்துக் கொண்டே நின்றாள். திரும்பும் போது ராசுவும் திரும்பிப் பார்க்க,

“அட போதுண்டி. பையன் எரிஞ்சு போப் போறான்” என்ற செல்லம்மாவின் குரல் திடுக்கிடவைக்க திரும்பி ஓடினாள் நாகு.

“ஒரு காலத்துல இந்த எடம் பெரிய பேர் வாங்கப் போகுது பாரு.”

சின்னக் குளத்தின் மேல் கோடியில் அமர்ந்து பேசிக் கொண்டிருந்த இடத்தைப் பார்த்து திடுமெனச் சொன்னான் சிவனாண்டி.

“ஏன். எல்லா எடமும் பேண்டு ஒழப்புனதுல இதுமட்டும் கொஞ்சம் தப்பிச்சு நிக்கிதுங்கறதாலயா...?” வெடுக்கென அப்பத்தேவன் அடிக்க, அது அனைவரையும் சிரிக்க வைத்தது.

“போடா கூதற... ஓம்புத்தி ஒன்னவிட்டுப் போகுமா? நாம் ஒரு விடிவுக்காக அடிக்கடி கூடிப்பேசுற எடமில்லையா? நாளைக்கி ஒரு பெரிய மாறுதலே வந்திருச்சின்னா மூல காரணம் எதுன்னு பாப்பாகள்ல” நூல் பிடித்து விளக்கினான்;

“அட்டா...டாடா... பெரிய தத்துவ விளக்கத்த குடுத்துட்டானப்பா. இந்தா குடி சோடாவ” கையை மடக்கி சோடா உடைப்பது போல சடாரென அடித்து பாவனைசெய்து நீட்டினான்.

சோடா குடுத்த கையைப் பிடித்து முறுக்கி அடிக்கப் போக, இருவரும் கொஞ்சநேரம் கட்டிப்புரளாத குறையாய் சண்டைபோட்டுக் கொண்டனர்.

“சரி சரி. ஆரு மிச்சமானவங்கங்கறதப் பாக்க வேண்டிய எடத்துல பாத்துக்கிடலாம். இப்ப சட்டுபுட்டுன்னு விஷயத்துக்கு வாங்க. ஏற்கனவே எச்சுமச்சா ஆகி நிக்கிது என்று கடிகாரத்தைப் பார்த்துக்கொண்டே தியாகராஜன் இருவரையும் சமாதானப்படுத்தும் முயற்சியில் இறங்கினார்.

“இன்னிக்கி லேட்டு வேலண்ணேனாலதே... லேசாய்ச் சிரித்தபடி ஆய்லர் நடராஜன் சொன்ன குற்றச்சாட்டை ஏற்றுக் கொண்ட வேலப்பன் ‘மன்னிச்சுக்கங்க’ என்றார்.

வழக்கம்போல் பெருமாள். ராசு, ஆனந்தன் உட்பட அனைவரும் குளத்து மணலில் வட்டமாய் அமர்ந்திருந்தனர். வானம் பூராவும் வெள்ளை மேகங்கள் அடுக்கடுக்காய் காற்றில் பறக்கவிட்ட பஞ்சுத் தொகுதிகள் போல திட்டுத் திட்டாக நிறைந்து நிற்க, அடிவானத்தில் இறங்கிக்கொண்டிருந்த சூரியக்கதிரில் செவ்வொளி பெற்று பட்டறையில் காய்ச்சிக் கொண்டிருக்கும் கொழூவாய்ச் சிவந்து போயிருந்தன.

“ஆமா இப்பிடீ வருசம் பூராம் பேசிப்பேசியே பொழுத போக்கிக்கிட்டு இருங்க. வரவர எரிச்சல்தான் வருது” மணலை அள்ளி விசிறிக்கொண்டே சொன்னான் அப்பத்தேவன்,

அவனது திடீர்ப்போக்கு அனைவரையும் திகைக்கச் செய்தது. என்ன ஆயிற்று இவனுக்கு. "என்னடா ரெம்ப சலிச்சுப்போய்ப் பேசற. சொல்லவேண்டிய சேதி எதுமிருந்தாப் பட்டவர்த்தனமா சொல்லு. அதுக்காகத்தான கூடி இருக்கம்" ராசு அனைவரையும் விலக்கிக் கொண்டு கேட்டான்.

"பின்ன என்னா... எப்பபாத்தாலும் ஆளுகள ஒண்ணு சேக்குறம் ஒண்ணு சேக்குறம்னு சேத்துக்கிட்டே இருந்தா அடுத்த காரியத்த சட்டுபுட்டுன்னு ஆரம்பிக்க வேணாம்?"

"அன்னக்கி பேசுறப்ப தொழிலாளி பூராம் ரெண்டுமனசா நிக்கிறானுக. பயம்மா இருக்குன்ன... இப்ப இந்தமாதிரிப் பேசறயே. ஓம் போக்கே புரியல."

"அன்னக்கி நெலம வேற வேலண்ணே இந்த ஒரு வாரத்துக்குள்ள நடந்தத கவனிச்சீகளா... ஒண்ணுக்குமத்த விசயத்துக்கெல்லா பதினஞ்சு நாளு, ஒரு மாசம்னு சொல்லி, மூட்டபூச்சிக்கு மருந்தடிச்ச கதயா கபகபன்னு வீட்டுக்கு அனுப்பிச்சு விடறாங்க. இந்தா. இங்க ஒக்காந்துருக்க சுந்தரம்... என்ன குத்தம் செஞ்சாப்ல? மறு உத்தரவு டோக்கன்ல பிரசன்ட் போட மறந்துட்டாரு... அதப்போய் என்ன சார் மறந்துட்டீகளான்னு கேட்டுருக்கான், அந்தாளு என்னா மூடுல இருந்தாரோ... என்னா அகராதியா பேசுறன்னு கேக்க, பக்கத்துல இருந்த சூப்பனுக்கும் (சூப்பர்வைசர்) மாஸ்டருக்கும் தோதாப் போச்சு. இன்னைக்கொரு இளிச்சவாயெங் கெடச்சிட்டான்ல... விஷயமென்னான்னு கேட்டப்ப கிளர்க்கு தன்னை நாயப்படுத்த ஏத்தி ஏறக்கி சொல்லீர்க்கான். இவென் அப்படி பேசவே இல்ல சார்னு சொன்னாலும் நம்பல. நீ இதமட்டுமா பேசுவ..? மொதலாளி கிட்டவே எதுக்க நின்னு கேட்டவன்லன்னு சொல்லி பேசுறதயெல்லாம் பேசிப்புட்டு கடசீல மேலதிகாரிய தரக்குறைவாகப் பேசினதுக்காக இந்தா மறு உத்தரவுன்னு நீட்டிட்டாக."

"அடப் பாவியா. இந்த விசயந் தெரியாதே. எப்ப நடந்துச்சு."

"முந்தா நாலான்னாளு." என்ற தியாகராஜன், "அந்த நேரம் நானும் ரெம்பநேரம் வாதாடுனேன். மாஸ்டரும் சூப்ரைசரும் தாஞ் சொன்னதவே திருப்பிச் சொன்னார்களே ஒழிய நாம சொல்றத எடுத்துக்கக் காணாம்."

"இது மட்டுமா. அன்னைக்கி பரமசிவம் மிசின்ல டேப் ஒதறி ஜாக்கி புள்ளி டின்ரோல்ல மோதி ஒடஞ்சுடுச்சு. அத எங்கிட்ட சொல்லிருந்தா வெல்டு பண்ணி போட்டுருப்பே. அவெம் பாட்டுக்கு சட்டப்பிரகாரம் சூப்பெங்கிட்ட ரிப்போட் பண்ண, ஒஞ்சைடு தானன்னு சொல்லி ஒருவாரம் சஸ்பெண்டு." ஆய்லர் நடராஜன் அடுத்ததைச் சொன்னதும், அமைதியாக கேட்டுக் கொண்டிருந்த வேலப்பன்,

“அப்ப. இத்தன நாள் நடந்ததுக்கும் இப்ப நடக்கிறதுக்கும் வித்தியாசம் இருக்கு. இல்ல.”

“சத்தியமாண்ணே! இத்தன நாளும் யாராச்சும் ரிப்போர்ட் பண்ணாத்தே என்னன்னு கவனிப்பாங்க சின்ன தப்பக்கூட ரிப்போர்ட் பண்ணி ஆகணும்னு மேஸ்திரியவோ மத்தவங்களையோ கொடையிறது வேற விசயம். இப்ப அதயெல்லாம் மீறி நேரடியாவே எறங்கிட்டாங்க. அதனால, யார்மேல எப்ப கைவிழுகும்னு சொல்ல முடியாம இருக்கு என்னா பெருமாள்ணே.”

“ம்... உண்மதா நடராசு. அதுல இன்னொண்ணையும் கவனிச்சீகளா? அன்னக்கி வேலு சொன்னமாதிரி, மனுநீதி நாள் கூட்டத்துல எந்திரிச்சு எவெ எவெ கேள்வி கேட்டானோ அவங்களாத்தே வெலக்கீருக்காங்க. நல்லா கவனிச்சுப் பாருங்க. பாதிப் பேருக்கு மேல அவங்கதே வெளிய போயிருக்காங்க.”

பெருமாளின் பேச்சு நிஜத்தை உணர்த்தியதால் அனைவருக்குள்ளிருந்தும் கிடந்து உழன்ற ஒரு சிந்தனை, மாலைநேர அமைதியோடு சங்கமமாகாமல் மல்லுகட்டி நின்றது. அம்பு வடிவில் வானத்தில் பறந்து சென்ற கொக்குகளின் விர்ர் என்ற ஓசைகூட துல்லியமாய்க் கேட்டது. தூரத்தில் துணிப்பொதியோடு இரண்டு கழுதைகள் குளத்திலிருந்து வெளியேறிக் கொண்டிருந்தன.

“அதத்தே நாஞ் சொல்றேன்... என்னமோ விட்டலாச்சாரி படத்துல வர்ற கதபோல ஒவ்வொரு வெள்ளிக்கெழம ஒரு ராசகுமாரி காணாம போகுதும்பாகள்ல அந்த மாதிரி வெளியேத்தப் பட்டவன்ல்லா எந்திரிச்சு நிண்டு கேள்வி கேட்டவனா இருக்கான். இத இப்படியே நாம கூடிப் பேசிட்டே இருந்தா எப்பிடி” மீண்டும் கதை தன்பிடிக்கு வர தன்கருத்தை வலுப்படுத்திக் கொண்டான் அப்பு.

ஆனந்தனுக்கும் அப்போதுதான் உறைத்தது. யாருமே யோசிக்காத விசயம். ஈ.சியாக மேனேஜ்மெண்டு முழிச்சுக்கிட்டார்கள். இனியும் இதை அவங்களுக்கு சாதகமாகவே விட்டா, கதையே மாறிப் போகுமே. அப்பு சொல்றதுகூட ஓரளவு சரித்தே இதுவரைலயும் நாம மேவேலைலயே திரிஞ்சம். இப்ப உள்ள நொழையுவும் சான்சு கெடச்சிருக்கு, வசமா பிடிச்சுக்கிட வேண்டிதுதான்.” என்றான்.

எல்லாத் தலைகளும் சரி எனச் சொல்வதுபோலவும் வாஸ்தவந்தான் என ஒப்புக்கொள்வது போலவும் மேலும் கீழுமாய் ஆடியது.

“வேலண்ணே என்னா கம்முன்னு ஒக்காந்துருக்கீங்க” சுந்தரம் அவரை உசுப்பிவிட்டான்

“அதான் பேசுறாகள்ல சுந்தரம். ஒரு கட்டத்தில் இருந்து இன்னொரு கட்டத்துக்கு விஷயம் போகுதுன்னாலே அது வளர்ச்சிதான. சந்தோசந்தே”

“அடுத்த கட்டத்துக்குப் போறம்ணே. அது நாமளா சுயராச்சியமா போகணும். இன்னொரு ஆளு புடிச்சுச் தள்ளிவிட்டு நகரக்குடாதுல்ல. அதுக்குத்தே யோசன சொல்லுங்க” ராசு ரெம்பநேர பொறுமைக்குப் பிறகு பேசினான்.

சிறிது சிறிதாக ஏதோ ஒரு இடைவெளி குறைவதுபோல தோன்றியது வேலப்பனுக்கு. “என்னைப் பொறுத்தமட்டும் ஒரு முடிவுல உறுதியாத்தான் இருக்கேன் சுந்தரம். சரி அல்லாரும் பேசி கடைசி கட்டத்துக்கு வரட்டும்னுதே சும்மாருந்தே” என்றார்.

“அதென்னா முடிவாம்? ஏதோ எங்ககிட்டருந்து தனிய நிக்கிறமாதிரிப் பேசுறீங்க” ராசு குறுஞ்சிரிப்போடும் ஒரு எதிர்பார்ப்போடும் கேட்டான்.

“சேச்ச. அப்பிடி எல்லாங் கிடையாது. ஓராள் தனியா நின்னு என்ன செய்யமுடியும்” என ஆரம்பித்தவர் சொல்லப்போவதை கொஞ்சம் ஒத்திகை பார்த்துக் கொண்டார், தனது இடத்திலிருந்து கொஞ்சம் நகர்ந்து முன்னால் வந்தார்.

“நா என்னா சொல்றேன்னா... இதுவரைக்கும் பொம்மலாட்டக்காரன் மாதிரி பின்னால இருந்துகிட்டே சில விஷயங்கள் செஞ்சுகிட்டு வந்தம். இன்னிமேலும் அப்பிடி நிக்கெ முடியாது. ஏன்னா எதிர்தரப்பும் முழிச்சுகிடுச்சு. அப்பு சொன்ன மாதிரி அவங்க விட்டலாச்சாரி படம் நடத்துறாங்க. கட்டாயமா நாம முன்னாலவந்து ஆகணும். அப்படி பட்டவர்த்தனமா நம்ம முகவிலாசத்த காமிச்சாத்தே நாம தப்பிக்க முடியும். நம்ம தொழிலாளிகளப் பாதுகாக்க முடியும். இல்லாட்டி பேசிப்பேசி கலைய வேண்டிதான்.”

“அப்ப?” ராசு விரைவுபடுத்தினான்.

“அடுத்த கட்டத்துக்குப் போகணும்னாலே அது சங்கம் வக்கிறது தான். வேற வழி இல்ல ராசு. அப்போதான் வேணுங்கிற காரியத்த, முக்கியமா நமக்கு ஒரு பாதுகாப்பைத் தேடிக்க முடியும்.”

“வேலண்ணே எப்பவும் இப்பிடித்தே. ஆ ஊன்னா சங்கந்தே வாயில வரும். இப்ப நாம எதுங் கொறையாவா செய்யிறம், அன்னிக்கி அம்பதுகாசு கூட்டவச்சம். அப்பறம் செத்தவருக்கு நிர்வாகத்திலிருந்து ரூவா வாங்கிக் குடுத்தம், இதெல்லா சங்கம் வச்சுத்தே செஞ்சமா? நாம ஒடையாம இருந்தா எதையும் சாதிக்கலாம்.”

வேலப்பன் வாய் திறந்தபோது பெருமாள் அவரை அமர்த்தினார்.

“எல்லாஞ் சரித்தே ராசு. வேலு எதும் தப்புன்னு சொல்லல. ஆனா, இந்த அம்பது காசு கூட்னது டிபாட்மெண்ட மாத்துனது எல்லாம் பெரிய சாதனைன்னு நெனைக்கிறியா? யோசிச்சுப் பாரு.

நம்மள தெசதிருப்பி விடுறதுக்கான வேலைப்பா... நாம செய்ற ஒர்க்லோடுக்கு இவக தர்ற சம்பளங்கறது மத்த எடத்தவிட நால்ல ஒரு பங்குதே... இதயெல்லாம் போய் நாம பேசமுடியுமா பேசுனா நிர்வாகம் சட்டப்பிரச்சனையக் கைல எடுக்கும். அங்கபோயி நம்ம கட்டப்பஞ்சாயத்து எடுபடுமா?"

பெருமாள் சொன்ன அத்தனை விசயங்களையும் விட அவர் கூறிய கட்டப்பஞ்சாயத்து என்ற வார்த்தை ராசுவை அதிகமாய்ப் பாதித்தது.

"என்னா பெருமாள்ண்ணே கட்டப்பஞ்சாயத்துங்கிறீங்க தொழிலாளிக நாம தெரண்டுநின்ன பெறகு அது எப்படி கட்டப்பஞ்சாயத்தாகும். நாம வச்சது தான் சட்டம்."

"சரி கட்டப்பஞ்சாயத்த விடு தெரண்டு நிக்கிற நமக்கு வழிகாட்ட ஒரு ஆள் தேவைதான. வெறும் நாய அநியாயத்தை மட்டுமே அங்க பேசிட்ருக்க முடியாதுல்ல... அதத்தான நாட்டாமையும் பட்டாளமும் பேசித் திரும்புனாங்க. ஏன்னா மத்த மில்லுகள்லயும் பாத்திருக்கேன்... ராசு, சங்கம்னு ஒண்ணு வச்சு எவ்வளவோ பலாபலன அடஞ்சிருக்காகளே."

"மேஸ்திரிண்ணே மொதல்ல நமக்கு சம்பளம் கூடுறத விட வேலைல நெலயா நிக்க வழிபாக்கணும். அதுக்கு உண்டானதப் பாருங்க" அப்புத்தேவன் இன்னமும் விரைப்பு மாறாமல் பேசினான்.

"ராசு நீ சொல்றத நான் தப்புன்னு சொல்லல. நாம் பழைய நெலயவிட இப்ப ஒருபடி முன்னே வந்திருக்கம்ங்கறதப் புரிஞ்சுக்கணும். அதுக்கு ஈடுகொடுத்துப் போகாட்டி நாமளே அழிஞ்சுடுவம். நம்மள அழிவுலர்ந்து காப்பாத்தற சக்தி சங்கத்துக்குத்தேன் இருக்கு" வேலப்பன் மீண்டும் மீண்டும் ராசுவுக்கு உணர்த்தினார்.

"ஏன் நீங்களே எத்தன யோசன சொல்லிருக்கீங்க. அதெல்லாம்..." அவனை முடிக்கவிடாமல் தடுத்த வேலப்பன்,

"நான் இப்ப ஒரு உண்மையச் சொல்லணும் நா இத்தன நாளும் சொன்ன பேசின விஷயம் பூராமும் பஜார்ல இருக்க சங்க ஆபீஸ்லருந்து வந்ததுதான். அடிக்கடி போவேன் யோசன சொல்வாங்க. அதத்தான் நா இத்தன நாளும் இங்க பேசினேன். அன்னைக்கொரு நாள் உங்க மாமாவும் நாட்டாமையும் மில்லுக்குப் போனாங்கள்ல அப்ப அங்க என்ன நடக்கும், எப்படி திரும்புவாங்கங்கறத முன்கூட்டியே சொன்னாங்க. அது போலதா நடந்துச்சு. அப்புறம் மனுநீதிநாள்ல நாம பேச வேண்டியத சொல்லித் தந்ததும் அவங்கதான். சுருக்கமாச் சொன்னா

நாம வளந்து வந்ததே அவங்களோட பாதைலதான். என்ன வித்தியாசம்னா அவங்க நேரடியா கலக்கல. அவ்வளவுதான்."

பெரிய பொறுப்பை ஒப்படைத்துவிட்ட நிம்மதி வேலப்பனுக்கு. மற்றவர்களுக்கோ குழப்பமாகவும் அதே சமயம் இனந்தெரியாத புது உணர்வும், தைரியமும் உண்டாயின.

"அப்புறம் ஏன் இத இத்தன நாளும் நீங்க சொல்லல." பின்னால் ஒதுங்கி இருந்த ஆனந்தன் கேட்டான்.

"சங்கம்னா எதோ பூதம்போல அல்லாரும் பேசிக்கிட்டிருந்தீங்க. ஆனா நம்ம ஒவ்வொரு அசைவுலயும் அதோட சாயல் இருக்குன்றத உணரல, இன்னைக்கி வாய்ப்பு சரியா இருந்தது சொல்லிட்டேன். லேட்டா வந்ததுக்கும் காரணம் அதுதான்."

"அப்ப எல்லா விசயமும் அவங்களுக்குத் தெரியுமா?"

"ம்! ஸ்பின்டல் கணக்கு, ஸ்பீடு உள்பட அத்தனையும் தெரிஞ்சு வச்சிருக்காங்க. நம்ம மில்லு மட்டுமில்ல இந்த வட்டாரத்தில இருக்க எல்லா மில்லுகளப் பத்தியும் தெரியும்."

"வளவளன்னு பேசறத நிறுத்துங்க. இப்ப நமக்குத் தேவை "ம்"ன்னு சொன்னா என்னடான்னு கேக்கக்கூடிய ஒரு கட்டுமானம். அது வேலண்ணே சொல்றாப்ல சங்கமா இருந்தா நல்லதுன்னு எம் மனசுக்குப் படுது. நீச்சல்பழக ஆள்தோது மட்டும் பத்தாது, தண்ணியோட வேகம் தெரிஞ்சு நீந்த தெரிஞ்ச ஆளும் முக்கியமில்ல."

"அப்பு சொல்றது... சரித்தே... கூடிய சீக்கிரம் வேல பாக்குறது நல்லது. தொழிலாளிக மத்தில நமக்கு ஓரளவு பேரு இருக்கதால சொல்றதக் கேக்ககூடிய வாய்ப்பும் இருக்கு. போதாக்குறைக்கு எந்தநேரம் எவென்வேல போகுமோன்னு அச்சமும் பரவி இருக்கதால கூடுதல் பலமும் சேருது. இதயெல்லாம் கூட்டி இந்தநேரம் கைய ஒசத்திப் பிடிச்சம்னா நிச்சயமா ஜெயிக்க முடியும். என்னா வேலு?"

"சரியான பாய்ண்ட்டு பெருமாளு" என்ற வேலப்பன், "சங்கத்துக்காரவங்க நமக்கு எந்தநேரமும் உதவத் தயாரா இருக்காங்க. எல்லாரும்போய் பாக்கணும்னாலும் போகலாம். இல்ல நாம இங்கன இருந்துகிட்டு அங்க இருந்து யாரையாச்சும் வரச்சொல்லியும் பேசலாம். சொல்லுங்க கூட்டிட்டு வாரேன்." வாய்ப்பைப் பயன்படுத்தி இறுதியாகவும் தீர்மானமாகவும் பேசினார்.

"எடைல நா ஒருவார்த்த." என்று குறுக்கிட்ட ஆனந்தன், "எது எப்பிடின்னாலுஞ் சரி. ஆரம்பிக்கிறதுக்கு ஒருநாள் குறிங்க. டக்குன்னு முடிக்கணும்." என்றான்.

ராசுவுக்கு குழப்பமிருந்தது என்றாலும் அனைவரும் ஏற்றுக் கொள்கிறபோது தான்மட்டும் எதற்குத் தனியாக என்ற எண்ணம் உருவானது.

வேஷ்டியில் ஒட்டியிருந்த மணலைத் தட்டிவிட்டுக் கொண்டு அனைவரும் எழுந்து நடந்தபோது, "இனியும் லேட் பண்ண வேணாம்னு நெனைக்கிறேன். பிரச்சனைகள் முன்னவிட இப்ப பெருகி வாரதால நம்ம கருத்துக்கு தொழிலாளிகள இழுக்குறது ஒண்ணும் செரமமான காரியமில்ல. இதுக்கு எடைல நாம் எல்லாருமே ரொம்ப ஜாக்ரதையா வேல பாக்கணும். ஏன்னு உங்களுக்கே புரியும்" என்றான் பெருமாள்.

"ஏய்..."

மிசின்களின் இரைச்சலையும் மீறி கேட்ட சத்தத்தில், ஸ்பின்னிங் பிரேமில் இழை எடுத்துக் கட்டிக் கொண்டிருந்த குருசாமி நிமிர்ந்து பார்த்தான்.

மாஸ்டரும் குப்பர்வைசரும் நின்று கொண்டிருந்தனர்.

முகத்தில் பரவி இருந்த தூசியைத் துடைத்தபடி ஓடிவந்தான். வரும் போதே கட்ரோல் மேல் திரண்டு விழுந்த பஞ்சை எடுத்து பையில்போட்டுக் கொண்டான்.

அது ராசு பார்க்கும் மெசின். ஒண்ணுக்குப் போயிருந்தான். இந்த சமயம் இவர்கள்...

"ஓம் பேரு என்னா?" வந்து நின்றதும் கேள்வி பிறந்தது.

"குருசாமி சார்." என்ன காரணம் என புரியவில்லை. பதில் சொல்லும்போதே ஒரு படபடப்பு, தொடர்ந்து டோக்கன் நம்பர், சர்வீஸ் காலம் கேட்டார். ஒவ்வொன்றாய் நோட்டில் குறித்துக் கொள்கிறார்களே!

"நீ ரீலிங்லருந்து ஸ்பின்னிங்க்கு மாத்தி வந்தவன் தான." திடீரென ஞாபகபடுத்திக் கேட்டார்.

"ஆமா சார். இப்ப டாப்பரா இருக்கேன். சைடர ஒண்ணுக்கு மாத்தி விடுறேன் சார்."

"லச்சணந் தெரியுது, போகும்போது ஆபீஸ்ல வந்து நோட்டீஸ் வாங்கிப்போ" ரொம்ப சாதரணமாகச் சொன்னார். இவனுக்கோ அக்கக்காய்ப் பிய்த்து அதல பாதாளத்தில் எறிவது போலிருந்தது.

"சார்..." ஏனென்று கேட்க முடியாமலும் சரி என உள்ளே போக முடியாமலும் தத்தளித்தான்.

"கீழ பாரு" உத்தரவிட்டார். புரியவில்லை.

பார்த்தான் தரையெல்லாம் கூட்டி சுத்தமாகத்தான் இருந்தது. மிசின் காலடி கூட துடைத்து இருந்தது. எதைக் காண்பிக்கிறார்...

அவனது காலுக்குக் கீழே மொந்தென கட்ரோலிலிருந்து உருண்டு விழுந்த பஞ்சு கிடந்தது.

"என்னது அது..?"

"பஞ்சு சார்."

"அது எங்க இருக்கணும்."

எடுத்து இடுப்பில் கட்டியிருந்த பையில் போட்டுக் கொண்டான். "எப்படி விழுந்துச்சுன்னு தெரியல சார்."

"அதெப்படி தெரியும். ஒழுங்கா வேல பாக்கணும்னு நெனப்பிருந்தாவுல்ல தெரியும். நாங்க இங்க, என்னடா கூட்டுப் பஞ்சு அதிகமா வருதுன்னு பாத்தா நீங்க பஞ்ச ஒளிக்கிறீகளா?"

"நிஜமாகவே அப்படியெல்லா இல்ல சார்."

"ஏய் இதப் பாரப்பா பேசாம சட்டுன்னு ஒத்துக்க. இல்லாட்டி ரெண்டுவாரம் வீட்ல இருந்துட்டு வரப்போற." சூப்பர்வைசர் அதட்டினார்.

"ஒண்ணுக்குப் போறவனுக்காக கட்டிக்கிட்டிருக்கேன் சார். நான் ஒளிச்சு வச்சு என்னா சார் பண்ணப்போறேன்."

"அப்ப... சைடரு ஒளிக்கசொன்னானா?"

"அதெல்லா இல்ல சார். இப்பத்தான் தவறி விழுந்துருக்கு."

"கால்ல போட்டு மிதிச்சி நிக்கிறயே."

"கவனிக்கல சார்."

"அப்ப பனிஷ்மெண்ட் தந்துதான் ஆகணும்."

ஒண்ணுக்குப் போய்விட்டு திரும்பிய ராசு, தனது மிசினருகில் இருவரும் நிற்பது கண்டு திடுக்குற்றான். இன்னும் நெருங்கியதும் குருசாமியை விசாரித்துக் கொண்டிருப்பதும் தெரிந்தது. இரண்டாவது மெசினில் அரியா இறக்கிக் கொண்டிருந்த தியாகராஜனை உசுப்பி விட்டான்.

வேகமாக வந்த தியாகராஜன் மாஸ்டருக்கு சலாம் வைத்தபோது, ராசு மிசினின் மறுகோடியிலிருந்து இழைகட்டிக் கொண்டே இவர்களை நெருங்கினான்.

"இந்த ஆள ஆபீசுக்குக் கூட்டி வாங்க." மாஸ்டர் மொட்டையாக தியாகராஜனிடம் சொல்லிவிட்டு விடுவிடுவென நடந்தார்.

"சரி" எனத் தலையாட்டிய தியாகராஜன் "என்னப்பா பண்ணுன?" என்றான்.

விஷயத்தைச் சொன்னான்.

“ஜாக்ரதையா வேலபாக்க வேணாமா ? இப்பத்தே கழுகா அலையிறாங்களே.”

“என்னா மேஸ்திரிண்ணே, அவர்தா கவனிக்கவே இல்லேங்குறார்ல.”

“ஆமா ராசு. ஆனா மாஸ்டரே நேர்ல புடிச்சிருக்கார்ல நாம் பொய்யா சொல்றேம்பானுக சரி வா போய்ப்பாப்பம் குருசாமியை அழைக்க.

“நானும் வர்றேன் மேஸ்திரிண்ணே ராசுவும் கிளம்பலானான்.

“நீ எதுக்கு? ஏங் கூப்புட்டு வந்தேன்னு என்னப்புடிச்சு ஏறுவானுக.”

“சம்பந்தப்பட்ட சைடருன்னு சொல்லுங்க.”

கொஞ்சம் யோசித்து, “சரி வா.”

தியாகராஜன் ஆர்.பி.இடமும், ஆரியா மேஸ்திரியிடமும் சில வேலைகள் சொல்லிவிட்டு முன்னால் நடக்க பலியாடாய் குருசாமி தொடர, அதற்கும் பின்னால் ராசு நடந்தான்.

சொன்னது போலவே ராசுவைப் பார்த்த மாஸ்டர், “இந்தப் பையன் எதுக்கு?” என்றார்.

“அந்த சைடர் சார்.”

“சைடர்னா? ரிப்போட் இந்த நபர் மேலதான? சப்போட்டுக்கா?” என்றார். எந்த சப்போர்ட்டும் இங்கே செல்லாது என்பதுபோலப் பேசினார். அதற்கு இருவரும் ஒன்றும் பதில் கூறவில்லை.

“என்னா பஞ்ச ஒளிச்சத ஒத்துக்கறயா?” சூப்பர்வைசர் சாய்வுநாற்காலியில் உட்கார்ந்தபடி கம்பீரமாகக் கேட்டார்.

எதற்கு வம்பு என்றோ அல்லது அப்போது மிரட்டியதுபோல வீணாக ஏன் இரண்டு வாரம் வெளியில் இருந்து வரவேண்டுமென்றோ, “தப்புத்தான் சார்” என ஒத்துக்கொண்டான்.

அது ராசுவையும் தியாகராஜனையும் தூக்கிவாரிப்போட்டது.

“ம். இத அப்பவே சொல்லிருக்களாம்ல. என்ன கிண்டல் பண்றீகளா? டிபாட்மெண்டுக்குள்ள ஒண்ணு சொல்றது இங்க வந்து ஒண்ணு சொல்றதா.” நிமிர்ந்து உட்கார்ந்த மாஸ்டர் சமயமெனப் பிடித்தார்.

“ஏம்ப்பா. இப்படி நேரத்துக்கொண்ணு பேசுற. கொஞ்ச நேரம் ஒண்ணுக்கு மாத்ததான ஒன்னைய விட்டேன். அதுக்குள்ள இந்த மாதிரி பண்ணிட்டயே.” என்று அங்கலாய்த்த தியாகராஜன்

அதேவேகத்தில், "சரி இந்த வட்டம் விட்ருங்க சார்" என்றதும் ராசு மெச்சிப்போனான்.

ஆனால் மாஸ்டரோ எரிந்து விழுந்தார்.

"நோ. என் கண்முன்னாலயே இப்பிடி செய்றான்னா மத்த நேரங்கள்ல எப்படி இருக்கும்?" என்றவர் கிளர்க்கைக் கூப்பிட்டார் "ரவி... ஒரு மாசத்துக்கு சஸ்பென்ட் ஆர்டர் எழுதுங்க" என்றார்.

டைம் ஆபீசுக்குள்ளிருந்த அனைவருக்கும் திகிலடித்துப் போனது.

"வேண்டாம் சார். ஒரு வாட்டி விட்ருங்க..."

"மொதல்ல ஒங்களுக்கு இந்த பனிஷ்மெண்ட் தரணும்யா. நான் ஏதோ ஒருசமயம் வாரப்ப தவறுகளப் பிடிக்கிறேன். ஆனா சதா உள்ளயே இருக்க ஒங்க கண்ணுக்குத் தெரியமாட்டேங்குது."

"சரிங்க சார். அந்தாளோட சைடுன்னாலும் பனிஷ்மெண்ட் தரலாம். சும்மா, ஒண்ணுக்கு மாத்திவிட்டதுதான சார்."

"நோ நோ. பெரிய வீரராட்டம் அன்னைக்கி டிபாட்மென்ட் மாத்தணும்னு மட்டும் கேக்கத் தெரியுது, வேல பாக்கத் தெரிலியா. வேணும்னா ஒங்களுக்காக ரெண்டு வாரமா கொறைக்கிறேன்."

ஒரு வினாடி தியாகராஜனும் ராசுவும் கண்களால் பேசிக் கொண்டனர் "கண்ணி வக்கிறான்."

"சரி ரிப்போட் எழுதிக்குடுத்துட்டுப் போங்க..." சூப்பர்வைசர் பேனாவும் பேப்பரும் தியாகராஜன் முன் நீட்டினார்.

"நானா?"பின்வாங்கினான்.

"ம். மேஸ்திரிதான எழுதிக்குடுக்கணும். மறந்துடுச்சா... இப்பிடி மாஸ்டர் வரும்போது ரோல் மேல எழ விட்டதா எழுதிக்குடுங்க."

"சார்... அந்த மிசின் லத்தாடாகும் சார். அதும் அரியாவிட்ட ஒரு மணிநேரத்துக்கு எழ நிக்கவே நிக்காது சார். கொஞ்ச ஊசிக இருக்குது அதுக எல்லாம் ரோல் மேல விட்டாத்தான் சார் எழ நிக்கும்... கமான் தட்டே அதிருது. ரோல்லருந்து தானா எழுந்துருக்கும் சார்" ராசு மெசின் குறைகளை அடுக்கிக் கொண்டே போக,

"ஒன்ன யாருய்யா கேட்டது. நீ போ ஒன்வேலயப் போய்ப்பாரு போ" மாஸ்டர் வெறிபிடித்தவராய் கத்தினார்.

ராசு வெளியே வருவதற்குள் விசயம் டிபாட்மெண்ட் பூராவும் பரவி இருந்தது. சைடர்களும் டாப்பர்களும் மிசின்களின் சத்தத்தை மீறி தத்தம் போக்கில் பேசிக் கொண்டனர்.

ராசு டிபாட்மெண்டுக்குள் நுழையவும் வேலப்பன், சிவனாண்டி எனப் பலர் அவனை மொய்த்துக் கொண்டனர்.

“பதினஞ்சு நாள் சஸ்பெண்டாம்.”

ராசு சொன்னதும் எல்லாருக்கும் ஆவேசமே வந்துவிட்டது.

“என்னங்கடாது... ஒண்ணுக்கு மாத்தி விட்டவனுக்கு பதினஞ்சு நாளா?”

“செய்யாதத செஞ்சேன்னு சொல்லவக்கிறாகளா?”

“இவகளும் சீல் ஒடைக்காத மிசினத்தான எறக்கீருக்காக கிளீனா வேல பாக்க நாம பொறக்கதுக்கு முந்தி, அப்பெம் பொறந்த காலத்து மிசினு.”

“அதுலயும் ஸ்பீடு கேக்கவேணுமா கட்டடமே அதிருது.”

“எங்க போறபோக்கப் பாத்தா எவனும் உருப்படியா வேலபாக்க முடியாது போல.”

“இவென் என்னா மயித்துக்கு ஆமான்னு சொல்றான். ஊண்டி நிக்க வேண்டிதான, கொலபண்ணுனவனே இல்லேங்கிறான்...”

ஆளுக்கொன்றாக கசபுசவென பேசிக்கொண்டிருந்தபோது வேலப்பனுக்கு ஒரு ஐடியா தோன்றியது.

“நா ஒரு விஷயம் சொல்லட்டா” என ஆரம்பித்தவர், “எங்கயுமே சோகாஸ்னு குடுத்து வெளக்கங் கேட்டுப் பெறகுதா சஸ்பெண்டோ மத்ததோ. இங்க பாத்தீகள்ல இப்ப ஒருவழி பண்ணுனம்னா குருசாமிய காப்பத்தாலாம்னு எனக்குத் தோணுது.” என்றார்.

“சொல்லுங்க.” சிவனாண்டி அவசரப்படுத்தினான்.

கொஞ்சநேரத்தில் வேலப்பன் சொன்னபடி சைடர்கள் அனைவரும் வெளியே வந்து பம்பு பொறுக்க உட்கார்ந்தனர். டாப்பர்கள் அரியா எடுப்பதைத் தவிர சைடு கட்டுவது முடியாது என்றனர். ஸ்பின்னிங் டிபாட்மென்டே சைடில் இழைகட்ட ஆளில்லாமல் உருண்டு பாழானது.

வேலப்பனும் ராசுவும், யாராவது வந்துகேட்டால் சொல்ல வேண்டிய பதிலைத் தயாரித்துக் கொண்டிருந்தனர்.

மாஸ்டரின் கட்டாயத்தின் பேரில் ரிப்போர்ட் எழுதிக் கொடுத்துவிட்டு வந்த தியாகராஜன் இங்கிருந்த நிலைகண்டு மீண்டும் ஆபிசுக்குள் ஓடினான்.

“குருசாமிய இப்ப ஒருக்கா விட்ருங்க சார். சைடருக பூராம் எழ கட்டமாட்டோம்னு பம்பு பெறக்கிக்கிட்டுருக்காங்க.” என்றதும் மாஸ்டருக்கு தூக்கிவாரிப் போட்டது. கிளர்க்குக்கு சைகை காட்டி நிலைமை அறிய விரைந்தார்.

இந்த அளவு போகுமென எதிர்பார்க்கவில்லை. என்ன செய்வதென்று மாஸ்டரது மூளை கணக்குப் போட்டது. வீண்வம்பு

பண்ணுவது எதிர்த்தரப்புக்கு வலுசேர்க்கும் என எண்ணியவர்; "என்னய்யா ஓங்களோட தொந்தரவாப் போச்சு. ஒரு மேஸ்திரியே இப்பிடி தப்பு பண்றவனுகளெல்லாம் விட்ரு விட்ருன்னா..." என சற்றுமுன் சொன்ன செய்தி காதில் விழாதவராய்ப் பேசினார்.

"சரிங்க சார் சின்ன விசயம்."

"கொல பண்ணாத்தே பெரிய விசயமா. ச்சே. நீங்களும் பிடிச்சு தாரதில்ல. பிடிச்சதையும் விடச் சொல்றது."

"சரி விடுங்க சார்."

"சரி சரி போகும்போது மன்னிப்பு லெட்டர் எழுதிக் குடுத்துட்டுப் போகச் சொல்லுங்க. என்றபோது கிளர்க் ரவி வந்தார்.

"குருசாமிய சஸ்பெண்டு பண்ணக் குடாதுன்னு சொல்லி சைடருக பூராம் வேலபாக்க மறுக்கிறாங்க சார். வேலப்பனும் ராசுவும்..." என ஒப்பித்துக் கொண்டிருந்தபோது, அப்போது தான் புதிதாகக் கேட்பவர் போல இடைமறித்த மாஸ்டர் தியாகராஜனிடம் திரும்பி,

"என்னது? என்னய்யாது மேஸ்திரி? ஏது புதுசா தெரியுது. யார் செஞ்ச வேல? யார சஸ்பெண்ட் பண்ணது? ஏன் வேலபாக்க மறுக்கிறாங்க கூப்புடுய்யா அவங்கள. ரவி அவங்கள நோட் பண்ணுங்க" என்று ஒரு கத்து கத்தினார்.

"இல்லங்க சார்... நான் பாத்துக்கறேன்..."என்றபடி குருசாமியை அழைத்துக் கொண்டு பெருமிதத்தோடு வெளியேவந்தான் தியாகராஜன்.

11

“பெறகு என்னாண்ணே நாகுவோட சேத்து ஆனந்தனுக்கும் முடிச்சுபோட்ற வேண்டிதான. ஒரேதா சோலி முடியும்.”

பெரிய கண்மாய் மடைப்படி ஏறி நடக்கும்பொழுது பட்டாளம் ஆரம்பித்தார். பெரியண்ணனோடு பெரியதனம் மகாலிங்கம் குடையை ஊன்றுகோலாக்கிப் பிடித்து நடந்து வந்தார்.

“பட்டாளத்தண்ணனுக்கு சும்மா வரமுடியலியா? வாய் சும்மா இருக்காட்டிச் சொல்லுங்க... வழிக்கடைல உப்புக்கடல வாங்கித்தாரே... வெட்டி வம்பு வீவம்புதான இழுக்குறீக” பெரியண்ணன் தனது கட்டைக்குரலில் ஓங்கிச் சொன்னார்.

“பார்ரா” என்று ஒருவினாடி திரும்பிய பட்டாளம். “காரியமா சொன்னத தமாசுன்னு எடுத்துக்கிட்டீகளா... ஆனந்தனுக்கென்னா பன்னண்டு வயசுதே ஆகுதாக்கும்.”

“இருக்கட்டுண்ணே இப்பென்னாஅவனுக்கு வயசா போயிருச்சு பொம்பளப்பிள்ள காரியம் முக்கியமில்லயா?”

“யோவ் பட்டாளம் ரெண்டையுஞ் சேத்து முடிச்சா செலவு கொறையுமுன்னு நீ நெனைக்கிற... அவருக்கென்னா இதெல்லாமா ‘ஊய்’ங்கப் போகுது ஒரு வெள்ளாம பருத்திய போட்டா ஊரே மிச்சமாகிப் போகுது.”

“ஆமா... ஆரம்பிச்சாச்சா. ஒங்க பாடு ஒங்களுக்கு, இங்க வெள்ளாமயும் பாத்தாலும்... அம்பாரம் போட எடமில்லாமத்தான் தத்தளிக்கிது நீங்க வேற. பேசாம இருக்க நெலத்த காசாக்கிட்டு லேவாதேவிக்கு குடுத்தரலாம் போல நெனைக்கிறேன்.”

“நல்ல யோசனதே. ஆனா தேவுடியாளாப் போனாலும் மொக லட்சணம் வேணும்ல.”

“அதச் சொல்லுங்க பெரிசு எந்த வகைலயும் கஷ்டங்கறது இல்லாம கெடையாது. இன்னைக்கி நெலமைல சம்பளத்துக்கு இருந்தாலும் கதறணும், சொந்த காரியம் பண்னாலும் பொலம்பித்தே ஆகணும். இதெல்லா எதுத்து மீடேறதுதே.”

“என்னத்த மீடேறி எழவுகூட்றது பட்டாளம். ஒரு மொழம் ஏறுனா நாலு மொழஞ் சறுக்குற கதயாப் போச்சு சம்சாரிக பாடெல்லா...” காச்சப் புலம்பு புலம்பினார் பெரியதனம்.

அதுகேட்டு விசுக்கெனத் திரும்பிய பட்டாளம், “ஆரு பெரியதனமா பேசுறது?” ஆச்சரியக்குறி நெற்றியில் ஏறிநிற்கக் கேட்டார்.

"ஏய்யா. ஏய்யா இந்த மாதிரி கோமாளி மாதிரி நின்னுட்ட நல்ல சுத்துக்கார மனுசனய்யா... பசார்ல பெரியதனம்னா ஒருவெல, பெரியண்ணேன்னா ஒருவெலயா விக்கிறாக... அடிக்கிற அடி எல்லாருக்கும் ஒண்ணுதான."

பட்டாளத்தின் கோமாளி நிலை பார்த்து இருவரும் சிரிக்க, பெரியண்ணன் தொடர்ந்தார், "என்னன்னாலும் ஒங்க கணக்கே வேறல்ல... ரெண்டுமூணு பயிர போடுறதால ஒண்ணு இல்லாட்டி ஒண்ணு தேத்திடுமில்ல."

"சும்மாருங்க... அந்தாள்கூட நீங்களுஞ் சேந்துகிட்டு சட்டிக்குத் தக்கன அகப்பன்ன கணக்கா அததுக்கு தக்கபடிதே. என்னாதே பயிர மாத்துனாலும் அடியும் சரிக்குச் சரி விழுகுதுல்ல."

விடாமல் தன்குறையை வெளிப்படுத்திக் கொண்டு வந்த பெரியதனத்துக்கு மறு விளக்கமளிக்காமல் இருவரும் மௌனமாக நடந்து கொண்டிருந்தனர். சுரை மணலில் கால்கள் பொதுக் பொதுக்கென மிதிக்குமிதி அமுங்கி புழுதி எழுந்தது.

வளைந்து நெளிந்து செல்லும் கரை அரை பர்லாங் தூரம் சுற்றளவைக் கொண்டிருந்தது. கரையும் கண்மாய்க்குத் தகுந்து அமைந்ததாகத் தெரியவில்லை. சாதாரணமாக ஒரு ஏர்பூட்டி ஓட்டிச் செல்லுமளவிற்கு அகலமாக அமைந்திருந்தது. ஆனால் தண்ணீரைத்தான் சேர்ந்தடியாக பார்க்க முடியவில்லை. பல்லாங்குழியில் முத்துப்போல பள்ளத்திற்குப் பள்ளம் மட்டுமே தேங்கி இருந்தது.

பெரியண்ணனின் பார்வை கரைக்குத் தென்புறமிருந்த நிலங்கள் மீது படர்ந்தது. விரிந்த வெளியாக - கரம்பை மண்கலந்த வண்டலும், இடைஇடையே ஓங்கித்திரிந்த தென்னை மரங்களும், படர்ந்த பூவரசு, வேம்பு, காக்காமுத்து போன்ற மரங்களும், கிணற்றுக்கரையில் தோண்டப்பட்ட மண்குவியல்களும் அதனூடே வளர்ந்திருந்த கொடிக்காப்புளி போன்றவையும் வெளிறிப் போய், பரவலாகத் தெரிந்த பருத்திச் செடிகளோடு குளத்தின் வறட்சியை வெளிப்படுத்தின.

திடீரென சைக்கிளின் கிணிகிணி சத்தங்கேட்டு உலுக்கி விழுந்த பெரியண்ணன் எதிரே ஓட்டி வந்தவனுக்கு வழிவிட்டு நடந்தார்.

"சாமியோவ். பட்டாளத்து சாமீ" குளத்துக்குள்ளிருந்து வந்த குரல்கேட்டு மூவரும் திரும்பினர்,

உள்ளிருந்து கரையேறி வந்து கொண்டிருந்தான் சோலை.

"என்னாங்க சாமி ஆளயே பாக்க முடில" என்றபடி ஆவலாக வந்தான்.

“ம். ஆறுமாசம் வனவாசம் போயிருந்தே இன்னைக்கித்தே ஊருக்குள்ள வந்துருக்கே. சரியான அவலாதி எடுத்த பயடா.”

“பாத்து ஒரு மாசத்துக்கு மேலாச்சேன்னு சொன்னே.” என்றவன் மற்ற இருவரையும் கவனித்ததும், “சரி பெரியவக கூட முக்கியமான சோலிக்கிப் போறீக போல தடுதல பண்ணிட்டே” என்று பின்வாங்கினான்.

“அதெல்லா ஒண்ணுமில்ல... ஆனந்தே தோட்டம் வரைக்கும் போறம் வர்றியா.”

நால்வரும் கரையை அடைத்து நடந்தனர்.

“ஏண்டா சோல... நாட்டாம வீட்டு விசேசத்துல செமத்தியான கவனிப்பாம்ல..?” சோலை வந்தது பட்டாளத்திற்கு ரெம்பவும் சவுகரியமாக இருந்தது.

“ரெம்பப் பெரிய கவனிப்புங்க...” அவனும் கிண்டலாகவே பேசினான்.

“அவனுக்கென்னா பட்டாளம் பெறங்கைய அணக்குடுத்து படுக்குற பயலுக்கு. நாட்டாம கிட்ட எப்படியும் ரெண்டு புதுக் கோடியாச்சும் புடிச்சிருப்பான்” பெரியதனம் கூட இன்றைக்கு சகஜமாக அவனோடு பேசினார்.

“ச்... அதெல்லா அந்தக் காலஞ் சாமி. இப்ப யாரு சாத்திரப்படி நடக்குறாக... நம்மவீட்லயே மூத்தவரு கலியாணத்துக்குச் சவாப்பு சொல்லிட்டீங்க. நாட்டாம என்ன ஓங்கள்ளயும் எளச்சவரா? வீட்டுக்கெடுத்துட்டுப் போக. கஞ்சியே தீந்துருச்சுடான்னுட்டாரு.”

எதார்த்தமாகச் சொன்ன அவனின் பதில் சுருக்கெனத் தைக்க, பெரியதனத்துக்குக் கோபம் மூக்குமேல் ஏறி நின்றது.

“ஏலே... என்னாருந்தாலும் ஓங்க சலுப்பபுத்தி போகுமாடா? எடுத்ததுக்கெல்லாங் குடுத்துக்கிட்டே இருந்தா தங்கமானவரு, இல்லாட்டி எளச்சவரும்? அப்படித்தான” எகிறினார்.

“அய்யய்யே. என்னங்க பெர்சு, இந்தமாதிரிப் பிடிக்கிறீங்க. ஒரு தமாசுக்குதான பேசுனம்”

“என்னய்யா தமாசு. யாருகிட்ட தமாசு வேண்டிருக்கு எல்லா நீ தர்ற எளக்காரமய்யா.”

பட்டாளத்தை ஒரு விரட்டு விரட்டியதும் சோலை கூனிக்குறுகி நடக்கலானான்.

“வாங்க, மும்மூர்த்திகள் கண்டமாதிரி இருக்கு”

கரையைவிட்டு இறங்கி சுப்பையாபிள்ளை தோட்டத்துக்குள் அடியெடுத்து வைத்தபோது, வரிந்து கட்டிய வேட்டியும் உருமா

தலையுமாக வரவேற்றார் சுப்பையா. பின்னால் சோலை அப்புராணியாக வந்து கொண்டிருந்தான். கொஞ்சதூரத்தில் கிர்ர் என்ற சத்தத்தோடு பவர் ஸ்பிரேயரில் பருத்திச் செடிக்கு மருந்தடித்துக் கொண்டிருந்தனர் இருவர்.

"அட்ட மருந்தடிக்கிறீகளாக்கும் சுப்பு?"

"ஆமாங்க பெரியகண்ணு (பெரியண்ணன்) ரெண்டாவது மருந்து,"

"செடி ஓங்கல போலருக்கு" பெரியதனம்.

"எங்கங்க, மழயக்காணாமே... மேமழ ஒண்ணு தூறுச்சுன்னா விசேசமா இருக்கும்... வெயிலு அடிக்கிற அடிப்புக்கே செடி கருகிப் போகும் போலருக்கு."

"ஏ... சுப்பையா..."

"..."

"பசார்ல இப்ப பருத்திக்கு நல்ல வெலயாம்ல."

"இப்பருந்து என்னா புண்ணியம்.? எடுப்பு சமயந்தான இடுப்ப ஒடிச்சிர்றானுக க்காள்ளி நாலு கம்சங் கடக்காரனுக இருந்துகிட்டுல்ல நாட்டாம பண்றானுக."

"ம்.கெணத்துல தண்ணி எப்படி இருக்கு கேட்டபடி மோட்டார் ரூமை ஒட்டிநின்று கிணற்றை எட்டிப்பார்த்தார் பெரியண்ணன்.

"தண்ணியெல்லா... சுமாரா இருக்கு. ஆனா எறைக்கதே முடில."

"ஏன்"

"ஏனா.? என்னங்க பெரியதனம். கெணறு தோண்டி நாலு வர்சமாச்சு இன்னமு சர்வீசு தரக்காணாம். என்னடான்னா வரிசையாத்தா குடுப்பானுகளாம்."

"அடப்பாவிகளா. அப்ப ஆயில் மோட்டாரா போட்டு எறைக்கிறீங்க..."

"பெறவு என்ன பண்றது...? நாம கண்ணத் தொறந்த நேரம் அப்பிடின்னு நெனச்சுக்க வேண்டிதே. டீசல் ஊத்தி ஊத்தியே வெள்ளாம பணம்பூரா சரியாப் போச்சு.."

"பின்ன. டீசல்னா சாதாரணக் காரியமா?."

"ஏ... சாமி, வருசம் நாலாகியுமா கரண்டு தரல? அம்மூர்ல கட்டி இருக்க நூல் மில்லுக்கெல்லா, கட்டடங் கட்றதுக்கு முன்னாடியே கரண்டு வாங்கிட்டாங்களே." சோலை பேச்சோடு பேச்சாகத் தன்னை நுழைத்தான்.

"அவெங் கண்ணுமுழிச்ச நேரம் அப்பிடிச் சொல்லிக்கொண்டிருக்கும் போதே மருந்தடிக்கும் இடத்திலிருந்து சுப்பையாவைக் கூப்பிடும் சத்தம் கேட்டது.

"என்னடாவ்."

பதில் குரல் தந்தார்.

"மிச்ச மருந்த எங்க வச்சிருக்க"

"கெழக்குகுண்டடல் மேதட்டுல வரப்போரமா இருக்கும் பாரு."

திரும்பிய சுப்பையா... "அப்புறம்... வாங்க ரூமுக்குள்ள ஒக்காந்து பேசலா..." என்றார்.

"இருக்கட்டு... சுப்பு. பெரியண்ணே எதோ கப்பக்குச்சி வாங்கணும்னாப்ல. அதே சின்னவரு தோட்டத்து வரைக்கும் போய்ட்டு வரலாம்னுருக்கம்."

"அப்படியா நானும் இத எடுத்துட்டு கப்பயத்தே நட்டு விடணும். தண்ணிப்பாட்டுக்கு இனியும் அலஞ்சு தவிக்க முடியாது" என்ற சுப்பையா தொடர்ந்து, "ஆமா மேற்க எதோ அணைகட்றதாப் பேச்சு நடந்துச்சே. எதுந்தகவல் இருக்கா?"

"ஆமா. நாலஞ்சு வருசத்துக்கு முந்திருந்து பேசிட்டுதா இருக்காங்க... எடங்கூட பாத்தாச்சு போல, ஓடகிட்ட கட்றதாவும் பிளான் பண்ணுனாங்க. அது அப்ருவல் ஆகிடுச்சா என்னான்னு தெரியல."

"எங்க பெரியதனம் ஆகப்போது? சர்க்கார்ல என்னக்கி சொன்னபடி நடந்தாக."

"ஊர்க்காரக நெனச்சா முடியாமலா போகும்? ஏன்னா, அணகட்னாங்கன்னா மழபெஞ்சு வீணாப்போற தண்ணி பெருகும். சுத்துவட்டுல ரெண்டுமூணு பட்டிகளுக்குக் கெணத்துல தண்ணி ஊறும்."

"உண்மதா சுப்பு. ஆளுகளப் பாத்துப் பேசுவம். வெயிலு வேற ஒறைக்கிது. நடக்குறம்" பெரியதனம் தோரணை மாறாமல் பேசினார்.

கிணற்றை ஒட்டியிருந்த வேப்ப மரத்தடியில் அமர்ந்திருந்த சோலையும் எழுந்து நடந்தான்.

நடக்கும்பொழுது, "ஏஞ்சாமி" என்று பெரியதனத்தைத் திருப்பிய சோலை, "ஏதும் வேண்டுதல் பண்ணீருக்கீகளா...?" என்றான்.

"ஏண்டா."

"இல்ல வெயிலு ஒறைக்கிதுன்னுட்டு கொடைய கக்கத்துல வச்சுகிட்டு வர்ரீகளே... அதுக்கு கேட்டேன்..." என்றதும் பட்டாளத்தாரும் பெரியண்ணனும் சிரிக்க...

"க்காள்ளி... கொழுப்பேறி போச்சுடாவ்" என்று தானும் சிரித்த பெரியதனம் குடையை ஒரு உலுக்கு உலுக்கி விரித்துப் பிடித்தார்.

"வெளியூர்க்காரர்னாலும் இந்த ஊர்ல வந்து பேர் வாங்கிட்டியேப்பா."

சைக்கிள், சண்முகா டூரிங் வளைவிலிருந்து தார்ரோட்டில் ஏறும்பொழுது செங்காளி கேட்டார்.

பகல் சிப்டை முடித்துவிட்டு வழக்கமாகச் சந்திப்பிற்காக ராசு வீட்டுப்பக்கம் போய்விட்டு ஊருக்குத் திரும்பிக் கொண்டிருந்தார் வேலப்பன். ராசு வீட்டில் கல்யாண காரியங்களில் பேச்சை நுழைத்தது நிறைய தாமதமாகிவிட்டது. கிளம்பி வருகையில்தான் தேரிமேட்டில் செங்காளி துணைக்குக் கிடைத்தார்.

நாற்பது வயதைக் கடந்த தேகமென்றாலும் உழைப்பால் உரமேறியிருந்தது. அவரது ஒவ்வொரு மிதியிலும் சைக்கிள் கர்ச் கர்ச் என முனங்கியது.

"என்னா தம்பி பேச்சக்காணம்?"

"ம்." நினைவிலிருந்து விடுபட்டவராய், "உழைக்கிறவனுக்கு ஏதுண்ணே ஊரு தேசம்?"

"நா சொல்றது என்னான்னா. என்னமோ நேத்திக்கடனுக்குக் காவுடி தூக்குனது போல நெதமு ஏழெட்டுமைலு வெட்டியா ஏன் ஓடம்ப அலட்டிக்கணும்ங்கறேன்! பேசாம வீட்டையும் இங்கயே மாத்திக்கிட வேண்டிதான."

"செய்யணும்ணே. அதுக்கும் ஒரு நேரம்னு வரணும்ல,"

"இதுல என்னத்த நேரம்வர வேண்டியிருக்கு?... வேலபாக்குறது இங்கதேன்னு ஆகிப்போச்சு. எங்களப் போலவா ஊரூருக்கு வேல தேடி அலயப் போறீக."

"அதெல்லாமில்ல... மில்லுல பிரச்சன ஒருவழியா ஓயட்டுமேன்னு பாக்குறேன்."

இதுவரை சாதாரணமாய்ப் பேசிக்கொண்டு வந்த செங்காளி மில்பற்றிச் சொன்னதும் ஒரு அலுப்பும் சலிப்பும் ஒருசேர பேசலானார். ஹும் ஒங்களுக்கென்னப்பா. ஒரு நாள்ல பிரச்சன ஓஞ்சிரும்... நாங்க.? இம்புட்டுத்தாண்டான்னு அழுத்தி எழுதிப்புட்டானே அந்த ஆண்டவெ." அலுப்பு கால்களின் மிதியாலும் வெளிப்பட்டு, சுர்ர்ர்ர்ரச் என இழுத்தது.

கட கடவெனச் சிரித்த வேலப்பன், "ஏண்ணே பொறாமப் படுறீங்க."

"அட பொறாம இல்லப்பா. எங்க விதியச் சொல்றேன்..."

"நீங்களும் ஆளுகளப் பூராம் ஒண்ணு சேருங்க. ஒங்க பிரச்சனையும் தீருமில்ல.,"

“கூத்துகாரனா இருக்கியேப்பா... நாங்க சேந்து போறம் சம்சாரிக வேல இல்லடா போங்கன்னா... சிங்கியடிக்க வேண்டிதே” சொல்லிவிட்டு ஹாஸ்யத்தைக் கேட்டவர்போலச் சிரித்தார். வேலப்பனுக்கே தான்தான் தவறாகச் சொல்லி விட்டோமா என்ற சந்தேகமே உண்டானது.

“அட களையெடுக்கற பொம்பளைக்கூட இன்னிக்கு சங்கஞ் சேர்றாகத் தெரியுமா,”

“தம்பீ ஓங்ககணக்கு வேற. இது வேறப்பா... இன்னி தேதிக்கி சம்சாரிக பாடே காச்சலா கெடக்கு. ஒருகுழி ரெண்டு குழின்னு வச்சிருக்க ஆளுகல்லாம் கூலிக்கி தர காசில்லாம கந்து வட்டிக்கு வாங்குறாங்க. இந்த வள்ளல்ல கொடிபுடிச்சம்னா எப்பிடித்தே இருக்கும்.

“நா... சொல்ற வழிமுறையவே நீங்க சரியா புரிஞ்சுக்கல” என்றபோது எதிரே ஒரு கார் தனது வேகத்தை ஹெட்லைட்டில் நிலைநிறுத்தியது போல எரித்துக்கொண்டு வந்தது. அதன் ஒளிவெள்ளம் கண்களைத் திறக்கவிடாமல் கூசச்செய்தது. சடாரென ரோட்டைவிட்டுக் கீழிறங்கினர்.

செங்காளியைப் பார்க்க வேலப்பனுக்குப் பரிதாபமாயிருந்தது. இன்னொரு பக்கம் தம் நிலமையும் இடிக்கத்தான் செய்தது. ஒன்றிணைக்கப்பட்டு, ஒருசேர ஒரே வேலையில் நிறுத்தப்பட்டிருக்கும் தொழிலாளர்களை இணைப்பதற்கே இவ்வளவு பாடுபடுகையில், ஆதிகாலந்தொட்டு மண்ணையும் விண்ணையுமே விதியென்று பேசித்திரியும் இவர்களை ஒரு வார்த்தையில் ஒருநாளில் இழுத்துவிடுவது அத்தனை சாத்தியமானதா? சாத்தியப்படும் காலத்தையும் நம் போன்றவர்களே துவக்கியும் வைக்க வேண்டும்.

“ஏந் தம்பி மேற்க அணகட்டி தகவல் ஏதும் வந்துருக்கா,”

“எவண்ணே... வீரப்பய்யனார் அணையா...? உள்ளூர்க்கார்கு ஓங்களுக்குத் தெரியாமயா?”

“அப்பிடீத்தாப்பா ஏகப்பட்ட நாளு ஓடிப் போயிடுச்சு என்னா எளவு அணய கட்டிவச்சா சுத்துவட்டு கெணத்துகள்ல செத்த சளவ அடிக்கும். என்னத்தியோ தொடந்தடியா வேல கெடைக்குமே.”

“நீங்க இப்பிடிப் பொலம்பத்தே லாயக்கு அண என்னா அவ்வளவு ஈசியா ஓங்க ஊருக்கு வந்துரும்ங்கறீங்களா. ஆனா இப்பத்தே இந்த விசயத்துல சம்சாரிக ஒண்ணு கூடுறாகன்னு தகவல்.”

“என்னத்த கூடி...”

“நடக்கும்ணே. இது போராட்டம் பண்ற காலம். யார் யார்லாம் வீதில எறங்க மாட்டம்னு நெனச்சமோ அவங்கல்லாம் இப்ப

ஜெயில்வரைக்கும் போய்ட்டாங்க. இப்ப எங்க மில்லவே எடுத்தா... இத்தளநாளும் எழவுன்னு லீவு எடுத்தாக்கூட பொணத்தக் கொண்டாந்து இங்கணயே பொதைங்கன்னுதே சொல்வாங்க. நேத்து மொதலாளிகிட்ட என்னைக்கோ ஒருநாள் எதுத்து பேசிட்டான்ங்கறக்காக, ஒரு சின்ன தப்ப காரணமாக்காட்டி ஒருவாரம் வீட்ல இருந்துட்டுவரச் சொல்லிட்டாங்க. பாத்தம் இப்படியே விட்டா மொதலுக்கே மோசமாயிரும்னுட்டு, அங்க இருந்த அத்தன பேரும் ஒக்காந்துட்டம். அவன வேலக்கி எடுத்தாத்தே எங்க வேல நடக்கும். அப்படின்னம். அம்புட்டுத்தே அஞ்சே நிமிசம். ஜெயிப்புதான்."

கேட்பதற்குச் சுகமாகவும் வியப்பாகவும் கூட இருந்தது. ஆனாலும் ஏனோ முழு ஈடுபாட்டுடன் ரசிக்கவோ பச்சாதாபப்படவோ இயலவில்லை. செங்காளிக்கு ராட்சசன் குகை என்று வர்ணிக்கப்பட்ட இடத்தில் இது நிஜமா?

"அது சரித்தேந் தம்பி அதுக்காக எங்களையும் அந்த மாதிரி ஆகணுங்கிறியா?"

"வேற வழியில்லண்ணேய்!"

புளியமரங்களின் அணிவகுப்பூடே, வழுக்கைத் தலையாய் நீண்டு செல்லும் பாதையில் சைக்கிள்கள் பயணித்தன. அந்த நேரத்திலேயே சில்வண்டுகளின் ரீங்காரம் செவிப்பறையைத் தட்டி அமைதியான அந்த நேரத்தில் மிகையாய் ஒலித்தது. வேலப்பனின் சைக்கிளில் கோர்த்துத் தொங்கிய தூக்குவாளி, ஏற்ற இறக்கங்களுக்கேற்ப லொடலொடவென சத்தம் கொடுத்துக்கொண்டு வந்தது.

"ஏம்ப்பா பசார்ல கடையெல்லாம் நாம போறவரைக்கும் தெறந்திருக்கும்ல.... நாள மருந்தடிக்க ரோக்கார் வாங்கணும் எப்படியும் ஒம்பது வரைக்காச்சும் இருப்பானுகள்ல..."

கேள்வியும் பதிலும் அவரே சொல்லிக்கொண்டமையால், உம் என்று மட்டும் வேலப்பன் சொன்னான். சிந்தனையெல்லாம் நாளைக்கு வேலைகளை வகைப்படுத்திக்கொண்டிருந்தது.

எத்தனை நாளைக்கு இங்குமங்குமாக மறைந்து வாழ்வது. தேவையில்லை. பளிச்சென சங்கத்தைக்கூட இனி நிலைநிறுத்திவிட வேண்டியதுதான். இதுபற்றி தலைவரிடம் இன்றைக்கோ அல்லது நாளையோ பேசிவிட வேண்டும். அதற்கான சூழ்நிலையும் சாதகமாகி இருப்பதால் சூட்டோடு சூடாகச் செயலாற்றிவிட வேண்டும்.

திடீரென்று மின்சாரக்கம்பி அறுந்து விழுந்தது போல, எதிர்புறம் வந்த சைக்கிள் ஒன்று, வேலப்பனை இடித்து குப்புறத் தள்ளி விட்டது.

தன் வண்டியை நிறுத்திவிட்டு ஓடிப்போய் தூக்கிய செங்காளி, "யார்ராவெ எருமைக்கி பொறந்தவனா இருப்பாம் போல" என்றபடி மோதியவனோட மல்லுக்குப் போனார்.

கிராமத்து ரத்தம் துடிதுடித்தது. தன் கண்ணுக்கு முன்னால் இப்படிச் சகமனிதன் அடிபடுவதை காணச்சகியாத உள்ளம்.

மோதியவனோ சாவகாசமாக சைக்கிளை நிறுத்திவிட்டு வந்தான். கொஞ்சமும் தப்பு செய்துவிட்டோம் என்ற குறுகுறுப்பு இல்லாமல் வந்தான். "யோவ் அடிபட்டவென் சும்மா கெடக்க. நீ யாரய்யா எகிறிட்டு வார," அவனது பேச்சு எரிகிற தீயை ஊதிவிட்டது போல ஆகிவிட்டது செங்காளிக்கு.

"ஏண்டா லேய். செய்யறது... செஞ்சுபோட்டு, திமுரா பேசுர. ஓஞ் செறகா எலும்பு ஓடிஞ்சு போகும் ஜாக்கரத ஆமா"

அவர் சொல்லி முடித்தவேளையில் அதே வேகத்தில் இரண்டு சைக்கிள்கள் வந்து நின்றன. "என்னப்பா...என்னா கலாட்டா." ஏதோ இதற்காகவே நியமிக்கப்பட்டவர்களைப் போல கேட்டுக்கொண்டே இறங்கி வந்தனர். வேலப்பனுக்கு நறுக்சென்றது.

"ம் ரெண்டு பேரும் சேந்து என் செறகா எலும்ப ஓடச்சுப் போடுவானுகளாம்" என்றான் மோதியவன்.

"ஏண்டா லேய் செஞ்சதும் செஞ்சுபுட்டு தாயளி பழியும் எங்கமேலவே சாத்துரியா? ஒன்ன..." சொல்லிக்கொண்டே மோதியவனின் சட்டையைப் பிடித்தார்.

"விடுங்கண்ணே... விடுங்க" என்று வேலப்பன் ஓடிவந்து தடுக்க, அதற்குள்ளாக செங்காளியின் கையை முறுக்கி இழுத்து விசிறிவிட்டான் மோதியவன்,

அதைக்கண்டு துணுக்குற்ற வேலப்பன், வந்த வேகத்தில் அவனைப் பின்புறமாய் கழுத்தை வளைத்துப்பிடித்து விலாப்புறத்தில் இரண்டு குத்துக் குத்தினான். வந்திருந்த இரண்டு தடியன்கள் வேலப்பனைப் பிடித்து இழுத்து உதைத்துத் தள்ளி விட்டனர். மோதியவன் விடுபட்டதும் மூவருமாய்ச் சேர்ந்து வேலப்பன் மேல் விழுந்து மாறிமாறி தாக்க, எவ்வளவோ கட்டுப்படுத்தியும் வேலப்பனால் அலறாமல் இருக்க முடியவில்லை.

தடுமாறி எழுந்த செங்காளி பின்புறமாய் வந்து அவர்கள் மேல் தன் கைவரிசையைக் காட்டியதும், வேலப்பனை நிறுத்தி விட்டு அவர்மீது பாய்ந்தனர். சிலநிமிடம் இருவருக்கு மூவராய் மோதல் நிகழ்ந்துகொண்டிருந்தது.

ஜன சந்தடியற்ற அந்தச் சாலையில் அமாவாசை இருட்டின் மடியில் யாரையும் யாரும் அடையாளங் காண முடியவில்லை.

ஆனால் அனைவரும் உழைப்பால் செழுமையில் முறுக்கிய தேகங்கள் என்பதில் ஐயமில்லை.

இறுதியாக வேலப்பனின் கைகளைப் பின்புறமாய் முறுக்கி இழுத்துப்பிடித்த ஒருவன், "ஏண்டா... வீதிவீதியா ஊறுகா. வித்துக்கிட்டிருந்த பய மில்லுல சேந்த ஒடனே வீரம் வந்திருச்சோ. வளத்தவரையே மார்ல பாய்வயோ. இல்ல சூராதி சூரே சுப்பாநாயக்கு பேரனா" கேட்டபடி கையைமடக்கி நடு முதுகில் ஓங்கிக் குத்தினான்.

''அம்ம்மா' அடித்தொண்டையில் அழைத்தான் வேலப்பன்.

அது இவெ இல்லப்பா. இவரு பழய மில்லுல சீப்பட்டு வந்தவரு இன்னொருத்தன் எகத்தாளம் செய்ய,

"ஸ்ஸ் ஓகோ தியாகியா.? ஒரு மில்ல கெடுத்தது பத்தாதுன்னு இங்கவந்து வாலாட்றியா... நறுக்கிடுவம்" இன்னொரு குத்துக்காக கை ஓங்கியபோது ஏதோ ஒரு வாகனத்தின் வெளிச்சம் தூரத்தில் தெரிஞ்சது.

"ஒழுங்கா வேலயப் பாத்து ஒழுக்கமா நடந்துக்க... இல்ல. ஓம் பொண்டாட்டிக்கி புருசெங் கெடையாது. புள்ளக்கி அப்பெங் கெடையாதுன்னு ஆக்கிப்புடுவோம்." எச்சரித்து குப்புறத் தள்ளிவிட்டு மூவரும் சைக்கிளை எடுத்துக்கொண்டு வந்த வழியே பறந்தனர்.

எதிரில் வந்த லாரி கடந்ததும், முறுக்கிக் கிடந்த கைகளைச் சரிப்படுத்தி எழுந்து செங்காளியைத் தேடினான். சாலையின் மறுபுறத்திலிருந்து முனகல் கேட்டது. உழைத்து உரமேறிப் போயிருந்த அந்த உடல் கொஞ்சம் நசிந்திருந்தாலும் தெம்பு குறையவில்லை, வேலப்பன் நெருங்குவதற்குள் தானாக எழுந்துகொண்டார்.

"எவனப்பா அவெங்கெ... யாரு என்னான்னு தெரியல. வந்தாங்கெ, வம்பிழுத்தாங்கெ. அடிச்சுபுட்டு ஓடிட்டாங்கெ. அடியாளுகளா?" உடலெங்கும் ஒட்டியிருந்த மணலைத் தட்டி விட்டுக்கொண்டார்.

வேலப்பனுக்கும் வலி இன்ன அளவு என்றில்லை. உடல் பூராவும் உதையும் குத்துமாய் விழுந்ததால் விண்விண்ணெனத் தெறித்தது. "அடியாள்கதே அப்பவே சொன்னேன்ல... மில் நெலம பத்தி. முன்னுக்கு நிக்கிற என்னமாதிரி சிலபேர ஓழிச்சுகட்டிட்டா. எங்க வேலைகளவே நாசமாக்கிடலாம்னு நெனைக்கிறாரு மொதலாளி, அவங்களோட அடியாள்கதேன்."

சைக்கிளை எடுத்து நேர்செய்தான்.

“அடத் தாயளி. அம்புட்டு நீசப்பயலா.”

“அவக பேசுனதக் கேக்கலியா... ஒழுங்கா வேல பாக்கணுமாம். கத எப்படி? இந்தச் சலசலப்புக்கெல்லாம் பயந்துடுவேன்னு நெனைக்கிறாங்க.”

“க்காள்ளி... பிக்காளிப் பயக. இந்தமாதிரிப் பொழப்புக்கு” அவரும் தன் சைக்கிளை எடுத்துச் சரிபார்த்தார்.

“பாவம் என்னால ஒங்களுக்கு வேற அடி.”

“நீ வேற, ஒரு தொழிலாளியக் காப்பாத்த முடியலேன்னு நா சங்கடப்பட்டு இருக்கேன். இதுவே கொஞ்சம் சுதாரிப்பா இருந்தா கத வேற. காயம் எதுமிருக்கா வேலூ.”

“உள் காயந்தேன்ணே”

“இத போலீஸ்ல சொல்லலாம்ல.”

“சங்கத்துல சொல்லணும்... அடிச்சது ஆள் தெரியலியே. ரத்தகாயம் படாம வேற அடின்னு சொன்னாங்க கேட்டீகளா... நல்லா திட்டம் போட்டே செஞ்சிருக்கானுகண்ணே,”

“இதபாரு தம்பீ. இன்னிக்குச் சொல்றே... இந்தமாதிரி மொண்டுத்தனமா காரியம் பண்றவங்களச் சும்மா விடக்கூடாது. விட்டம்னா நாம அதவிட மோசமா போயிடுவம். நீங்க மட்டும் ஊண்டி நில்லுங்கப்பா. மத்தத நாங்க பாத்துக்கறோம்.”

“அப்ப தட்டு மாத்திக்கிட வேண்டிதான”

ஜிலுஜிலுவென முழுக்கை கதர் சில்க் சட்டையும், வாயல் வேஷ்டியும், மடியில் கண்ணாடி விரியனாகப் புரளும் சரிகை அங்கவஸ்திரமுமாக நாட்டாமை, கூட்ட மையத்தில் நாயகமாய் அமர்ந்திருந்தார்.

“நேரம் எட்டிருச்சுல்ல. மாத்திட வேண்டிதான... ஏலேய் வாச்சுக்காரா... நேரம் எம்புட்டு பட்டாளத்தின் முழக்கத்தில்... கடிகாரம் கட்டி இருந்த ஒருத்தர், “ஏழே முக்காலாச்சுங்க” என்றார்.

“அப்ப ரெண்டுவேரையும் கூப்புடுங்க கூப்புடுங்க” நாட்டாமையின் வலப்புறமாய் அமர்ந்திருந்த பெரியதனம் குரல் விடுத்தார்.

நாகுவின் அய்யா பெரியண்ணனும், ராசுவின் சின்னையா பெருமாள் சாமியும் எதிரெதிரே அமர்த்தப்பட்டனர்.

“ஏய். அங்க யாரப்பா மருதமலயா.” வாசலுக்கருகில் மில் தொழிலாளிகளோடு பேசிக் கொண்டிருந்த மருதமலை திரும்பினார். “உள்ளே பெட்ரோமாஸ் லைட்டு இருக்கும் காத்தடிச்சு எடுத்து வாய்யா.

“என்னா பட்டாளம் அதேன் ஒண்ணுக்கு ரெண்டு பல்பு போட்டுருக்கில்ல.”

“தெரியும்யா எலக்ட்ரிய நம்பி எலய போடாதேன்னு பெரியவங்க சொல்லிருக்காங்க. அதுபாட்டுக்கு நல்லநேரத்துல பொசுக்னு அமந்துருச்சுனா சகுனத்தட மாதிரி போயிரும்ல.”

இதற்குள் மருதமலை லைட்டுடன் வந்து விட்டார். “எங்கன வக்கெ”

“இப்பிடி.”

“இங்கன...”

“இந்த அட்டடத்துல நடுவால வைய்யிப்பா”

ஒருவழியாக ஒரு ஸ்டூல்மேல் அமர்த்தப்பட்டதும். “ஸ்ஸ்ஸ்” என்ற இரைச்சலைக் கொடுத்தபடி அது தன்னை வெளிப்படுத்திக் கொண்டிருந்தது.

வீட்டுக்குள்ளே கசகசக்குமென்று வெளியே பந்தல் போட்டு லைட் கட்டி இருந்தனர் நிச்சயதார்த்தப் பந்தல் முழுக்க நண்டும் சுண்டுமாய் கூட்டம் நிரம்பிவழிந்தது. இரவு நேரமாகையால் வேலைமுடிந்து வருபவர்கள் வந்து சேர்ந்து கொண்டிருந்தனர். நாட்டாமைக்கு விசிறி எடுத்து விசிற, ஒரு ஆள் தனியாகத் தேவைப்பட்டது.

“ஏம் பட்டாளம் தட்ட சரி பாத்தாச்சா எதும் விட்டுப் போயிருக்கான்னு பாரய்யா.”

நாட்டாமையின் கேள்விக்காக தட்டுகளைச் சரிபார்த்த பட்டாளம், “மாப்ள வீட்டுக்காரவுகள கூப்புடுய்யா.” என்றார். “எங்க பருசப்பணத்த காணம். வக்கெலியாடா? நல்ல வேள நாட்டாம பாக்காட்டி, நகண்டுருவீங்க போல.” என்று பரிகாசம் செய்தார்.

பணம் வந்ததும், மறுபடி நாட்டாமை கிசுகிசுத்தார், “நகநட்டு, பணம் எம்புட்டுன்னு சொல்லீருவமா.”

“ச் அதெல்லா நம்ம காலம் நாட்டாம. இப்ப வாணாம் விட்ருவம்.”

“சரி. அப்ப அல்லாரும் கவனிங்க. ஏய் இந்தப்பா. பேச்ச நிறுத்து, சின்னதுகள் இழுத்து வையிங்கப்பா!” தன் கூட்டத்தை இழுத்த நாட்டாமை.

“அம்ம ஊர் சாமியப்பத் தேவர் பேரனும், காலஞ்சென்ற பெரியகருப்புத் தேவர் மகனுமான ராசு என்ற துரைராசுக்கும், மேல்படி ஊர் காலஞ்சென்ற கல்யாணத் தேவர் பேத்தியும், பெரியண்ணத்தேவர் மகளுமான நாகுங்கற நாகேஸ்வரிய திருமணம்

செய்யவேண்டி இன்னைக்கி பரிசம் போடப் போறாங்க... சம்பந்தப்பட்ட தாய் மாமெங்களுக்கு வில்லங்கமிருக்குதாப்பா இருந்தா சொல்லுங்க.” பதிலுக்காக சில வினாடி காத்திருந்தார்.

“தாராளமா செய்யலாம்.” என்று இரண்டுபேர் தலையாட்டியதும். “பொண்ண வரச் சொல்லுங்கப்பா. என அழைத்தார்.

தோழிமாருடன் நாகு வந்து பரிசச்சேலையை வாங்கிக் கொண்டு போய், கட்டிக்கொண்டு வந்தாள். பின் சபையை மூன்றுமுறை வணங்கிச் சென்றதும், சடங்கு முடிந்தது.பெண்டுகள் அனைவருக்கும் கதம்பமும் வெற்றிலை பாக்கும் கொடுக்கப்பட்டது. அடுத்த அயிட்டம் சடுதியில் ஆரம்பமானது.

பரிசம்போட்ட பந்தலிலேயே மூன்றுவரிசையாக உக்கார்த்தி வைத்து பந்தி நடந்தது. அங்கேயும் பட்டாளம்தான் துண்டை உருமாடாய்ச் சுற்றிக்கொண்டு ஆட்களை ஏவிக் கொண்டிருந்தார்.

“லேய் ஆனந்தா... தண்ணீ ஒரு ரெண்டு கொடத்த கொண்டாந்து கொப்பரைல ஊத்துடா.”

“ஆரப்பாது... என்னா வேணும்... சத்தமா கேளு... சாம்பாரா? இந்தாய்யா சாம்பாரு இங்க ஊத்து ஆருன்னாலும் கேட்டுவாங்கி சாப்புடுங்க அம்மவீட்டு விசேசத்துல ஆருக்குங் கொறை இருக்கக்கூடாது ஆமா வெக்கையும் அங்கே இங்கே சுழன்றதுமாய் நெற்றியில் வியர்வை சுரந்தது.

“ஆரது... பட்டாளத்து மாமனா பேசுறது..?” முருங்கைக்காயை உறிஞ்சிக் கொண்டிருந்த ராசுவின் சின்னையா கூப்பிட,

“என்னா மாப்ளேய். அட ரெண்டாவது பந்திலயும் எல பரப்பியாச்சா. அதுனால பரவால்ல... ங்கொக்காள்ளி எத்தன பந்தில ஒக்காந்தாலும் அசர மாட்டம் டீ... லேய் ஆனந்தா, மாப்ளய சாம்பார்லயே குளுப்பாட்றா.” கிண்டலுக்கு ஆள் தோதில்லாமல் இருந்தவர்க்கு வகையாய்வந்து மாட்டினார் பெருமாள்சாமி.

“ஆமா நீங்க போட்ருக்க கஞ்சிக்கும், ஏழுபந்திலயும் தவறாம ஒக்காந்துருவாக. இங்க பாரு. ஒரு சேமியாவுல பாயாசம் வக்கெ முடியல. பேச்சப்பாரு ஏழூருக்கு தெக்கிட்டு” பெருமாள்சாமி தான் சளைத்தவனில்லை எனக் காண்பித்தார்.

“அடியேய் சொரண கெட்டவனே. ஓனக்கெல்லா எங்கவுலா பச்சரிசிப் பாயாசத்தோட ருசி தெரியப்போகுது, க்காள்ளி ஒங்கொப்பே நாயத்துக் கெழம சந்தைல அரைக்காவீச குச்சிக் கருவாட்ட வாங்கிப் போட்டார்னா அதவச்சே ஒரு வாரம் வாடபுடிச்சுட்டு திரியிற சிறுக்கிக்கி, இந்த வாசன எங்க தெரியப் போகுது? பாப்பம்ல நாளக்கி. ஓங்கவீட்ல போடுற கலியாணப் பந்திய.”

அப்போது அவசரமாய் வந்த மணி, "என்ன மாமா இங்க நிக்கிறீக. வெளிய நாட்டாம எல்லாம் சொல்லிட்டுப் போக ஒங்களக் கூப்புடுறாங்க.

"வெளியவா ஒக்கார வச்சுட்ட" வேகமாக நடந்தவர், இடைப்பட்ட ராசக்காளைக் கண்டதும், "ரம்மாட தாம்பூலத்த எடுத்து வெளிய வச்சுட்டியா? ஆனந்தனப் பாத்து மணிகூட சேந்து பந்திய கவுனிக்கச் சொல்லு, இந்தா வந்திர்றேன்" என்று நடந்தார்.

ஒரு பலசரக்குக் கடையின் திண்ணையில் நாட்டாமை பெரியதனம் என ஊர்க்காரர்களும், பெருமாள், தியாகராஜன், வேலப்பன் போன்ற தொழிலாளிகளும் உட்கார்ந்திருந்தார்கள்.

"இப்ப உடம்பு எப்பிடி இருக்கு வேலு?" வந்ததுமாய் வேலுவிடம் போனார்.

"இப்ப பரவால்லங்கய்யா... ஊம அடிதான்."

"ஊம அடிய சாதாரணமாப் பாத்துறக்குடாது வேலு உள்ள இருந்துகிட்டே வேலபாக்கும்."

"ஆமா மில்லுல எதும் இதுபத்தி விசாரிச்சாகளா?"– நாட்டாமை.

"அதெல்லாமில்லிங்க. லீவு கேட்டப்ப மாஸ்டர் காரணம் கேட்டார். விசயத்த சொன்னே. பதில் எதும் வரல."

"லீடு பண்ற ஆள அடிச்சுப்போட்டா பயந்துருவம்ங்கறது அவங்க நெனப்பு" பெருமாள்.

"எத்தினி ஆளத்தே அவக அடிச்சிற முடியும். சரி அல்லாரும் சாப்ட்டாச்சா. போ வேலு, சாப்டாதவங்கள கூட்டிப்போ."

"சாப்பிடுவோம். கூட்டங் கொறையட்டும்" சொல்லிவிட்டு அவர் அமர இடம் ஒதுக்கித் தந்தார் தியாகராஜன்.

"ஆமா... அப்புவ எங்க ஆளக்காணாம்" நன்றாய் நகட்டி உள்ளே சாய்ந்து உட்கார்ந்து கொண்டார்.

"இப்பதே ராசுவுக்கு சோறு கொண்டுபோறான்."

பரிசம் போடும் இடத்துக்கு கல்யாண மாப்பிள்ளை வரக் கூடாது என்பது வளமை,

"அத ஒரு சின்னப்பயகிட்ட குடுத்துவிட வேண்டிதான" முனகினார்.

"என்னருந்தாலும் புதுமாப்ள ஒத்தைல இருக்கக்குடாதுல்ல. தொணைக்குப் போகட்டும்னுதே."

"சரி சரி மில்லுக்காரவுகளா கூடி இருக்கே. ஒங்க மில்லுல நெலம எப்பிடி இருக்கு? சம்பளங்கிம்பளங் கூட்டி இருக்காகளா? நாட்டாமை நீட்டி முழங்கினார்.

“சம்பளங் கூட்டி இருந்தாத்தே நாங்க எதுக்கு இப்படி நிக்கிறம்” சுந்தரம் ஆரம்பித்து வைத்தான்.

‘வேற எப்படி தலைகீழா நிப்பீங்களாக்கும். ஊர்க்காரர் ஒருவர் கமண்ட் அடிக்க ஒன்றிரண்டு சிரிப்புச்சத்தம் தலை நீட்டியது.

“இல்லப்பா. எதோ சங்கம், கிங்கம்ன்னீங்களே.”

“எல்லாம் முடிஞ்சிச்சு. வேலண்ணன் என்னிக்கி அடிபட்டாரோ அந்தநிமிசமே மேனேஜ்மெண்டே பிள்ளையார் சுழி போட்டுவச்சிட்டாக இனி தலைவர் செயலாளர் எடுக்கவேண்டியது தான் பாக்கி.”

“ஹும்... நாங்க பாத்துகிட்டிருக்கப்பவே, நீங்க ஆயிரம் ஐநூறுன்னு சம்பளத்த எண்ணப் போறீங்க நாங்க என்னிக்கிம் போல கூழ குடிச்சுப்போட்டு வேகாத வெயில்ல வெந்து தணிஞ்சு, வெளஞ்சதப் பூராம் கேட்ட வெலக்கி வீசிப்புட்டு வெறுந்துணியக் கட்டிட்டு ருப்பம்.” ஒரு விவசாயி ஆதங்கமும் அவஸ்தையுமாய் ஒப்பித்தார்.

“ஏன்? நீங்களும் அவங்களப் போல ஒரு சங்கத்த ஆரம்பிக்கிறது... பெரிய ஹாஸ்யத்தைச் சொல்லியதைப் போல அவரே சிரித்துக் கொண்டார் பெரியதனம்.

“ஏஞ் செஞ்சா வேணாங்குதா? நம்மளுக்குள்ளேய நடத்துற நாடகத்த அப்படி அம்பலத்துக்குக் கொண்டுவாரதில தப்பில்லையே.”

“ம். மூலக்க... அம்மாவாரி சொன்னா மாத்துக் கருத்து இருக்குமா.”

பட்டாளம் நங்கென அம்மாவாசியின் மூக்கை உடைத்ததும் சுரீர் என தைத்துவிட்டது “ஆமா. இந்த ரகள கழுதைக்கி மட்டும் கொறச்சல் வராதே ஓங்கிட்ட” என்று கொவட்டில் குத்தினார்.

அப்போது தோள்துண்டு சரிய வேகமாய் ஒருவர் வந்தார். “சாப்பிட வேண்டிய ஆள் இருக்கா?”

“எல்லாரும் முடிச்சுட்டாங்க... இவக மட்டுந்தே சாப்பிடணும்.” என்று தொழிலாளர்களைக் காண்பித்த பட்டாளம், “பந்தி காலியானதும் கூப்புடுங்க” என்றார்.

வேறு யார் என்று சாப்பிட வேண்டியவர்களைத் தேடிப் புறப்பட்டபோது, “ஏம் பெரியண்ணே. பசார்ல சி.சி.ஐ (சிசிமி) காரெ இந்த சீசனுக்கும் வர்லயாம்ல...” என்று அமாவாசை இழுத்தார்.

பருத்தி என்றதும் அத்தனை வேலைகளையும் மறந்த பெரியண்ணன்.

“இந்த வர்சமுமா? வர்த்தக சங்கம்னு பெரியாளுக ஒண்ணு சேத்தானுகள்ல அன்னைலருந்து சம்சாரிகள அடிக்கறதவே பொழப்பா வச்சுக்கிட்டானுக.”

“காசுக்கு எல்லாப்பயலும் கவுந்துர்றானுகளே சிசிஐ காரெம் மட்டும் விட்டவனா.”

“இது இங்கமட்டும் ஆகுற வேல இல்ல பெரியதனம். மேலிடத்துலயே போயி அமுக்கிர்றானுக.”

“இன்னொண்ணு தெரியுமா. இந்த வருசத்துக்கு வர்த்தக சங்கத் தலைவரு ஆரு தெரியும்ல.” என ஆரம்பித்த நாட்டாமை வேலப்பனைப் பார்த்து “ஒங்க மில்லு மொதலாளிதே” என்றார்.

“இந்த வர்சத்துக்குமா?”

“இந்தக் கொடுமய எங்கபோய் சொல்றது நாட்டாம” என்ற பெரியண்ணன், “அந்த மில்லுகார தாயோளி நம்மகிட்டதே பருத்திக்கு வெலய அடிச்சு வாங்கறான்னா, தங்கிட்ட வேலசெய்ற தொழிலாளிக்காச்சும் குடுக்கவேண்டித குடுக்குறானான்னா அங்கயும் சாவடி அடிக்கிறான். நெலக்கோட்டை பக்கம் இன்னொரு மில் கட்டப்போறதாக் கேள்வி

பெரியண்ணனின் பதில் அனைவரையும் கொதிக்க செய்தது.

“நீங்களும் இளிச்சவாயனா இருக்கீக... இவங்களும் ஈனாவானாவா இருக்காக. எடைல வெவரமானவென் அடிக்கிறான் அப்பறம் விருதுநகர்ல மட்டுமா மில் கட்டுவான்? வீரவாண்டி, வெளிநாட்ல கூட கட்டுவான்” பட்டாளம் மேலும் பேசி சூடேற்றினார்.

“பாரப்பா அக்குருமத்த... அம்ம ஊர்ல, அம்ம நெலத்துல மில்ல கட்டிக்கிட்டு அம்மசனங்களயே ஏறி மிதிக்கிறான்னா. அல்லாரையும் அவத்தப் பயலுகன்னு நெனச்சுட்டானா?” இந்தாப்பா தம்பிகளா? நீங்க ஒங்கவேலய ஆரம்பிங்க நாங்களும் எங்களுக்குண்டான வழில வாரம். ஒருகை ஒண்ணு கேட்ருவம்.”

அமாவாசையின் ஆங்காரம் மில் தொழிலாளர்களை மட்டுமல்லாது. ஊர்க்காரர்களையும் உலுப்பிவிட்டது.

“சாப்புடாதவங்க வாங்க அழைக்கவந்த ஆனந்தனோடு செல்வியும் வந்தாள். பட்டாளத்துக்கு அவல் கிடைத்த மாதிரி ஆனது.

12

சூப்பர்வைசரைத் தேடிக்கொண்டு ஒவ்வொரு டிபாட்மெண்டாக சுற்றிவந்து கொண்டிருந்தான் ராசு, ரீலிங், சிம்ப்ளக்ஸ், ட்ராயிங், காடிங், புளூரூமும் பார்த்தாயிற்று ஆளைக்காணாம்.

ஒருவேளை பவர்ஹவுஸில் இருப்பாரோ, டைம் ஆபீசை சரியாகக் கவனிக்காமல் வந்து விட்டோமா?

மறுபடி காடிங் வழியே திரும்பி வந்தான். முத்து லேப் மாட்டிக் கொண்டிருந்தான். அவனிடம் கேட்டான். இரைச்சலில் சரியாய்க் கேட்கவில்லை. இரண்டாவது கேள்வியில் “அங்குட்டு திரிஞ்சமாதிரி தெரிஞ்சிச்சு.” என்று அஃறிணையில் பதில் கூறியவன், “அந்த சன்னல செத்த மூடிவிட்டுப் போப்பா” என்று வேண்டுகோளும் விடுத்தான்.

“என்னாப்பா ராசு ? பத்தாவது காடிங்கில் லேப்புக்கு பட்டையடித்துக் கொண்டிருந்த மருதமலை கூப்பிட்டார்.

“வேற ஒண்ணுமில்லண்ணே... எம் மிசின் ஒண்ணு நின்னுருச்சு. அத ஓட்டிவிடணும். அங்க ஓட்டணும்னா இந்தப் பக்கம் ஏதாச்சும் ஒண்ண நிறுத்தணுமாமில்ல.”

“ஆமா ஜெனரேட்டர்ல ஓட்றதால கெப்பாசிட்டி பத்தாது.”

“அதுதே ஓட்டப்போறம்னு சூப்பர் வைசர்ட்டச் சொல்லிட்டு வான்னாரு மேஸ்திரி.”

“அதுக்குத்தே இங்க ஒருமிசின நிறுத்துனாங்க போல என்ற மருதமலை “ஆமா ராசு... முந்தாநாள் நாள்குறிக்க அன்னஞ்சி போனாங்களாமே... என்னாச்சு?”

“கல்யாணத்துக்குத்தான் அடுத்த மாசம் தமிழுக்கு நாலாந் தேதின்னு சொன்னாங்க.”

“ம்ஹூம். நாலா, அப்ப. இன்னைக்கு பன்னண்டுன்னா” மனக்கணக்கு போட்டுப்பார்த்தார். இருபதுக்கு எட்டு, அங்குட்டு ஒரு பத்து அப்ப இருவது இருவத்திரண்டு நாள் இருக்கா...” “சரி வரேன் இங்குட்டு மிசின நிறுத்தினா ஒடனே ஓட்டணும், இல்லாட்டா இதுதாண்டா சமயம்னு மாட்டி விட்ருவானுக.” சொல்லிவிட்டு வேகமாய் நடந்தான்.

ட்ராயிங்கை கடந்து சிம்ப்ளக்ஸ் பக்கம் நடக்கையில் ‘சட் சட்சடசட’ என்ற பலமான சத்தம் கேட்டது. திடுக்கிட்டுப் போய்த் திரும்பிப் பார்த்தான்.

மூணாவது சிம்ப்ளக்ஸ் மெசினில் ப்ளோயர் ஒன்று உருவி எழுந்து ஓடிக்கொண்டிருந்த மற்ற ப்ளோயர்களின்மேல் கிடையாக விழுந்து சடசடவென அடித்து உடைத்துக் கொண்டிருந்தது. இழைகள் அறுந்து பஞ்சு, காற்றாடியாய்ச் சுற்றியடித்தது.

பார்த்த மாத்திரத்தில் ஓடிப்போய் மெசினை நிறுத்தினான். சைடரைக் காணோம். தேடித் திரும்பியபோது சூப்பர்வைசரும் பிரிப்ரட்டரி மேஸ்திரியும் ஓடிவந்தனர்.

“பிளேயர் உருவி உள்ள விழுந்துடுச்சு சார்” உள்ளேவிழுந்து கிடந்ததை எடுத்துப்பார்த்த மேஸ்திரி, மொத்தம் மூணு சேதமாயிருந்ததைச் சொன்னார். சூப்பர்வைசரின் முகத்தில் ஜிவ்வென சிவப்பு ஏறி நின்றது.

“சைடர எங்கய்யா?”

“ஒண்ணுக்குப் போயிருக்கான் சார்.” ராசுவின் பின்புறமிருந்து ட்ராயிங் சைடர் சொன்னான். சூப்பர்வைசரைப் பார்த்ததும் ஓடிவந்திருந்தான்.

“நீ ஸ்பின்னிங்தான. இங்க எதுக்கு வந்த?” அவனைவிட்டு ராசுவைப் பிடித்துக் கொண்டார்.

“மேஸ்திரி ஓங்களப் பாத்துட்டு வரச் சொன்னார் சார்.”

“எதுக்கு?”

விஷயத்தைச் சொன்னான்.

“அந்த மிசின ஓட்டிவிட்டுத்தான் வர்றேன்.”

“ஓட்டியாச்சா?”

“ஆளில்லாத சமயம்பாத்து இங்கவந்து ப்ளோயர் ஹேண்ட உடச்சதுமில்லாம நாடகமா ஆடுற” உச்சத்துக்கு போய் சத்தம் போட்டார்.

“சார்...” “திணறினான். எப்படிப்பட்ட பழி விழுகிறது. “சத்தியமா நான் உடைக்கல சார்...”

இங்கே பேசி பிரயோசனமில்லை என்றோ அல்லது தன் ஆளுமைக்குக்கட்டுப்பட்ட பகுதியே தனக்கு பாதுகாப்பு எனக்கருதியோ... “ஆபீசுக்கு வாய்யா...” என அழைப்பு விடுத்துவிட்டு விறுவிறு என நடந்தார்.

ஆபீசில் சாப்பாட்டிற்காகப் புறப்பட்டுக் கொண்டிருந்த மாஸ்டர் விஷயத்தைக் கேள்விபட்டதும், சாப்பாட்டையே மறந்தார். ஜெனரல் ஆபீசிலிருந்து டைம் ஆபீசுக்கு ஓடிவந்தார்.

“சூப்பர்வைசர் தான் ரீலிங்ல நிக்கிறாரே. பிறகு ஏன் டிபாட்மெண்ட் முழுதும் சுத்திவந்த?”

“நா வாரப்ப அவரு அங்க இல்ல சார்” தீர்மானமாய் மறுத்தான்.

“பொய்சார்... சுத்தமான பொய், கால்மணி நேரமா அங்கயேதான் சார் நிக்கிறேன். ராப்பின் பாத்த ரிப்போட்ட எழுதிட்டு நின்னவன்தான் சார் எங்கயும் போகல.” சூப்பர்வைசரும் இயன்ற சாட்சிகளை அளித்தார்.

“சூப்பர்வைசர் சார் எங்க போனார்ங்கறது ஒண்ணும் தெரியாது சார். நான் பாக்குறபோது இல்ல. தேடி வந்தேன். சிம்ப்ளக்ஸ்ல இப்பிடி இருந்துச்சு ஓடிப்போய் நிறுத்தினேன். நடந்தது இதுதான் சார்.”

“அப்ப... சூப்பர்வைசர் பொய் சொல்றார். அப்படித்தான?” மாஸ்டரின் கேள்வியில் வன்மம் கோரப்பற்களைக் காட்டி நின்றது.

“யே... ராசு பதுலுக்கு பதுல பேசாம, நீங்க ஒரு ஓரமா நின்னுட்ருப்பீங்க, எம்பார்வைல படலன்னு சொல்லுப்பா” பிரிப்ரட்டரி மேஸ்திரி எடுத்துக்கொடுத்து தனது விசுவாசத்தைக் காட்டிக்கொண்டார்.

“இல்லண்ணே. மெய்யாவே நான் தேடுனப்ப அவர் இல்ல.”

“இல்லேன்னா உனக்கென்னா வேல அங்க.”

“வரும்போதுதான் சார் இது நடந்துருச்சு.”

“அந்தநேரம் மிசின் சைடர் இல்லியா?”

“ட்ராயிங்காரன்ட்ட சொல்லிட்டு போயிருக்கான் சார்.”

“கூப்புடுய்யா அந்த ட்ராயிங் சைடர...”

ஒரு நீதிமன்றம் போலவே அந்த சிறிய டைம் ஆபீஸ் ரூம் மாறியிருந்தது. மாஸ்டர் நீதிபதி ஸ்தானத்தைக் கைப்பற்றிக் கொண்டார். ராசுக்கு தன்னைச் சரியாக மாட்டிவிட திட்டம் நடப்பது தெட்டத் தெளிவானது. எப்படியும் விடுபட ஆன மட்டும் முயற்சிக்க வேண்டும்.

ட்ராயிங் சைடர் வந்தான்.

“எங்கிட்ட சொல்லிட்டுத்தான் சார் போனான். எம் மிசின்ல சீலிவர் பெரலில சுத்திக்கிடுச்சு, அத பிச்சுக்கிட்டிருந்தப்ப சத்தங் கேட்டுச்சு. திரும்பிப்பாத்தேன். ராசு மிசின்ன நிப்பாட்டிக்கிட்டிருந்தான்.”

“வேற ஒண்ணுந் தெரியாது...”

“வேற... அவ்வளவுதான் சார்.”

அவன் போனதும், சுக்கூசில் ஒண்ணுக்கிருந்து கொண்டிருந்த தியாகராஜன் அவசர அவசரமாய் ஓடிவந்தார்.

“என்னாங்க மேஸ்திரி... நீங்கதேன் அனுப்பி விட்டீகளாமே.”

"ஆமாங் சார் ஆனா ராசு அந்தப் பக்கம் போக சூப்ரைசரு ஓட்டச் சொன்னதா தகவல் வந்துருச்சு ஓடனே ஓட்டிவிட்டேன் சார்."

"மாஸ்டர் ஆள்காட்டி விரலால் நெற்றிப்பொட்டை குத்திக்கொண்டே யோசிப்பது போன்ற பாவனையில் இருந்தார்.

"சரிங்க மேஸ்திரி" என்ற சூப்பர்வைசர், "நீயே சொல்லுய்யா டிபாட்மெண்டுகுள்ள என்னயபாக்க எம்புட்டு நேரமாகும்... நீயே சொல்லு" என்று தியாகராஜனை நடுவராக நியமித்ததும் உடனே குறுக்கிட்டான் ராசு,

"இல்ல சார் நா உடனே வந்திட்டேன்..." குரல் சற்று அழுத்தமாகவும் விழுந்தது.

"ஸ்ஸ்..... இந்த சத்தமெல்லாம் இங்க வேண்டாம்... டிபாட்மெண்ட் மாறி போகிறதே பெரிய மிஸ்டேக் தெரியும்ல. அதோட ஒவ்வொண்ணும் ஐநூறு ரூபாய் மதிப்புள்ள மூணு புளோயர் ஹேண்ட ஓடச்சுப் போட்டுட்ட. இதுக்கு தக்க ஆக்ஷன் எடுத்துத்தான் ஆகணும்."

பொறுமை இழந்து போனான் ராசு. பழி கட்டாயமாக திணிக்கப்படுவதை உணர்ந்தான். இனியும் பொறுப்பதில் என்னஆகப்போகிறது? தலைக்குமேலே உயர்ந்து போனது. கையைக் காலை ஆட்டினாலே பிழைக்க முடியும்.

"சார்... நான் அப்படி செய்றதுக்கு காரணமே இல்ல சார்..."

நீ பேசாத உன்ன மட்டுமில்ல இங்க இருக்கிற அந்தனை பேரையும் நல்லாவே தெரியும். அதிலும் நீ எப்படிப்பட்ட ஆளு." என்றவர் சட்டென தொனிமாறி, "தியாகராஜன், நீங்களும் பிரிப்ரட்டரி மேஸ்திரியும் ரிப்போட் எழுதிக் குடுங்க" எனக் கேட்டார்.

ஏதோ பொரிகடலை தின்பதுமாதிரி சொல்லிவிட்டு பெரிய பெரிய லெட்ஜர்களைப் புரட்டலானார் மாஸ்டர். தியாகராஜனுக்கு ஒன்றும் புரியவில்லை. என்ன ரிப்போட் எதற்கு? யார் மீது? மொத்தத்துக்கே இது கனவா என்கிற ஐயப்பாடு கூடி எழுந்தது.

"ரிப்போட்டா?" பிரிப்ரட்டரி மேஸ்திரியும் கேட்டார்.

"ஆமா. தியாகராஜன், தன்னைக் கேக்காம டிபாட்மெண்டவிட்டு வெளியே போனான்னு எழுதிக்குடுங்க. அவரு, ராசுதான் புளோயர் ஹேண்ட ஒடச்சான்னு எழுதட்டும்."

பெரிய அணுகுண்டு. எப்படி இதை இவர்களால் கொஞ்சமும் கூச்சமில்லாமல் நடந்துகொள்ள முடிகிறது.

"அதெப்பிடி சார். நான்தான போகச் சொன்னே."

"இதப்பாருங்க மேஸ்திரி... நீங்க எழுதிக் குடுத்துத்தான் நாங்க ஆக்ஷன் எடுக்கணும்கிறது கிடையாது. ஒரு மண்ணுமில்லாமே வெளில பத்தக்கூட முடியும். ஆனா எதையும் ஒருமுறையா செய்யணும்னுதே நெனைக்கிறேன். உங்களுக்கு ஒரு கெப்பாசிடி தரணும்னுதே சொல்றேன் எழுதுங்க."

இரண்டு மேஸ்திரிகளும் ஒருவரை ஒருவர் பார்த்துக் கொண்டனர். தியாகராஜன் ராசுவைப் பார்த்தான். அவன் எந்த முடிவையும் ஒருகை பார்க்கத் தயார் என்பது போல நின்றிருந்தான். இதில் எதுவுமே தங்களுக்குச் சம்பந்தம் இல்லை என்பதைப்போல இரண்டு கிளர்க்குகள் ஆளுக்கொரு திக்கில் கால்குலேட்டரும் லெட்ஜருமாய் முடங்கிக் கிடந்தனர்.

"இல்ல சார் இந்த மாதிரி என்னால பொய்யெல்லாம் சொல்ல முடியல சார்."

தியாகராஜன் மறுத்ததுதான் தாமதம் அந்த டைம் ஆபீசே அதிரும்படியாக சத்தம் போட்டார். "யோவ், மேஸ்திரின்னா பப்ளிக் சர்வீஸ் கமிசன்ல செலக்ட் பண்ண பதவின்னு நெனச்சியா? ஒன்னைப்பத்தியும் தெரியும்யா. நீயும் இவனோட சேந்து போடுற ஆட்டம் தெரியாம இல்ல. எழுதிக்குடுத்தா மேஸ்திரி வேலயக் காப்பாத்திக்க இல்ல, டாப்பராகத்தான் பம்பு பொறுக்கப் போகணும்."

அடுத்த சில நிமிடத்தில், முந்திய வினாடிவரை மேஸ்திரியாக இருந்த தியகராஜன், டாப்பராக பதவி இறக்கம் பெற்றார். நான்காண்டு காலமாக கோலோச்சிய செங்கோல் அவரிடமிருந்து பறிக்கப்பட்டது. அதே ஸ்பின்னிங் டிபாட்மெண்டிலேயே காலிபம்பு பொறுக்க பணிக்கப் பட்டிருந்தார்.

அதையடுத்து அப்பட்டமான பொய்யாகத் திரிக்கப்பட்ட நோட்டீசை வாங்க மறுத்து ராசுவும் ஸ்பின்னிங்கிற்கு வந்தான். அவனை வேலைநீக்கம் செய்யும் உத்தரவு தயாராகிக் கொண்டிருந்தது.

வெப்பங்களின் விசேஷ தளமாக விளங்கும் அந்த ஸ்பின்னிங் பிரிவில் ஒவ்வொரு அங்குலமும் இப்போது உலைக்களமாய்க் கொதித்துக் கொண்டிருந்தது.

"சரியா திட்டம்போட்டே செஞ்சிருக்காங்க" என்ற பேச்சே பரவலாக அடிபட்டது. அந்த நேரத்திலும் கூட "நீ அந்த நோட்டீச வாங்கிட்டே வந்திருக்கலாம்" என்று ராசுவிடம் சொல்லிக் கொண்டிருந்தார் வேலப்பன்.

மாஸ்டர் சாப்பிடப்போன சிறிது நேரத்திற்கெல்லாம் மில்லே ஸ்தம்பித்து விட்டதாக போன் வந்தது. பதறியடித்துக் கொண்டு ஏ.ஓ.வுடன் ஓடிவந்தார். அதற்குள் இரண்டாவது சிப்ட்டும் துவங்கி இருந்தது.

‘ஸ்பின்னிங்கில் மட்டுமே பிரச்சனை வரலாம். அதை சூபர்வைசர் சமாளித்துக் கொள்வார்’ என்று நினைத்து இப்படி பூதாகரமாய் உருவெடுத்தது மாஸ்டருக்கும் ஏ.ஓ.வுக்கும் அதிர்ச்சியாயிருந்தது. மில்லிலேயே சாப்பிட்டிருக்கலாம் என்று ஏ.ஓ. மாஸ்டரைக் கடிந்து கொண்டார்.

இன்றைக்கு இரண்டில் ஒன்று பார்த்துவிட வேண்டும். என்ற முடிவோடு நானும் வருகிறேன் என்று புறப்பட்ட முதலாளியைக் கூட தேவையில்லை என சொல்லிவிட்டனர்.

மில்லுக்குள் கார் நுழைந்ததும் என்றைக்குமில்லாத அமைதி அவர்களை வரவேற்றது. அதுவே முதல்பீதியை ஊட்டியது. இழவுவீட்டில் கூட ஒப்பாரிச்சத்தம் வரும். மயான அமைதி அடைந்து விட்டதா.

ஒரு சக்கரம்கூட சுழலவில்லை. மில்லின் ஆங்காரமான ஓசை அடங்கிவிட்டிருந்தது. ஒவ்வொரு பிரிவுகளுக்குள்ளும் உடலைத் துளைத்து தகிக்கவைக்கும் அந்த வெப்பம் அறுத்துப்போட்ட ஆடாய்த் துடிப்படங்கிக் கொண்டிருந்தது. முகட்டுவரைக்கும் பரவி மூக்கைத் துருதுருக்க வைக்கும் தூசுகூட பாதியில் அறுந்த பட்டமாய் தரையிறங்கி விட்டிருந்தது. மாறாக தொழிலாளர்களின் மூச்சே. சிறுசிறு பேச்சுக்களே மில்லின் சத்தமாய்க் கேட்டது.

கார் நின்றதும் நிற்காததுமாய் இறங்கி ஆபீசுக்குள் புகுந்தனர்.

சூப்பர்வைசர் துக்கம் பரிமாறுகிற பாணியில் விஷயங்களை அடுக்கினார். முதலில் ஸ்பின்னிங் தொழிலாளர்களே வேலை செய்ய மறுத்ததாகவும், இது விஷயம் பரவி அங்கங்கே மற்ற பிரிவுகளின் மெசின்களும் நின்று போனதாகவும் ஒப்பித்தார்.

போதாததற்கு இரண்டாம் ஷிப்ட் தொழிலாளர்களும் வர, ஓடிக்கொண்டிருந்த ஒன்றிரண்டு டிபாட்மெண்டுகளும் நின்றுபோக அனைவரும் ஒட்டுமொத்தமாய் ஸ்பின்னிங் கூடத்தில் அமர்ந்திருப்பதாய்ப் படபடத்தார்.

ஏ.ஓ, மாஸ்டர், சூப்பர்வைசர் ஆகிய நால்வரும் ஜி.எம். ரூமிற்குள் புகுந்தனர். பத்துநிமிட விவாதத்திற்குப் பின் கிளர்க்குகள் புடைசூழ தொழிலாளர்கள் குழுமி இருந்த ஸ்பின்னிங் கூடத்திற்குள் நுழைந்தனர்.

சன்னல் வழியே அவர்களின் வருகைகண்டு விநோத சத்தமெழுப்பினர்.

அவங்க வாராங்க... வாராங்க... எனப் பதறினர். சிலர் பராக் பராக் என மொழிந்தனர்.

“யார் வந்தாலும் பயப்படக்குடாது. அந்தளவுக்கு நாம் எந்த தப்பும் செய்யல. அவங்கதா பயப்படுவாங்க. வேலப்பன் அங்கங்கே

தட்டிக்கொடுத்துக் கொண்டிருந்தார். அவரோடு, ராசுவும், சிவனாண்டியும் இணைந்து கொண்டார்கள் "அவங்க வந்து ஆய்பூய்ன்னு அதட்டலாம். மெரட்டக்கூட செய்வாங்க யாரும் அசரக் கூடாது. பதில்பேச முடியும்னா எந்திரிச்சுப் பேசுங்க. முடியாதா! கம்முன்னு இருந்துடுங்க."

சொல்லிவிட்டு ராசுவும் தியாகராஜனும் முன்வரிசையில் நின்று கொண்டனர். பெருமாள், சிவனாண்டி, ஆனந்தன், அப்பு ஆகியோர் கூட்டத்திற்குள் பரவலாக அமர்ந்து கொண்டார்கள்.

லேசான பரபரப்பும், மனக் கொதிப்பும் சம அளவில் கலந்து தொழிலாளர்கள் மத்தியில் மிதந்து கொண்டிருந்தன.

வேகமாய் வந்த ஏ.ஓ நுழைவாயிலில் நின்றபடி ஒரு பார்வையில் கூட்டத்தை அளந்தார். வலதுபுறம் திமிங்கலம் திமிங்கலமாய் ஸ்பின்னிங் மெசின்கள் உறைந்து கிடந்தன. இடதுபுறம் தளபதியின் ஆணையை எதிர்நோக்கி நிற்கும் ஜவான்களைப் போல தொழிலாளர்கள். அவர்களிடம் இயல்பாய் இல்லாத மிடுக்கும் செருக்கும் இன்று தென்பட அதைக் கவனிக்காதவர் போல சரசரவென வந்தவர், ஓரமாய் நின்றிருந்த சிலரை நோக்கி "என்னா இங்க கலாட்டா. யேன் மிசினெல்லா நிக்கிது? யார்யா இந்த சிப்ட் மேஸ்திரி." படபடவெனப் பொரிந்தார். அவருக்கே ஒரு பதட்டம் தொற்றிக் கொண்டது போலத் தெரிந்தது. தனக்குப் பின்னால் அரண்மனை சேவகர்களாய் நிற்கும் ஸ்டாஃப்களைப் பார்த்து பதட்டம் தணிந்தார்.

கேள்விக்கு பதில் வராதுபோக முகம் கறுத்த ஏ.ஓ. கத்தினார், "கேக்குறம்ல...? இந்த சிப்ட்டுக்கு மேஸ்திரி யாரப்பா?"

"ஆரும் ஓட்ட மாட்டாங்க கூட்டத்தின் நடுவிலிருந்து ஒரு குரல் வந்தது."

குரல்வந்த திசைநோக்கி திரும்பிய ஏ.ஓ "ஒளிஞ்சுகிட்டு பேசறது யாரு நின்னு பேசுணுங்கறது தெரியாதா? ஏன் ஓட்ட மாட்டீங்க?"

"மேஸ்திரியையும் ராசுவையும் நீங்க அநியாயமா பழி சுமத்தி இருக்கீங்க. அவங்க மேல எந்தக் குத்தமுமில்ல. அவங்கள வேல பாக்க விடணும், குற்றச்சாட்ட வாபஸ் வாங்கணும் சார் வேலப்பன் எழுந்துநின்று சொன்னார்.

"யார்யா நீ?" என அதட்டியவர் நிதானித்து, "ஓ... அவங்களால எவ்வளவு நஷ்டம் தெரிமா. ஆயிரத்தைந்நூறு ரூவா. இத பேசாம விட்டுறணுமா... அப்ப இப்படியே ஒண்ணொண்ணா விட்டுட்டே போகணும். அப்பத்தே வேல பாப்பீங்க. இல்ல?

"எதையும் விடவேணாம் சார். நிஜமான குற்றத்துக்கு தண்டனை குடுங்க. செய்யாத ஒண்ணுக்கு ரெண்டுபேரையும் பழிவாங்குனா என்ன சார் அர்த்தம்?" ஆனந்தன் எகிறினான்.

“எது செய்யாத ஒண்ணு?” மாஸ்டர் இடைக்கேள்வி கேட்டார்.

“ராசுவா புளேயர் கைய ஓடச்சான்” ஆனந்தன்.

“பின்ன மாஸ்டரா உடைச்சார்? ஏ.ஓ.

“இந்த மாதிரி நக்கல் பேச்செல்லா வேண்டாம் சார்...”

நடுப்பக்கமிருந்த சிவனாண்டி ஆத்திரத்தோடு எழுந்து சொன்னான்.

“நக்கல், ரகள பண்றதெல்லா யாரு? ம்! என்னமோ நாலுபேரு ஒண்ணு சேந்திட்டா அதுதே உலகம்னு நெனச்சுக்கறதெல்லா அந்தக் காலம். தப்பு செஞ்சவங்களைத் தானப்பா தண்டிப்பம்” என்ற ஏ.ஓ குரலை மடக்கிக்கொண்டு சொன்னார், “வீணா இவங்களுக்காக உங்க எல்லார் வாழ்க்கையும் கெடுத்துக்கிறாதீங்க... எந்திரிச்சுப்போய் மிசின ஓட்டுங்க போங்க.”

“அவங்க ரெண்டுபேரையும் விட்டுட்டு நாங்க மிசின ஓட்ட முடியாது சார்” பெருமாள் கண்ணை மூடியபடி சொல்ல.

“ஆமா சார்... அவங்கள வேலைக்கு மறுபடி சேத்துக்கணும்.”

“ராசு இல்லாம வேலபாக்க முடியாது.”

“ரெண்டு பேரும் வேலைக்கு வரணும்.”

கொஞ்ச நேரம் சலசலத்த அந்தக் கூட்டம் ஏ.ஓ.வின் கை உயர்த்தியதில் அடங்கியது.

“உங்களுக்கு கடைசி அட்வைஸ்: சிப்ட் முடிஞ்ச ஆளுக வெளியேறணும். சிப்ட் ஆளுக மிசின ஓட்டணும்... இல்ல. போலீஸ் வரும் பேசிக்குங்க.”

சினிமாவில் வரும் வில்லன் கும்பல்போல பூட்ஸ்கால் அதிர திரும்பிச் சென்றனர்.

“போலீஸ் என்னா மிலிட்ரியவே அனுப்பு பயமில்ல.” யாரோ ஒருத்தன் குரல் கொடுத்தான்.

தொழிலாளர்கள் அனைவரையும் அமைதிப்படுத்திய வேலப்பனுக்கு திடீரென ஒரு யோசனை உருவானது. “பசாருக்கு சங்க அலுவலகத்துக்கு தாக்கல் சொல்லி விடுவமா?” பெருமாளிடம் சொன்னார். “இப்ப வேணாம். இங்க என்னா ஆகும்னு சொல்ல முடியாது. ஆள் கொறஞ்சா சங்கடம் பிறகு பாத்துக்குவம்.”

போலீஸ் வந்தால் நமக்குத்தான் பாதுகாப்பு என்றும், அவர்களிடம் எப்படி நடந்துகொள்ள வேண்டும் என்றும் இருவரும் மற்றவர்களுக்கு சொல்லிக்கொடுத்தனர்.

சொல்லிவைத்த மாதிரி பத்தாவது நிமிசத்தில் வெள்ளை வேன் ஒன்று சைரன் ஓசையோடு மில்லுக்குள் நுழைந்தது.

முந்தைய கோஷ்டியோடு காக்கிச் சட்டைகளும் கலந்து உள்ளே வந்தனர். எஸ்.ஐ. லத்தியைப் பின்புறமாய் வைத்துக்கொண்டு கெண்டடங்காலில் தட்டிக்கொண்டே வந்தார்.

அவரைக் கண்டதும் தொழிலாளர்கள் அனைவரும் எழுந்து நின்றனர். இதை எதிர்பாராத எஸ்.ஐ. சற்று நிலை குலைந்தார். ஏ.ஓ.வுக்கு தனக்கு இந்த மரியாதை விட்டுப்போனதில் ஆத்திரம் அதிகமானது.

"உக்காருங்க" என்று சற்று உரக்கச் சொன்னார். எஸ்.ஐ.க்கு அவரது செய்கை பிடிக்கவில்லை. விசாரணையின்போது நிற்பதுதான் வசதி. உட்கார்ந்தால் அவர்களுக்காக நாம் வளைய வேண்டும். இருந்தாலும் சமாளித்தாக வேண்டும்.

"வேல செய்ய விடாம தடுக்கறது யார் சார்?" மாஸ்டரிடம் கேட்டார் எஸ்.ஐ.

முன்வரிசையில் நின்றிருந்த வேலப்பன், ராசு, தியாகராஜன் இவர்களைக் காண்பிக்க, வேலப்பன் உடனடியாக மறுத்தார்.

"யாரையும் நாங்க தடுக்கல சார். எங்களுக்கு ஒரு பிரச்சனை இருக்கு அத தீத்துவிட்டா வேலைக்கு போறம்னுதான் சொல்றோம்."

"பிரச்சனை, தாவா இதையெல்லாம் லேபர் கோர்ட்டுக்கு அனுப்பணும் தெரிஞ்சதா."

"அப்படி எந்த நடைமுறையும் இங்க இல்லிங்க சார்..."

"அப்ப வீம்புக்கு கலாட்டா பண்றீங்க?" அதட்டிக் கொண்டிருக்கும் போதே போலீஸ்காரர்கள் டிபாட்மெண்டுக்குள் புகுந்தனர்.

"என்னாங்க சார். நீங்களே இப்பிடிப் பேசறீங்க கலாட்டா பண்ணல சார். நாயங்கேக்குறம், இவங்க ரெண்டுபேரையும். ஆனந்தன் நடந்ததை விவரிக்கத் தொடங்கும் போதே "உஸ்" என இடைமறித்த எஸ்.ஐ. "உங்களுக்கு நான் தீர்ப்புசொல்ல வரலை. நல்லபடியா வேலயப்பாருங்க. கேக்கற நாயத்த மிசின ஓட்டிக்கிட்டே கேளுங்க. அதுதான் சரி."

"நால் வர்சமா ஓட்டிகிட்டுத்தான சார் இருக்கம்..." சிவனாண்டி குமுறினான்.

"அப்ப மில்ல ஓடவிடாம தடுக்கறீங்க... ஸ்ட்ரைக் பண்றீங்களா... ஸ்ட்ரைக் நோட்டீஸ் விட்டீங்களா... யார் குடுத்தது. எப்ப குடுத்தீங்க. காமிங்க மடமடவெனக் கேட்டபடி லத்திக்கம்பை முன்புறம் கொண்டுவந்து உள்ளங்கையில் உருட்டிக் கொண்டே இருந்தார்.

“சார் நீங்க ஒன் சைடா பேசறீங்க... ஆத்திரம் தாளாமல் பெருமாள் சத்தமாய்ச் சொல்ல, எஸ்.ஐ.யின் முகம் ஒரு மாதிரியானது, அதைத் தக்கபடி பயன்படுத்திக் கொண்டார் ஏ.ஓ.

“இவங்க தான் சார். இந்த ஏழெட்டுப் பேர்தான் சார் இவ்வளவுக்கும் காரணம். திமிர்பிடிச்ச பசங்க சார். யாரையும் மதிக்கறதில்ல சார். இப்பக்கூட பாருங்க.”

அதைக் கண்டுகொள்ளாதவராய் மீண்டும் முழங்க ஆரம்பித்தார். “இதப் பார்ங்கப்பா லாஸ்ட் வார்னிங் எல்லாரும் எந்திர்ச்சு சைலண்டா போய் வேலயப் பாருங்க. இல்லாட்டி கூண்டோட கைலாசந்தே. போங்க வேலக்குப் போங்க.”

சில வினாடிகள் தொழிலாளர்களிடையே சலசலப்பு. உட்கார்ந்திருந்தவர்கள் எழவும், முன்புறமிருந்தவர்கள் உள் நோக்கியும், மையத்திலிருந்தவர்கள் விளிம்பிற்குமாய் கூட்டம் சுழன்றது. கலையவில்லை. போலீஸுக்கும் இந்த மில்லில் பங்கு இருக்குமோ என சிலர் வினவ அவங்க அப்பிடித்தா... என சிலர் சொல்ல, இருந்தாலும் இம்புட்டு கொடூரமா என்றபடி நெஞ்சம் பதைத்தனர்.

கூட்டத்தின் பிடிமானத்தை உணர்ந்த மாஸ்டர். ஒவ்வொரு மாடுகளைப் பிரிக்கும் நரித்தனத்தை கைக்கொள்ள உத்தேசித்தார்.

“யே. சிவலிங்கம்... ஓங்க அப்பா எம்புட்டு கஷ்டப்பட்டு சேத்துவிட்டாரு. வெட்டியா கெட்டுப் போகாத. சுப்புராசு நம்ம புள்ளகுட்டிய நெனச்சுப்பாரு, ஒழுக்கமா வேலய காப்பாத்திக்க வழியப்பாருங்க. வாப்பா வந்து மிசின ஓட்டுங்க எந்த ஆடும் கிடையைவிட்டு வெளியேறத் தயாராயில்லை.

பொறுமை இழந்தவர்களாய் ஏ.ஓ.வும் மாஸ்டரும் எஸ்.ஐயிடம் முறையிட, கண்ணசைவில் இரண்டு போலீசார் முன்னால் நின்றவர்களை லத்திக்கம்பால் நெட்டித் தள்ளினர்.

வேலப்பனும் பெருமாளும், தியாகராஜனயும், ராசுவயும் கைகோர்த்துக் கொண்டு “இந்த வேலயக் காட்டாதிங்க. இது அராஜகம் நாங்க அமைதியா போராடுறம்.” என்றனர்.

‘’அமைதியா போராடுற வெண்ணிக... செயின் போடுறீகளா” எஸ்.ஐ வேலப்பனை எட்டி உதைத்தார்.

தடுமாறிய அவரை பிணைத்திருந்த கைகளால் தியாகராசனும், ராசுவும் விழாமல் காத்தனர்.

“போலீஸ் அடிச்சுட்டாங்க வேலப்பன ஒதச்சுட்டாங்க.” கசமுசவென தொழிலாளர்களிடையே வெப்பமெழுந்தது. உட்கார்ந்திருந்த அனைவரும் எழ, ஏ.ஓ. மாஸ்டர் குழாம் பதறி சிறிய வட்டமாய் ஒடுங்கினர். போலீஸ் பட்டாளம் கைத்தடியை

இறுகப்பற்றி உத்தரவுக்குத் தயாராய் நின்றனர்.

"சங்க ஆபீசுக்கு ஆளனுப்பிட்டு வந்து நில்லு" என்று பெருமாளிடம் வேலப்பன் சத்தமாய் சொல்லிவிட்டு பிணைத்த கைகளை மேலும் இறுகப் பற்றினார்.

காலகாலமாய் இயந்திரங்களின் இரைச்சலால் நிரம்பிய அந்த ஸ்பின்னிங் கூடம் இன்று மனிதக்குரல்களால் விம்மி நின்றது. வெளியெங்கும் புழுக்கம் பரவிக்கிடக்க வானம் மேகங்களைத் திரட்டி குமுறத் தொடங்கியது.

பின்கதை

முருகன் கோவிலின் ஒற்றைப் படியில் உட்கார்ந்திருந்தான் ராசு, கம்பிக்கதவு பூட்டி சாமி இருட்டுக்குள் முழித்துக் கொண்டிருந்தார். நிமிர்ந்துபாக்க தைரியமில்லை. என்ன கூச்சம் என விளங்கவுமில்லை. மில்லுக்கு எதிர்க்கத்தானா கோவில் இருக்க வேண்டும்? தொழிலாளர்களோடு சேர்ந்து ஜெயிலில் இருந்தபோது கூட இந்த அசூயை ஏற்படவில்லை. பசி அந்தக் கெம்பரிக்கமே தனிதான். வேறுபக்கம் உட்கார்ந்தாலாவது தனிமை மாறும்.

பக்கத்தில் டீக்கடையை இன்னமும் சேகர்தான். வைத்திருந்தான். அதும் தற்காலிகமான ஏற்பாட்டுக் கடைதான் எந்த நேரம் 'எவிக்சன்' வந்தாலும் எடுத்துக் கொள்ளவும், மூணாம்நாளே போட்டுக் கொள்ளவுமான வசதியோடு செய்திருந்தான். வேறு குடியிருப்புகள் எழவில்லை சாலையோர மரங்கள் பலவும் காணவில்லை.

வந்த உடனே கடைக்காரன்தான் பெருத்த வரவேற்போடு டீபோட்டுக் கொடுத்தான், தலைவரே என்று விளித்து நலம் விசாரித்தான். மாமனாரோடு வந்திருப்பதாய்ச் சொன்னான் ராசு.

"பட்டாளத்துக்கார்ரா" ஆவலோடு கேட்டான்,

இல்லையென்றான் ராசு 'பாக்கவே முடியல' எனக் குறைப்பட்டான். இந்தப் பக்கம் வரமாட்டார் என்பதை அவனிடம் சொல்ல முடியவில்லை. 'கொலகாரப்பய' என்று முதலாளியை ஏசுவதும், எதிர்ப்பு வேலைகளிலும் தீவிரமாக உதவிய அவரும் ஒரு போராளிதானே...

பொண்ணுகட்டிய மாமனாரோடு வந்திருப்பதாக விளக்கினான். அவர் மில்லுக்குப் போயிருப்பதாகவும் சொன்னான். பழைய நிலுவ எதுமிருக்குதா 'அதெல்லா முடிஞ்சு ஆறேழு வருசமாச்சு' என்றான்.

"நீங்கல்லாம் போனபெறகு மில்லு மில்லாவே இல்லண்ணே" என்று தனது கடையின் அவலம் குறித்து பிலாக்கினம் படித்தான் தினமும் 'சிப்ட்' ஆரம்பிப்பதற்கு முன் எத்தனை லிட்டர் பால் செலவாகும் மில்லுக்குள் டீ நேரத்திற்கு எத்தனை கிலோ மாவு பலகாரமாகக் கொண்டு செல்லப்படும்... தவிர, இட்லி, தோசை, ஆம்லேட், கவுச்சி என்று விரிந்திருந்த கடை, தற்போது டீ, முறுக்கோடு சிறுத்துப்போன சோகம் பாடினான்.

"மில்லு பூராவும் வொட்டக் கண்டா. வாயிப்போட்டா மயிரத்தே விக்கிம்..!" "பேப்பர் வாசித்துக் கொண்டிருந்த

பெரிசு இடைவெட்டுக் கொடுத்தார். "நாடு நாடாவா இருக்கு?" மழபேய்தா மாரிபேய்தா பூராம் போச்சு. இரண்டு பெரிசுகளும் பேசி ஓய்ந்ததும்.

"பீடி சீரட்டச் சொல்லுண்ணேய்... அது தனியா ஒரு எரநூறு முந்நூறு விக்கிமே..." – புலப்பம் தொடர்ந்தான் கடைக்காரன்.

அவன் சொல்லச்சொல்ல இவனுக்குப் பழைய சங்கதிகள் பிரவாகித்தன. ஸ்பின்னிங் ஊசிகளின் அருவிச் சத்தமும், சிம்ப்ளக்ஸ் கட்டையின் 'கிரி கிரி' என்ற கிளுக்கு ஓசையும் ஒரு தாபத்தை உருவாக்கியது. ஆணின் தொடுகையை நினைந்து உருகும் கைம்பெண்ணாய் அந்த நொடியில் ஆகிப் போனான்.

மாமனாரை இன்னமும் காணோம். முதலாளியைப் பார்த்து வருவதாக உள்ளே போனார். முதலாளி அவருக்கு வேண்டப்பட்டவராம். தன்னால் மருமகனை மறுபடியும் அதேமில்லில் சேர்த்துவிட முடியும் என்று மகளிடம் சத்தியம் செய்திருக்கிறார்.

"நாளுக்கொரு வேலதேடி அலையறதுக்கு அப்பா சொல்றமாதிரி பழைய வேலைக்கே போயிடலாம்... தெரியாத தொழிலத் தேடி அலயறதக் காட்லயும், தெரிஞ்ச வேலைல சேர்றது நல்லதில்லயா" மில்லில் சங்கம் அமைத்து உரிமைக்காக வேலைநிறுத்தம் தொடங்கியபோது, மில் முதலாளியால் உருவாக்கப்பட்ட ஒரு சங்கத்தார் அதனை உடைத்த சமயம் ராசுவின் அண்ணனும் இவனைப் போலத்தான்.

"இன்னிக்கு நைட்டு சிப்ட்டு மட்டும் உள்ள போயிருடா. வேலையக் காப்பாத்திக்கலாம்..." என்று முதலாளியால் ஏவப்பட்டவனின் குரலாக நயந்து பேசினார். அவராலும் இவனது பிடிமானத்தை உருக்குலைக்க முடியவில்லை.

வேலை பறிக்கப்பட்ட இடத்திலேயே மறுபடி புதிய மோஸ்தரில் சேருவது சம்பந்தமாக யோசிக்கவே இல்லை. மாமனார், மனைவி மூலமாகக் கேட்டபோது இவன் அவளை விநோதமாய்ப் பார்த்தான், "நாகு இதெல்லா நடக்கிற காரியமா? எனக் கேட்டு, "ஒரு போராளிய எந்த முதலாளியும் ஒத்துக்க மாட்டார்!" என்று உறுதிபடச் சொன்னான்.

"நீங்க போராளியா?" படுக்கையில் ஒரு சாய்ந்தவாக்கில் அவள் கேட்டதும், குஜராத் பூகம்பம் இடம் மாறி தன்மேல் விழுந்து அழுத்திய வலி உணர்ந்தான்.

“இப்போ நீங்க குடும்பஸ்தரில்லியா..?”

தொடர்ந்து இவனால் தூங்கமுடியவில்லை, இரண்டு நாட்களாய்ப் புழுங்கிய மனப்புழுக்கத்தை ஆய்லர் நடராஜனிடம் சொல்லி ஆற்றியபோதுதான் சமனப்பட்டான்.

“குடும்பஸ்தன்ங்கறது, இன்னொரு பரிமாணம்னு வெச்சுக்சு. கூடுதல் பொறுப்பு, போராளி அவனுக்குள்ளவும் இருப்பான். சமயம் வாரப்ப கண்டிப்பா அவனும் முன்னுக்கு வருவான் ராசு.”

மாமனாரிடம், “நடந்ததெல்லா ஓங்களுக்குத் தெரியும். நான்னு சொன்னாலே உங்கமேல் அவருக்கு இருக்க பிரியம் விட்டுப்போகாம இருந்தாச் சரி” என்றான்.

‘உங்களோட வெளியேறுனவங்கள்ல பலபேர் இப்பவும், உள்ளாற தினக்கூலியா வேலபாக்குறது தெரியுமா மருமகனே.”

தெரியாதெனத் தலையாட்டினான். ஆனால் நிச்சயமாக தன்னை முதலாளி ஏற்கமாட்டார் என்று சத்தியம் செய்தான். எந்தவித சமரசத்திற்கும் இடந்தராமல் எத்தனையோ ஆசை வார்த்தைகளுக்கு மசியாமல் முதலாளிக்குச் சமதையாய் உட்கார்ந்து வாதாடியதை நிர்வாகத்தார் மறந்து விடுவார்களா?

இதே முருகன்கோவில் இருந்த இடத்தில்தான் பந்தல் போட்டு பதினாறு நாளாய் வேலைநிறுத்தம் செய்தார்கள். முதல்நாள் சாலையில் ஓடிய அத்தனை பேருந்துகளையும் ஒன்றுவிடாமல் நிறுத்தி, ‘மில்லில வேலை நிறுத்தம்’ என்று சிவப்புமை வில்லை கலக்கி எழுதி அனுப்பினர். இரவு நேரத்தில் வெளியாட்களைக் கூட்டிவந்து மில்லை இயக்கி விடுவார்கள் என்பதற்காக விடிய விடிய முழித்திருந்து கல்கூட்டி கருப்பட்டி காப்பிபோட்டு குடித்துக்கொண்டு ஆளுக்கொரு சிப்ட்டாக காவல்காத்த சம்பவம் ஊரறியும்.

ஒரு நாளைக்கு ஐம்பது பைசா சம்பள உயர்வு என நிர்வாகம் அறிவித்தும், ‘மகத்தான வெற்றி என மாலை வாங்கிக் கொண்டு மாஸ்டரையும் முதலாளியையும் பார்க்கப் போனவர்களை வழிமறித்து, ‘முழுக் கோரிக்கையையும் வாங்காமல் போராட்டத்தைக் கைவிடக் கூடாது’ என மல்லுக்கட்டி நின்றதும், வசங்கெட்ட சிலபேரால் இவர்கள் மில்லைவிட்டே வெளியேற்றப்பட்டதும் வடுவாய் நின்றது.

அதேபோல முதலாளியைக் கோர்ட்டுக்கு இழுத்தும். வீதிவீதியாக கோஷம் போட்டு பிரச்சனையை மக்களறியச் செய்ததும், ‘சந்தி சிரிக்க வச்சுட்டானுக. இந்த சங்கத்துக்காரப் பயக...” என முதலாளி கொதித்துப் பேசியதும் அவருக்கும்

மறக்காது. அடுத்தொரு சுருக்கை அத்தனை சுலபமாய் மாட்டிக் கொள்ளச் சம்மதிப்பாரா? நஷ்டஈடு கொடுத்துக் கொடுத்து கணக்கு முடித்துவிட்டபடியால் ஒருவகையில் மாமனார் எதிர் பார்ப்பது நடக்குமோ?

பச்சை நிற 'டிவி.எஸ். எக்ஸ்.எல்' வண்டி இவன் முன்னால் வந்து நின்றது. கழுத்தில் தொங்கிய கைத்தறித்துண்டும், கலைந்த தலையுமாய் 'மில்கா' ரொட்டி ஏஜென்ட்... 'தலைவா' என ராசுவை அழைத்தபடி இறங்கினான். பின் கேரியரில் அவன் உயரத்திற்கு சரக்குகள் கட்டப்பட்டிருந்தன.

மில்லைவிட்டு விலக்கப்பட்டதும், ராசு 'அமுதம்' கம்பெனி ரொட்டியை ஏஜென்சி எடுத்தான். அப்போது 'மில்காவோடு களத்தில் மோதவேண்டி இருந்தது. இருவருக்கும் கடுமையான போட்டி அவதி அவதியாய் நான்முந்தி நீமுந்தி என ஓடிஓடி கடைகளை நெப்பிவிட்டு காசுக்கு அலைந்து கடனாளி ஆனபிறகுதான் அந்தத் தொழில் இவனை விட்டது.

"தொழில்ல ஒண்ணவே நம்பீருக்கக்குடாது தலைவா" என்ற மில்காகாரன், தன்னிடமிருந்து மிட்டாய், முறுக்கு, அதிரசம்... இன்ன சரக்குகளைக் காண்பித்தான். "அப்பத்தே. ஒண்ணு மிதிச்சாலும் அடுத்ததத் தொட்டுக் கரையேறலாம்."

"ஒன்றே செய்... நன்றே செய்ங்கறது நம்ம பாத..." – ராசு

"டீ சாப்புடுறீங்களா..?" மில்கா கூப்பிட்டான்.

"இருக்கட்டும்."

"மில்லுல எதும் வாய்தாவா?"

"உள்ளுக்குள்ள இப்பவும் உங்க ரொட்டி போகுதா?" கேள்விக்கு எதிர்க்கேள்வி போட,

"அது தெரியாதா... நீங்களெல்லாம் போனப்பறம் கொஞ்சங் கொஞ்சமா பெர்மனென்ட் லேபரப் பூராம் எடுத்திட்டு லேடீசப் போட்டாங்க. நம்ம ஏவாரம் பூராம் விழுந்திருச்சு." என்றவன் தொடர்ந்து, "இப்பல்லா மில்லுக்காரவங்க ரெம்பத் தெளிவு. செலவே இல்லாம ஓட்றாங்க தெரிமா லேடீஸ்ல கூட வயசுப்பிள்ளைகளத்தான் வேலைக்கு எடுக்கறாங்க, வேலயும் சூட்டா நடக்கும். கல்யாணம் முடிச்சதும் கணக்கு முடிச்சிட்டுப் போயிடுவாங்க. அப்பறம் புதுசா. ஆளெடுத்துக்கலாம். இல்லியா..?"

முன்னைக்கு இப்போது எல்லாமே நிலை மாறித்தான் தெரிந்தன. சாலை அகலமாகி இருந்தது. உட்கார்ந்திருந்த கோயிலில் கோபுரம் ஏறி இருந்தது. வலதுபுறம் நெஞ்சைப் பிளந்தவாக்கில் ஆஞ்சநேயர் நின்று கொண்டிருந்தார். முருகனுக்கும் ஆஞ்சநேயருக்கும் என்ன

சம்பந்தமான 'அளஞ்சு' அண்ணனைத்தான் கேக்க வேணும். இந்த முருகனைக்கூட அவர்தான் 'தீர்த்தத் தொட்டி' கோவிலிலிருந்து சிலை எடுத்து வந்தார். அவரும் மில் தொழிலாளிதான். கனவில் முருகர் வந்துபேசிய கதை சொன்னார். அய்வேஸ்காரன் கோவிலை இடிக்க வந்தபோது சாமியைக் காப்பாற்றி பீடம் எழுப்பியதும் தொழிலாளர்கள்தான்.

மில்லின் முகப்பும் கூட மாறி இருந்தது. அசோக மரங்கள் நெட்டுக்குத்தாய் உயர்ந்து இருந்தன. மில்லின் பெயர் கேட்டுக்கு சமமாய் பெரிதாகப் பொறிக்கப்பட்டிருந்தது. சங்க கொடிக்கம்பம் இருந்த இடம் இடித்து சமப்படுத்தப்பட்டு சாலையோரப் பூங்காவாகி இருந்தது. காவலாளி, ராணுவவீரரைப் போல உடையணிந்து மிடுக்காக நின்றிருந்தார். நுழைவு வாசல் சின்னக்கதவை ஒட்டி சிவப்பு நிற டெலிபோன் ரிசீவர் சுருள்வயரில் கட்டப்பட்டது போல தொங்கிக் கொண்டிருந்தது. சாலையில் வாகனப்பெருக்கம் கூடுதலாயிருந்தது.

'அவுட்டர்ங்கறதனால அவன்பாட்டுக்கு அவதி ஓட்டந்தான ஓட்றான்...' இவனது சிந்தனைக்கொப்ப, கடையிலிருந்த ஒருவர் அசரீரியாய்ச் சொன்னார்.

மாமனார் இன்னமும் வராமலிருந்தார். தன் எண்ணம் போலவே முதலாளியும் ரெம்பப் பிடிவாதமாய் இருக்கிறாரோ... மாமனார் ரெம்பவும்தான் சங்கடப்பட்டுக் கொண்டிருக்கலாம். மருமகனிடம் சொன்னதுபோல செய்துகாட்ட வேண்டுமென்பதற்காக, கெஞ்சிக் கொண்டிருக்கிறாரா. அல்லது முதலாளியைப் பார்ப்பதற்காக இன்னமும் உள்ளே காத்திருக்கிறாரா. ரோட்டோரத்திலேயே எத்தனை நேரம்தான் உட்கார்ந்திருப்பது. அவஸ்தையாய் இருந்தது. வீட்டுக்குப் போய் விடலாமா மரியாதைகெட்ட செயலாகும். நாகு கோபிப்பாள், அட பாழாப் போன மனசே.

சிமெண்ட் நிற மகேந்திரா வேன் ஒன்று பாய்ச்சல் வேகத்தில் வளைந்து மில்கேட்டில் முட்டி நின்றது. வேன் முழுக்க தாவணிச் சிட்டுக்கள். பொறுக்கி எடுத்தது போல கலர் கலராய்ச் சிரித்துக் கொண்டிருந்தார்கள். வேனின் முன் இருக்கையிலிருந்து ஒரு ஆள் குதித்தான். காவலாளியிடம் ஏதோ கையெழுத்திட கேட் திறக்கப்பட்டது. வேன் உள்ளே போக அந்த ஆள் சாலையைக் கடந்து டீ கடைக்கு வந்தான்.

"யே. ராசுவா. என்னாப்பா இங்கனய!?" ஆச்சர்யக் குறியும் கேள்விக்குறியுமாக கைகளை விரித்தபடி வந்து இவனைக் கட்டிக் கொண்டான் ரெங்கசாமி, தியாகராசனின் தம்பி, கையைப்பிடித்து கடைக்குள் இழுத்துப்போனான். பெஞ்சுகள் காலியாக இருந்தன.

பேப்பர்கள் அனாதையாகக் கிடந்தன.

"ஒக்கார்ப்பா."

வடையை பிய்த்துக் கொடுத்தான். இங்கே மறுபடி சேர்ந்து ஒரு வருடமாகிறது என்றான். அண்ணனும் வேலப்பனும் எதோ ஒரு புதுமில்லுக்குப் போய்விட்டதாகச் சொன்னான்.

அவர்களால் வேறவேலைக்குப் போக முடியாது. தான் ஸ்பின்னிங் டாவரிலிருந்து, வேன் கண்டக்டராக மாறிவிட்டதாகச் சொன்னான். "தினமும் ஒண்ணரை சிப்ட் பாக்க வேண்டி இருக்கு. பிள்ளைகள வீடுவீடா ஏத்திவந்து, எறக்கி விடணும், வண்டியப் பாத்துக்கணும் ஒப்பித்தான்.

"ஜாலியான வேலதே." – ராசு.

"ஜாலியா? வயசுப்பிள்ளைகளப்பா... நெருப்பக் கட்ன மாதிரி ஒண்ணுல்லாட்டி ஒண்ணு புகார் பண்ணுச்சுன்னா நாளைக்கே வீட்டுக்குப் போகவேண்டிதேன்."

முன்போல் மாதச்சம்பளமெல்லாம் கிடையாதாம். தினக்கூலி ஆனாலும் தொடர்ந்தபடியான வேலை. மில்லை விட்டு விலகியதும் தள்ளுவண்டியில் பிளாஸ்டிக் சாமான்களைப் போட்டு ஏவாரம் பார்த்தான். ராசு வந்த காரணம் தெரிந்ததும் சந்தோசம் தெரிவித்தான் 'வாரதால தப்பே இல்ல என்றான். எல்லா டிபாட்மென்டு (பிரிவுகள்)லயும் பொம்பளப் பிள்ளைகதான். ஃப்ளோ ரூம்லகூட அவங்க தான்னா பாத்துக்கயேன் நாம போனா, அரியா எறக்க வண்டிதள்ள, ரிப்பேர் பாக்க. அனுப்புவாங்க. நீ வந்துரு."

தன் சந்தேகத்தைச் சொன்னான் ராசு, "என்னைய எப்பிடிச் சேத்துக்குவாங்க... ரெங்கா? மாமனாருகிட்ட சொன்னா புரிஞ்சிக்க மாட்டேங்கறாரு. நாகு சொன்னதயே சொல்லுது ம்... பட்டு வரட்டும். " காலைக் கட்டிக் கொண்டான். நான்குபுறமும் பஞ் சாரக் கூடைபோல சுற்றிலும் தென்னக்கிடுக்குகள் அடைத்து நின்ற கடை குளிர்மிகுந்திருந்தது.

"யேண்ணே சேக்கமாட்டாக ராசுண்ணே. எதுத்தாப்ல மில்லுகட்டுற அய்டியாவுல எதும் இருக்கீகளா" டீ ஆத்திக் கொண்டிருந்த சேகர் கேட்டான். ரெங்கசாமிக்குப் புரையேறியது. "பின்ன... அவெவென் தொழிலக் கட்டிச் சேவிக்கமுடியாம கந்தலாகிக் கெடக்கானுக இதுல ஒங்க நெனப்புதான் விடாம தங்கி இருக்காக்கும்" தொடர்ந்து சொன்னான்.

"உண்மைதான்" என ஆமோதித்த ரெங்கசாமி மில்லுகள் பூராவும் கொடவுன் ஆகிவருகிற விபரம் விளக்கினான்.

“ஒனக்குத் தெரியாதா ராசு தொழில்பூராவும் அழிஞ்சுக் கிட்டிருக்கு...”

அழியறதப் பேச வர்ல ரங்கா. ஓடுற மில்லுல, நிர்வகிக்கிற மொதலாளியப் பத்தித்தே பேசணும்...” ஆவேசமாய்ச் சொன்னான் ராசு, கேனயனாய்ப் பாக்கிறாங்களா தன்னை.

“அப்படிப் பார்த்தா இப்ப இவங்க மொதலாளியே கெடையாது தெரியுமா?”

“யேன்... மில்ல வித்துடாங்களா?”

“மில்லு அவருதுதே அவர்தான் ஓட்றாரு ஆனா அந்தக் கூலி அதாவது சரக்கக் குடுத்தா உருப்படியாக்கிக் குடுப்பார்.” சூடு ஆறுவதற்குள் மீதி டீயைக் குடித்தான் ரெங்கன்.

அவன் சொன்னவிசயம் இவனுக்கு பனிமூட்டமாய் புத்தியை மறைத்தது ‘புரியல’ என்று சொல்வதற்கு கஷ்டமாய் இருந்தது. மில் நிர்வாகத்திலிருந்து அனுப்பப்படும் எப்பேர்பட்ட நோட்டீஸ்களுக்கும் நொடியில் பதில் எழுதியவன்.

“அதாவது ராசு பஞ்ச எறக்கிட்டுப் போயிருவாங்க இவரு இத நூலாக்கி அனுப்புவாரு.”

“அட. அதுக்குப் பேர்தான் நூல் மில்லு...”

“மில்லுதே இவருது. சரக்கு வேறாளுது. உருப்படியாக்கித் தந்தா எதோஒரு கணக்கில் இவருக்குக் கூலி வரும்.”

“அப்ப மொதலாளிங்கறது?”

“தெரியாது. யார் வேணாலும் இருக்கலாம். உள்நாடு, வெளிநாடு...”

“அப்ப இவருக்குப் பேரு?”

“காண்ட்ராக்டரு” ரெங்கனும் கடைக்காரனும் சிரிக்க இவனுக்குள் உலகம் விரிந்தது.

முதலாளியைப் போய்ப் பார்க்க வேண்டிய அவசியம் இருப்பதாய் உணர்ந்தான். தன் சகாக்களோடு சென்று காணத் திட்டமிட்டான் ராசு.

DBP 234